സംയുക്ത പ്രഭാവം

സംയുക്ത പ്രഭാവം

നിങ്ങളുടെ വരുമാനത്തെയും, ജീവിതത്തെയും, വിജയത്തെയും ഉന്നതിയുടെ പുതിയ തലത്തിലേക്കെത്തിക്കൂ

ഡാരെൻ ഹാർഡി

വിവർത്തനം : രഘുരാജ് പനങ്ങാട്ട്

MANJUL

മഞ്ജുൾ പബ്ലിഷിങ് ഹൗസ്

First published in India by

MANJUL

Manjul Publishing House

Corporate and Editorial Office

• 2nd Floor, Usha Preet Complex, 42 Malviya Nagar, Bhopal 462 003 - India

Sales and Marketing Office

• C-16, Sector 3, Noida, Uttar Pradesh 201301, India

Website: www.manjulindia.com

Distribution Centres

Ahmedabad, Bengaluru, Bhopal, Kolkata, Chennai,
Hyderabad, Mumbai, New Delhi, Pune

This edition published by agreement with
Folio Literary Management, LLC

Malayalam translation of Darren Hardy's original English title
The Compound Effect: Jumpstart Your Income, Your Life, Your Success

This Malayalam edition first published in 2022

ISBN 978-93-90924-53-0

Author photograph © Aaron Hammock

Translated by Raghuraj Panangad

Printed and bound in India by Parksons Graphics Pvt. Ltd.

ഈ പുസ്തകം സമർപ്പിക്കുന്നത്

ജെറി ഹാർഡി, എന്റെ ഉറ്റ തോഴൻ, എന്റെ അച്ഛൻ : അദ്ദേഹത്തിന്റെ ഉദാഹരണത്തിലൂടെ സംയുക്ത പ്രഭാവത്തിന്റെ തത്വങ്ങൾ എന്നെ പഠിപ്പിച്ച മനുഷ്യൻ.

പിന്നെ, ജിം റോൺ, എന്റെ മാർഗ്ഗദർശി : മറ്റു പല കാര്യങ്ങൾക്കിടയിലും, പ്രിയപ്പെട്ടവരോട് അവർ വിലമതിക്കുന്ന കാര്യങ്ങളെക്കുറിച്ച് സംസാരിക്കാൻ പഠിപ്പിച്ച വ്യക്തി.

ജാഗ്രത! ഈ അദ്ധ്യായങ്ങളുടെ തലക്കെട്ടുകൾ ലളിതമായി തോന്നിയേക്കാം. വിജയ തന്ത്രങ്ങൾ ഇനിമുതൽ രഹസ്യങ്ങളല്ല, പക്ഷേ പലരും അവയെ അവഗണിക്കുന്നു. വിജയ രഹസ്യം അറിയാമെന്ന് നിങ്ങൾ വിശ്വസിക്കുന്നുണ്ടോ? മറ്റുള്ളവരുടെ വിശ്വാസവും അതുതന്നെയാണ്. പക്ഷേ ഈ പുസ്തകത്തിൽ ചേർത്തിട്ടുള്ള ആറ് തത്വങ്ങൾ, ക്രമത്തിൽ അനുവർത്തിക്കുന്നതിലൂടെ, നിങ്ങളുടെ വരുമാനം, ജീവിതം, വിജയം, ഇതുവരെ കാണാത്ത വിധം ഉയർത്തും.

സക്സസ് മാദ്ധ്യമ മേഖലയുടെ മുഖ്യ മേൽനോട്ടക്കാരനായി 25 വർഷത്തിലധികം പ്രവർത്തിച്ചതിനാൽ, ഞാൻ എല്ലാത്തിനും സാക്ഷിയായിട്ടുണ്ട്. ശരിയായ സമയങ്ങളിൽ ചെയ്യുന്ന ലളിതമായ പ്രവൃത്തികളുടെ സംയുക്ത പ്രഭാവം പോലെ ശക്തമായി മറ്റൊന്നും പ്രവർത്തിക്കുകയില്ല.

ഇതാണ്, ജീവിതത്തിൽ മഹത്തായ നേട്ടങ്ങൾ കൈവരിക്കാൻ എന്തുചെയ്യണമെന്നതിനുള്ള മികച്ച മാർഗ്ഗം. നിങ്ങളുടെ സ്വപ്നം, ആഗ്രഹം, ലക്ഷ്യം എന്തുതന്നെയുമാകട്ടെ, അതെല്ലാം നേടിയെടുക്കാനുള്ള വഴി നിങ്ങളുടെ കൈയിലെ ഈ പുസ്തകത്തിലുണ്ട്. മുന്നോട്ട് വായിക്കൂ, അത് നിങ്ങളുടെ ലോകത്തെ തന്നെ മാറ്റിമറിക്കട്ടെ.

സംയുക്ത പ്രഭാവത്തിന് ലഭിച്ച പ്രശംസകൾ

"വർഷങ്ങളായുള്ള തെളിയിക്കപ്പെട്ടതും പ്രയോജനകരവുമായ അനുഭവങ്ങളെ ആസ്പദമാക്കിയുള്ള, ശക്തവും പ്രായോഗികവുമായ ഈ പുസ്തകം, സവിശേഷമായ കഴിവുകൾ ഉപയോഗിച്ച് നിങ്ങൾക്ക് ചുറ്റുമുള്ള അവസരങ്ങൾ എങ്ങനെ വർദ്ധിപ്പിക്കാം എന്ന് കാണിക്കുന്നു. നിങ്ങൾ സാദ്ധ്യമെന്ന് ഒരിക്കലും കരുതാതെയിരുന്ന മഹത്തായ നേട്ടങ്ങൾ കൈവരിക്കാനുള്ള ആശയങ്ങളുടെ ഒരു നിധികുംഭമാണ് സംയുക്ത പ്രഭാവം!"

— ബ്രയാൻ Rട്രേസി, വക്താവ്, *The Way to Wealth*-ന്റെ രചയിതാവ്.

"അസാധാരണമായ ജീവിതം നയിക്കാനുള്ള ഒരു സമർത്ഥമായ മാർഗ്ഗം. വായിക്കുക, അതിലുപരി, പ്രാവർത്തികമാക്കുക!"

— ജാക്ക് കാൻഫീൽഡ്, *The Success Principles: How to Get from Where You Are to Where You Want to Be*-യുടെ സഹരചയിതാവ്.

"വ്യക്തിത്വ വികസനത്തിന്റെ വിഷയത്തിൽ, ഒരു ബൈബിൾ തന്നെ എഴുതിയിരിക്കുകയാണ് ഡാരെൻ ഹാർഡി. നിങ്ങൾ പ്രായോഗികമായ ഒന്നാണോ തേടുന്നത്, യഥാർത്ഥ ഉപകരണങ്ങളുപയോഗിച്ച് ജീവിതം മാറ്റിമറിക്കാൻ കഴിയുന്ന, സ്വപ്നങ്ങൾ സാക്ഷാത്കരിക്കാൻ കഴിയുന്ന പ്രായോഗികമായ പദ്ധതി, എങ്കിൽ അതാണ് സംയുക്ത പ്രഭാവം! പത്ത് പകർപ്പുകൾ വാങ്ങിക്കുക, ഒന്ന് നിങ്ങൾക്കായും മറ്റ് ഒമ്പതെണ്ണം നിങ്ങളുടെ പ്രിയപ്പെട്ടവർക്കായും. ഇപ്പോൾ തന്നെ അയക്കുക, ഇത് ലഭിക്കുന്നവർ നിങ്ങളോട് നന്ദി പറയും!

— ഡേവിഡ് ബാക്ക്, *FinishRich.com*-ന്റെ സ്ഥാപകൻ, *The Automatic Millionaire* ഉൾപ്പെടെ ന്യൂ യോർക്ക് ടൈംസിന്റെ ഏറ്റവുമധികം വിറ്റഴിക്കപ്പെടുന്ന എട്ട് പുസ്തകങ്ങളുടെ രചയിതാവ്.

"ഈ പുസ്തകം നിങ്ങളെ വിജയത്തിന്റെ പടികൾ കയറ്റുമ്പോൾ, ഒന്നിന് പകരം രണ്ട് ചുവട് വെച്ച് കയറാൻ പ്രാപ്തനാക്കും. വാങ്ങിക്കൂ, വായിക്കൂ, സൂക്ഷിച്ചു വെക്കൂ."

— ജെഫ്രി ഗിറ്റോമെർ, *The Sales Bible*-ന്റെയും *The Little Red Book of Selling*-ന്റെയും രചയിതാവ്.

"ലോകത്തിലെ മികച്ച വിജയങ്ങൾ കൈവരിച്ചവരുടെ ബുദ്ധിശക്തിയെ സമാഹരിച്ച്, പ്രധാന സാരാംശം കിട്ടും വരെ കാച്ചിക്കുറുക്കാനുള്ള അതുല്യ കഴിവുണ്ട് ഡാരെൻ ഹാർഡിക്ക്. ലളിതം, നേരായ, ലക്ഷ്യത്തിലേക്ക് — ഈ നിയമങ്ങളാണ് എന്റെയും ഓരോ വ്യവസായ പ്രമുഖരുടെയും ജീവിതങ്ങൾക്ക് മാർഗ്ഗദർശിയായത്. ഈ പുസ്തകം നിങ്ങളുടെ മഹത്തായ വിജയങ്ങൾക്കും സന്തോഷത്തിനും സംതൃപ്തിക്കും വഴികാട്ടിയാവും."

— ഡോണി ഡ്യൂറ്റ്ഷ്, ടി.വി. അവതാരകൻ, ഡ്യൂറ്റ്ഷ് സ്ഥാപനത്തിന്റെ അദ്ധ്യക്ഷൻ.

"നിങ്ങളുടെ സ്വപ്നങ്ങളിലുള്ള ജീവിതം നേടാനുള്ള സമർത്ഥമായ മാർഗ്ഗമാണ് സംയുക്ത പ്രഭാവം. ഓരോ ചുവടിലും, അത് നിങ്ങളെ നയിക്കട്ടെ. വായിക്കൂ, പഠിക്കൂ, അതിലുപരി പ്രാവർത്തികമാക്കൂ!"

— ക്രിസ് വൈഡെനർ, വക്താവ്, *The Art of Influence: Persuading Others Begins with You*-ന്റെയും *The Twelve Pillars*-ന്റെയും രചയിതാവ്.

"ഡാരെൻ ഹാർഡി സംയുക്ത പ്രഭാവത്തിലൂടെ തെളിയിക്കുന്നു, സാമാന്യ ബുദ്ധി പ്രയുക്തമാക്കുന്നതിലൂടെ അസാമാന്യ ഫലങ്ങൾ നേടാനാകുമെന്ന്. ഈ ലളിതമായ ചുവടുകൾ പിന്തുടരൂ, നിങ്ങൾ ആയിത്തീരണമെന്നുള്ള ആഗ്രഹം സഫലമാക്കൂ!"

— ഡെനിസ് വെയ്റ്റ്‌ലി, വക്താവ്, *The Psychology of Winning*-ന്റെ രചയിതാവ്.

"നിങ്ങളെ മത്സരങ്ങളിൽ ജയിക്കാനും, വെല്ലുവിളികളെ മറികടക്കാനും, അർഹിക്കുന്ന ജീവിതമുണ്ടാക്കിയെടുക്കാനും സംയുക്ത പ്രഭാവം സഹായിക്കും!"

— ടി. ഹാർവ് എകെർ, *ന്യൂ യോർക്ക് ടൈംസി*ന്റെ ഏറ്റവും കൂടുതൽ വിറ്റഴിക്കപ്പെട്ട പുസ്തകങ്ങളിൽ ഒന്നാമതെത്തിയ *Secrets of the Millionaire Mind*-ന്റെ രചയിതാവ്.

“ഐൻസ്റ്റൈൻ പറഞ്ഞിട്ടുണ്ട്, ‘സംയുക്തമാക്കുന്ന പ്രക്രിയ ലോകത്തെ എട്ടാമത്തെ അത്ഭുതമാണ്.’ നിങ്ങളുടെ നേട്ടങ്ങൾ സംയുക്തമാക്കുന്നതിനായി, വായിക്കുക, മനസ്സിലാക്കുക, ഉൾക്കൊള്ളുക, നിങ്ങളുടെ സ്വപ്നങ്ങളും പ്രതീക്ഷകളും ആഗ്രഹങ്ങളും സഫലീകരിക്കുവാൻ എന്റെ സുഹൃത്ത് ഡാരെൻ ഹാർഡിയുടെ കഴിവിനെ മുഴുവനായും ഉപയോഗപ്പെടുത്തുക.”

—മാർക്ക് വിക്ടർ ഹാൻസൻ, *ന്യൂ യോർക്ക് ടൈംസ്* പരമ്പരയിൽ ഒന്നാമതെത്തിയ *Chicken Soup for the Soul*-ന്റെ സ്രഷ്ടാക്കളിൽ ഒരാൾ, *The One Minute Millionaire*-ന്റെ സഹരചയിതാവ്.

“നേട്ടങ്ങളെക്കുറിച്ച് സംസാരിക്കുകയും പക്ഷേ അത് അവരുടെ വ്യക്തിജീവിതത്തിലേക്ക് (ബന്ധങ്ങളിൽ, ദാമ്പത്യത്തിൽ, കുടുംബത്തിൽ) കൊണ്ടുവരാൻ സാധിക്കാതിരിക്കുകയും ചെയ്യുന്ന മനുഷ്യരോട് എനിക്ക് ബഹുമാനവും മതിപ്പും തോന്നാറില്ല. സത്യത്തിൽ, അവരുടെ വാക്കുകൾ കപടമാണ്. ഡാരെൻ ഹാർഡിയെ അറിയുന്നിടത്തോളം കാലം, ഞങ്ങളുടെ സംഭാഷണങ്ങളിൽ ഞങ്ങളുടെ മക്കളെയോ ഭാര്യമാരെയോ കുടുംബത്തെയോ ഉൾപ്പെടുത്താതിരുന്നിട്ടില്ല. നേട്ടങ്ങൾ കൈവരിക്കുന്നതിനെക്കുറിച്ച് ഒരുപാട് കാര്യങ്ങൾ ഡാരെന് അറിയുമെന്ന് ഞങ്ങൾ കരുതുന്നു, അതിലും പ്രധാനമായി, ശരിയായ കാരണങ്ങൾക്കായി അവ നേടണമെന്ന് അദ്ദേഹം ആഗ്രഹിക്കുന്നു!”

— റിച്ചാർഡ് & ലിൻഡ ഐറി, *ന്യൂ യോർക്ക് ടൈംസി*ന്റെ ഏറ്റവും കൂടുതൽ വിറ്റഴിക്കപ്പെട്ട പുസ്തകങ്ങളിൽ ഒന്നാമതെത്തിയ *Teaching Your Children Values*-ന്റെ രചയിതാക്കൾ.

“ഡാരെൻ ഹാർഡിയുടെ സംയുക്ത പ്രഭാവം, വിജയ തന്ത്രങ്ങളുടെ ഉചിതമായ ഒരു പരിപൂർണ്ണ സമാഹാരമാണ്, അത് ആവശ്യപ്പെടുന്നവർക്ക്! ഒരു വിദഗ്ധനെന്ന നിലയിൽ, ഞങ്ങളുടെ വ്യവസായ മേഖലയിലേക്ക് മഹത്തായ സംഭാവനയാണ് അദ്ദേഹം നൽകുന്നത്. ഒരു മനോഹരമായ പുസ്തകം!”

— സ്റ്റെഡ്മാൻ ഗ്രഹം, വക്താവ്, ഗ്രന്ഥകർത്താവ്, സംരംഭകൻ.

"സമയാസമയങ്ങളിൽ, നിങ്ങൾ ഇപ്പോൾ നില്ക്കുന്നിടത്തു നിന്നും എന്നും ആഗ്രഹിച്ചിരുന്ന ഇടത്തേക്ക് കുതിക്കാൻ അവസരം ലഭിക്കും. ഈ പുസ്തകം അങ്ങനൊരു അവസരമാണ്. കൂടാതെ ഇത് നിങ്ങളുടെ സമയമാണ്. പ്രചോദനാത്മമായ ഒരാളിൽ നിന്നുള്ള മികച്ച കൃതി."

— റോബിൻ ശർമ്മ, ഏറ്റവും കൂടുതൽ വിറ്റഴിക്കപ്പെട്ട പുസ്തകങ്ങളായ *The Monk Who Sold His Ferrari*-യുടെയും *The Leader Who Had No Title*-ന്റെയും രചയിതാവ്.

"ഞാനെന്റെ ജീവിതകാലം മുഴുവനും ആളുകളെ വിജയവും നേട്ടങ്ങളും കൈവരിക്കാൻ ഉതകുന്ന ആശയങ്ങളിലേക്ക് കൊണ്ടെത്തിക്കാൻ സഹായിച്ചിട്ടുണ്ട്. അതുകൊണ്ട് തന്നെയാണ് ഞാനീ പുസ്തകം ഇഷ്ടപ്പെടുന്നതും എന്റെ സഹപ്രവർത്തകർക്ക് നിദ്ദേശിക്കുന്നതും. ശക്തമായ തന്ത്രങ്ങൾ പങ്കുവെയ്ക്കുന്നതിൽ അതുല്യ പാടവമാണ് ഡാരെനുള്ളത്; അദ്ദേഹത്തിന്റെ ആ വാക്കുകളിൽ നിങ്ങൾ വിലപ്പെട്ട സമയം പാഴാക്കാതെ ഉടൻ തന്നെ ആ വിജയ തന്ത്രങ്ങൾ പ്രാവർത്തികമാക്കും."

— കോനീ പൊഡെസ്റ്റ, മുഖ്യ പ്രഭാഷക, രചയിതാവ്, എക്സിക്യൂട്ടിവ് കോച്ച്.

"ആർക്കെങ്കിലും വിജയത്തിന്റെ മൂലതത്വങ്ങൾ അറിയുമെങ്കിൽ, അത് ഡാരെൻ ഹാർഡിക്കാണ്. നേട്ടങ്ങൾക്കായി പ്രയത്നിക്കേണ്ടതിന്റെ അടിസ്ഥാന തത്വങ്ങളിലേക്കുള്ള തിരിച്ചുപോക്കും ശ്രദ്ധ കേന്ദ്രീകരിക്കലുമാണ് ഈ പുസ്തകം. സംയുക്ത പ്രഭാവത്തെ നിങ്ങളുടെ ജീവിതത്തിലെ പ്രവർത്തനങ്ങൾക്കുള്ള ഒരു സഹായ ഗ്രന്ഥമാക്കുക; ലളിതമായ ചുവടുകൾ, ഓരോന്നായി!"

— ഡോ. ടോണി അലെസ്സന്ദ്ര, *The Platinum Rule*-ന്റെയും *Charisma*-യുടെയും രചയിതാവ്.

"സംയുക്ത പ്രഭാവത്തിലൂടെ, ശ്രേഷ്ഠരായ വ്യക്തിത്വ വികസന പുസ്തകങ്ങളുടെ രചയിതാക്കളുടെ ശ്രേണിയിലെത്തിയിരിക്കുകയാണ്! നിങ്ങളുടെ പരമാവധി സാദ്ധ്യതകളോടെ ജീവിക്കുന്നതും, വിജയിക്കുന്നതും നിങ്ങൾക്ക് പ്രധാനമാണെങ്കിൽ, ഈ പുസ്തകം നിർബന്ധമായും വായിക്കുക. നിങ്ങളുടെ പ്രവർത്തനങ്ങൾക്ക് വിജയമൊരുക്കാനുള്ള ഒരു സഹായ ഗ്രന്ഥമായിരിക്കും ഇത്."

— വിക് കൊനാന്റ്, നൈറ്റിംഗേൽ-കൊനാന്റിന്റെ അദ്ധ്യക്ഷൻ.

“മനസ്സ് ചിതറിക്കുന്ന ഒരുപാട് കാര്യങ്ങളുമായി വേഗത്തിൽ സഞ്ചരിക്കുന്ന ഒന്നാണ് ജീവിതം. ഫലപ്രദമായി മുന്നോട്ടു പോകണമെങ്കിൽ, നിങ്ങൾ ഈ പുസ്തകം വായിച്ചാൽ മാത്രം പോരാ, അതിലെ കാര്യങ്ങൾ അടയാളപ്പെടുത്തി പഠിക്കുകയും വേണം.”

— ടോണി ജീറി, ലോകത്തിലെ പ്രമുഖ സ്ഥാപനങ്ങളുടെ തലവൻമാരുടെയും മികച്ച ജീവിതവിജയം നേടിയവരുടെയും പരിശീലകൻ.

“വിജയം തേടുന്നവർ നിർബന്ധമായും വായിച്ചിരിക്കേണ്ട പുസ്തകമാണിത്. അതിനായി എന്താണ് ചെയ്യേണ്ടതെന്ന് അറിയണമെന്നുണ്ടോ? എല്ലാം ഇതിലുണ്ട്. വിജയിക്കാനുള്ള പ്രവർത്തനങ്ങളുടെ സഹായ ഗ്രന്ഥമാണിത്.”

— കെയ്ത്ത് ഫെറാസ്സി, ന്യൂ യോർക്ക് ടൈംസിന്റെ ഏറ്റവും കൂടുതൽ വിറ്റഴിക്കപ്പെട്ട പുസ്തകങ്ങളിൽ ഉൾപ്പെട്ട *Who's Got Your Back*-ന്റെയും *Never Eat Alone*-ന്റെയും രചയിതാവ്.

“വിജയത്തിലേക്കുള്ള ശക്തമായ, സമഗ്രമായ ഒരു വഴികാട്ടിയാണ് സംയുക്ത പ്രഭാവം. നിങ്ങൾ ഇപ്പോഴുള്ളയിടത്തുനിന്ന്, നിങ്ങൾ ആഗ്രഹിക്കുന്ന ഇടത്തെത്താനുള്ള സമ്പൂർണ്ണമായ ഒരു പദ്ധതി ഇത് നൽകും. ഡാരെൻ ഹാർഡി എന്ന പേരിന്റെ അർത്ഥം വിജയം എന്നാണ്! ഈ പുസ്തകം വായിക്കൂ, പ്രവർത്തിക്കൂ, വിജയം കൈവരിക്കൂ എന്നതാണ് ഞാൻ ഉപദേശിക്കുന്നത്.”

— ജെഫ്രി ഹേയ്സ്ലെറ്റ്, *The Mirror Test*-ന്റെ രചയിതാവ്, കൊഡാക്കിന്റെ സി.എം.ഒ.

“നിങ്ങളുടെ ഇനിയുള്ള ജീവിതം ഉപയോഗിച്ച് എങ്ങനെ വിജയിക്കണമെന്ന് കണ്ടെത്താൻ ശ്രമിക്കാം, അല്ലെങ്കിൽ, ഈ പുസ്തകത്തിലെ തെളിയിക്കപ്പെട്ട, പരീക്ഷിക്കപ്പെട്ട തത്വങ്ങളും മാർഗ്ഗങ്ങളും പിന്തുടരാം. നിങ്ങളുടെ തീരുമാനമാണ്, ബുദ്ധിമുട്ടേറിയ വഴി പോകാം... അല്ലെങ്കിൽ സമർത്ഥമായ വഴി തിരഞ്ഞെടുക്കാം!”

— ജോൺ അസ്സറഫ്, *The Answer*-ന്റെയും *Having It All*-ന്റെയും രചയിതാവ്.

"ഒടുവിൽ! ഡാരെൻ ഹാർഡി തന്റെ പുസ്തകത്തിലൂടെ അത് പ്രാവർത്തികമാക്കി. നിങ്ങൾ ജീവിതത്തിൽ നേടണമെന്ന് എന്നും സ്വപ്നം കണ്ടവ നേടാനുള്ള അത്യാവശ്യമായ മൂലതത്വങ്ങളുടെ ഒരു ഗംഭീര കാച്ചിക്കുറുക്കലാണ് ഇതിൽ. ഈ അടിസ്ഥാനപരമായ കാര്യങ്ങളെ അധീനമാക്കുന്നതിലൂടെ നിങ്ങളുടെ ഭാവിയെയും അധീനതയിലാക്കൂ!"

— ഡോൺ ഹട്സൺ, വക്താവ്, യു.എസ്. ലേർണിംഗിന്റെ
തലവൻ, *ന്യൂ യോർക്ക് ടൈംസിന്റെ* ഏറ്റവും
വിറ്റഴിക്കപ്പെട്ട പുസ്തകങ്ങളിലൊന്നായ
The One Minute Entrepreneur-ന്റെ സഹരചയിതാവ്.

"നിങ്ങൾ വെക്കുന്ന ഓരോ ചുവടുകളുടേയും കൂട്ടായ ഫലമാണ് നിങ്ങളുടെ ജീവിതം. എങ്ങനെ മികച്ച തീരുമാനങ്ങളെടുക്കാമെന്നും, മെച്ചപ്പെട്ട ശീലങ്ങൾ വികസിപ്പിക്കാമെന്നും, നല്ല ചിന്തകൾ കൊണ്ടുവരാമെന്നുമുള്ള വിഷയങ്ങൾ സുശക്തമായ വഴികാട്ടിയാവട്ടെ. നിങ്ങളുടെ വിജയം നിശ്ചയമായും നിങ്ങളുടെ കൈയിലാണ്... ഈ പുസ്തകത്തിൽ."

— ജിം കാത്കാർട്ട്, വക്താവ്,
The Acorn Principle-ന്റെ രചയിതാവ്.

"സാപ്പോസിൽ, ഞങ്ങളുടെ അടിസ്ഥാന തത്വങ്ങളിൽ ഒന്ന്, വളർച്ചയും പഠനവും പിന്തുടരുക എന്നതാണ്. ഞങ്ങളുടെ ആസ്ഥാനത്തിലെ സന്ദർശക മുറിയിൽ, ജീവനക്കാർക്കും, സന്ദർശകർക്കും അവരെ വ്യക്തിപരമായും ജോലിപരമായും വളർച്ചയിൽ സഹായിക്കുമെന്ന് ഞങ്ങൾ കരുതുന്ന പുസ്തകങ്ങൾ നൽകുന്ന ഒരു ഗ്രന്ഥശാലയുണ്ട്. ഞങ്ങളുടെ ഗ്രന്ഥശാലയിലേക്ക് സംയുക്ത പ്രഭാവം ഉൾപ്പെടുത്താതെ എനിക്ക് വിശ്രമമില്ല."

— ടോണി സിയെ, *Delivering Happiness*-ന്റെ രചയിതാവ്,
സാപ്പോസിന്റെ തലവൻ.

ഉള്ളടക്കം

നിങ്ങൾ എന്ത് പഠിക്കുന്നു എന്നതോ, ഏത്
മാർഗ്ഗം അല്ലെങ്കിൽ തന്ത്രം പ്രയോഗിക്കുന്നു
എന്നതോ പ്രസക്തമല്ല, വിജയങ്ങൾ
കണ്ടെത്തുന്നതിനുള്ള കാരണം ഇതാണ്:
സംയുക്ത പ്രഭാവം.

ടോണി റോബിൻസിന്റെ വിശിഷ്ട സന്ദേശം

ഇപ്പോഴുള്ള ജീവിതവുമായി നിങ്ങൾ സംതൃപ്തനാണോ? അതോ എന്തെങ്കിലും മാറ്റങ്ങൾക്കായി ഈ പുസ്തകം മറിച്ചുനോക്കുക യാണോ? എന്റെ ഊഹം ശരിയാണെങ്കിൽ, നിങ്ങളുടെ ജീവിതത്തിലെ ഏതെങ്കിലും ഒരു മേഖലയിലെങ്കിലും അതൃപ്തനാ യതിനാലാണ് നിങ്ങൾ സംയുക്ത പ്രഭാവം എടുത്തിരിക്കുന്നത് എന്നാണ്. വിശ്വസിച്ചാലും ഇല്ലെങ്കിലും, ആ അതൃപ്തി നല്ലതിനാണ്. നിങ്ങൾ ഉത്തരങ്ങൾ തേടുന്നു എന്നാണ് അതിനർത്ഥം... നിങ്ങൾ വളരാൻ തയ്യാറായിയെന്ന്.

പലരും ചിന്തിക്കുന്നത് മാറ്റങ്ങളും വ്യക്തിത്വ വളർച്ചയും ബുദ്ധി മുട്ടാണെന്നാണ്. പക്ഷേ ഞാൻ കരുതുന്നത്, നിങ്ങളുടെ ലക്ഷ്യങ്ങളും സ്വപ്നങ്ങളും നേടിയെടുക്കുന്നത് സങ്കീർണ്ണമായതോ ക്ലേശമേറിയതോ ആകണമെന്നില്ല. വിജയിക്കുന്നത് എളുപ്പമാണ്. ഈ പുസ്തകം, സംയുക്ത പ്രഭാവം, ഞാനെന്റെ ജീവിതത്തിലും പരിശീലന സമയത്തും പിന്തുടർന്ന ഒരു സിദ്ധാന്തത്തെ അടിസ്ഥാനമാക്കിയു ള്ളതാണ് : നിങ്ങളുടെ തീരുമാനങ്ങളാണ് നിങ്ങളുടെ വിധിയെഴു തുന്നത്. കുറച്ചൊക്കെ, ദൈനംദിന തീരുമാനങ്ങൾ, ഒന്നുകിൽ നിങ്ങളാഗ്രഹിക്കുന്ന ജീവിതത്തിലേക്ക് നയിക്കും, അല്ലെങ്കിൽ പൂർണ്ണമായി തകർക്കും. വാസ്തവത്തിൽ, വളരെ ചെറിയ തീരുമാ നങ്ങളാണ് നമ്മുടെ ജീവിതങ്ങളെ രൂപപ്പെടുത്തുന്നത്. എന്ത് കഴിക്കണം എവിടെ ജോലി ചെയ്യണം എന്നതിൽ തുടങ്ങി, ആരുടെ കൂടെ സമയം ചെലവഴിക്കണമെന്നത് വരെ, നിങ്ങളുടെ ദിവസം എങ്ങനെ ചെലവഴിക്കണമെന്നത് വരെ, ഓരോ തീരുമാനങ്ങളും നിങ്ങളിന്ന് ജീവിക്കുന്ന ജീവിതത്തിന് രൂപം നൽകും, പക്ഷേ അതിലും പ്രധാനമായി, ഇനിയുള്ള ജീവിതം എങ്ങനെ ജീവിക്കണം എന്ന്.

നിങ്ങളുടെ പരിവർത്തന കാലഘട്ടത്തിൽ നിങ്ങൾ ആരെ യെങ്കിലും വഴികാട്ടിയായി തെരഞ്ഞെടുക്കുന്നുണ്ടെങ്കിൽ, നിങ്ങൾ ആഗ്രഹിച്ച ജീവിതം നേടിയെടുക്കാനായി, അവർ പറയുന്നതിൽ മാത്രം ശ്രദ്ധ കേന്ദ്രീകരിക്കാതിരിക്കുക; അവരുടെ പ്രവൃത്തികളും വീക്ഷിക്കുക. കാരണം അവർ പറയുന്നത് ഒന്നായിരിക്കും, പക്ഷേ പ്രവൃത്തികളാണ് അവരെക്കുറിച്ചുള്ള സത്യം പുറത്തുകൊണ്ടുവരുന്നത്. അക്കാര്യത്തിലാണ് ഞാൻ ഡാരെനെ ബഹുമാനിക്കുന്നത്; അദ്ദേഹം പറയുന്നതേ പ്രവർത്തിക്കുകയുള്ളൂ. അദ്ദേഹം ഇവിടെ പങ്കുവെച്ചതെല്ലാം അദ്ദേഹത്തിന്റെ ജീവിതത്തിൽ നടന്നിട്ടുള്ള താണ്; എന്റെയും.

ഡാരെനും ഞാനും നന്നേ ചെറുപ്പത്തിൽ തന്നെ ഞങ്ങളുടെ ജീവിതത്തിന്റെ നിയന്ത്രണമേറ്റെടുക്കാൻ തീരുമാനിച്ചവരാണ്. ഞങ്ങൾ ആഗ്രഹിക്കുന്ന പോലുള്ള ജീവിതം നയിക്കുന്നവരിൽ നിന്നും ഉത്തരങ്ങൾ കണ്ടെത്തിയിട്ടുണ്ട് ഞങ്ങൾ. എന്നിട്ട് ഞങ്ങൾ പഠിച്ച കാര്യങ്ങൾ പ്രായോഗികമാക്കി. ഞങ്ങളൊക്കെ ജിം റോണിനെ മാർഗ്ഗദർശിയായി കാണുന്നതിൽ അത്ര വലിയ അത്ഭു തമൊന്നുമില്ല. വിജയത്തിലേക്ക് നയിക്കുന്ന നിയമങ്ങളും സത്യങ്ങളും മനസ്സിലാക്കാൻ സഹായിക്കുന്നതിൽ വിദഗ്ദ്ധനായി രുന്നു ജിം. നേട്ടം ഒരു ശാസ്ത്രമാണെന്ന് ജിം ഞങ്ങളെ പഠിപ്പിച്ചു. ശരിയാണ്, ഓരോരുത്തരും വ്യത്യസ്തരാണ്, പക്ഷെ വിജയത്തി ലേക്കുള്ള നിയമങ്ങൾ എല്ലാവർക്കും ബാധകമാണ്. നിങ്ങൾ വിതയ്ക്കു ന്നതാണ് കൊയ്യാൻ പറ്റുക; നിങ്ങൾ വിതയ്ക്കാത്ത ഒന്നിന്റെയും ഫലങ്ങൾ ജീവിതത്തിൽ നിന്നും ലഭിക്കുകയില്ല. കൂടുതൽ സ്നേഹം നേടണമെങ്കിൽ, കൂടുതൽ സ്നേഹിക്കുക. വലിയ നേട്ടങ്ങൾ ആവശ്യമെങ്കിൽ, മറ്റുള്ളവരെ അവരുടെ നേട്ടങ്ങൾക്കായി സഹായിക്കുക. നിങ്ങൾ വിജയത്തിന്റെ ശാസ്ത്രീയവശം പഠിച്ച് അതിൽ പ്രാവീണ്യം നേടിക്കഴിഞ്ഞാൽ, നിങ്ങൾ ആഗ്രഹിച്ച വിജയം കൈവരിക്കും.

ഈ സിദ്ധാന്തത്തിന്റെ ജീവിക്കുന്ന തെളിവാണ് ഡാരെൻ ഹാർഡി. അദ്ദേഹം പറയുന്നതേ ചെയ്യുകയുള്ളൂ. അദ്ദേഹം ഈ പുസ്ത കത്തിൽ പങ്കുവെച്ചതെല്ലാം അദ്ദേഹത്തിന്റെ ജീവിതത്തിൽ നട ന്നിട്ടുള്ളതാണ്; എന്റെയും. ഇദ്ദേഹം വിജയിക്കുന്നതിന്റെ, ഒരേ സമയം ലളിതവും ഗഹനവുമായ അടിസ്ഥാനങ്ങൾ എടുത്ത് ഉപയോ ഗപ്പെടുത്തി തന്റെ ഇരുപത്തി നാലാം വയസ്സിൽ തന്നെ പ്രതിവർഷം പത്ത് ലക്ഷം ഡോളറിലധികം സമ്പാദിക്കാൻ തുടങ്ങി. ഇരുപത്തി

യേഴാം വയസ്സിൽ അത് അമ്പത് ലക്ഷമാക്കി സ്വന്തമായി ഒരു സ്ഥാപനം ആരംഭിച്ചു.

വിജയം എന്ന വിഷയത്തെക്കുറിച്ച് പഠിക്കാനും ഗവേഷണം നടത്താനുമുള്ള ഒരു പരീക്ഷണശാലയാണ് ഡാരെന്റെ ജീവിതം. അദ്ദേഹം തന്നെത്തന്നെ ഒരു പരീക്ഷണ മൃഗമാക്കി, ആയിരക്കണക്കിന് വ്യത്യസ്തമായ ആശയങ്ങളും ഉപകരണങ്ങളും യുക്തികളും പരീക്ഷിച്ച്, ജയപരാജയങ്ങൾ കടന്ന്, ഏതൊക്കെ ആശയങ്ങളും തന്ത്രങ്ങളുമാണ് ഗുണമുള്ളതെന്നും ഏതൊക്കെയാണ് ഉപകാരശൂന്യമെന്നും മനസ്സിലാക്കി.

നൂറ് കണക്കിന് എഴുത്തുകാരുടെയും വക്താക്കളുടെയും വിദഗ്ധരുടെയും കൂടെ പ്രവർത്തിച്ച, വ്യക്തിത്വ വികസന മേഖലയിൽ പ്രധാനിയായ, ഡാരെനെ കഴിഞ്ഞ ഇരുപത്തിയഞ്ച് വർഷത്തിനിടയിൽ പലതവണ കണ്ടുമുട്ടിയിട്ടുണ്ട്. അദ്ദേഹം ആയിരക്കണക്കിന് സംരംഭകരെ പരിശീലിപ്പിച്ചിട്ടുണ്ട്, ഒരുപാട് വലിയ സ്ഥാപനങ്ങൾക്ക് ഉപദേശങ്ങൾ നൽകിയിട്ടുണ്ട്, ആയിരക്കണക്കിന് ജീവിതവിജയം നേടിയവർക്കും സ്ഥാപനങ്ങളുടെ തലവൻമാർക്കും വ്യക്തിപരമായി വഴികാട്ടിയായിട്ടുണ്ട്; എന്താണ് ആവശ്യമായത്, എന്തെല്ലാം ആവശ്യമില്ല എന്ന് തരംതിരിച്ച്.

ദൃശ്യ മാധ്യമത്തിന്റെ നിർമ്മാണ നിർവ്വഹണം വഹിക്കുമ്പോഴും, *സക്സസ്* മാസികയുടെ പ്രസാധകൻ ആയിരിക്കുമ്പോഴും, അദ്ദേഹം വ്യക്തിത്വ വികസന മേഖലയിൽ മുൻപന്തിയിൽ തന്നെയായിരുന്നു. പലരുമായും അഭിമുഖം നടത്തിയിട്ടുണ്ട്, റിച്ചാർഡ് ബ്രാൻസൻ മുതൽ ജനറൽ കോളിൻ പവൽ വരെ, സെറീന വില്ല്യംസ് വരെ, പല വിഷയങ്ങളിൽ, എന്നിട്ട് അവരുടെ ഏറ്റവും മികച്ച ആശയങ്ങൾ കുറുക്കിയെടുത്ത് സമാഹരിക്കും; എന്റെ ചിലതും അതിൽ ഉൾപ്പെട്ടിട്ടുണ്ട്. എല്ലാം കേട്ട്, തരംതിരിച്ച്, അരിച്ചെടുത്ത്, മനസ്സിലാക്കി, പരിശോധിച്ച്, ക്രോഡീകരിച്ച്, വർഗ്ഗങ്ങളാക്കി, വേർതിരിച്ച്, വികസിപ്പിച്ചെടുത്ത വ്യക്തിത്വ വിജയങ്ങളുടെ വിവരങ്ങളടങ്ങുന്ന ഒരു സർവ്വവിജ്ഞാനകോശമാണ് അദ്ദേഹം. വാരിവലിച്ചിട്ട കാര്യങ്ങളിൽ നിന്നും സുപ്രധാനമായ മൂലതത്വങ്ങളിൽ മാത്രം ശ്രദ്ധ കേന്ദ്രീകരിച്ച ഡാരെൻ; ശാശ്വതവും അളവറ്റതുമായ പ്രതിഫലങ്ങൾ ഉണ്ടാക്കാനായി, നിങ്ങളുടെ ജീവിതത്തിൽ ഉടനടി പ്രയോഗിക്കാവുന്ന തത്വങ്ങൾ.

ഒരു വ്യവസ്ഥിതിയെ എങ്ങനെ സ്വന്തമാക്കി, നിയന്ത്രിച്ച്, കീഴടക്കി, നിങ്ങളുടെ ആഗ്രഹത്തിനും ആവശ്യത്തിനുമൊത്ത്

രൂപം നൽകാമെന്ന് പഠിപ്പിക്കുന്ന സഹായ ഗ്രന്ഥമാണ് സംയുക്ത പ്രഭാവം. ഒരിക്കൽ ചെയ്തുതുടങ്ങിയാൽ, പിന്നെ നിങ്ങൾക്ക് ജയിക്കാനോ നേടാനോ കഴിയാത്തതായി ഒന്നുമില്ല.

ഞാൻ നേരത്തെ പറഞ്ഞതുപോലെ, എന്റെ ജീവിതത്തിലും പരിശീലനത്തിലും സംയുക്ത പ്രഭാവത്തിന്റെ പ്രധാന ആശയം ഞാൻ വിനിയോഗിച്ചിട്ടുണ്ട് : നിങ്ങളുടെ തീരുമാനങ്ങളാണ് നിങ്ങളുടെ വിധിയെഴുതുന്നത്. നിങ്ങൾ ഉണ്ടാക്കിയെടുക്കുന്നതാണ് നിങ്ങളുടെ ഭാവി. നിങ്ങളുടെ ദൈനംദിന തീരുമാനങ്ങൾ, ചെറുതാണെങ്കിലും, നിങ്ങളാഗ്രഹിക്കുന്ന ജീവിതത്തിലേക്കെത്തിക്കും, അല്ലെങ്കിൽ കുറ്റബോധമുണർത്തുന്ന സാഹചര്യങ്ങളിലേക്ക്. ആ ചെറിയ തീരുമാനങ്ങളാണ് നിങ്ങളുടെ ജീവിതഗതി നിർണ്ണയിക്കുന്നത്. ആ വഴിയിൽ നിന്നും വെറും രണ്ട് മില്ലിമീറ്റർ വ്യതിചലിച്ചാലും, നിങ്ങളുടെ ഗതി തന്നെ മാറും; ഒരിക്കൽ സൂക്ഷ്മമായതെന്നും അപ്രസക്തമെന്നും കരുതിയ തീരുമാനം ബൃഹത്തായ തെറ്റായി മാറിയേക്കാം. എന്ത് കഴിക്കണം എവിടെ ജോലി ചെയ്യണം എന്നതിൽ തുടങ്ങി, ആരുടെ കൂടെ സമയം ചെലവഴിക്കണമെന്നത് വരെ, നിങ്ങളുടെ ദിവസം എങ്ങനെ ചെലവഴിക്കണമെന്നത് വരെ, ഓരോ തീരുമാനങ്ങളും നിങ്ങളിന്ന് ജീവിക്കുന്ന ജീവിതത്തിന് രൂപം നൽകും, പക്ഷെ അതിലും പ്രധാനമായി, ഇനിയുള്ള ജീവിതം എങ്ങനെ ജീവിക്കണം എന്ന്. പക്ഷേ ശുഭവാർത്ത എന്തെന്നാൽ, മാറ്റങ്ങളെല്ലാം നിങ്ങളിൽ തന്നെയാണ്. രണ്ട് മില്ലിമീറ്റർ വ്യതിചലനം ലക്ഷ്യപാതയിൽ നിന്നും വളരെയധികം തെന്നിമാറ്റിക്കും എന്നതുപോലെ, രണ്ട് മില്ലിമീറ്റർ പുനഃക്രമീകരണത്തിന് നിങ്ങളെ തിരികെ ജീവിതവഴിയിലേക്ക് കൊണ്ടുവരാനും സാധിക്കും. ആശയത്തെയും വഴികാട്ടിയെയും ലക്ഷ്യത്തിലേക്കുള്ള രൂപരേഖയും കണ്ടെത്തുക എന്നതാണ് തന്ത്രം. എങ്ങനെ അവിടെയെത്താം. എങ്ങനെ പാതയിൽ തുടരാം.

നിങ്ങളോടുള്ള എന്റെ വെല്ലുവിളി ഇതാണ് : പ്രതിപ്രവർത്തനത്തിലൂന്നിയ ജീവിതം ഉപേക്ഷിക്കുക, ഇന്നുതന്നെ നിങ്ങളുടെ ജീവിതത്തിന്റെ നിയന്ത്രണം ഏറ്റെടുക്കാൻ തീരുമാനിക്കുക, നിങ്ങൾ ആഗ്രഹിക്കുന്ന ജീവിതം രൂപപ്പെടുത്താനുള്ള തീരുമാനങ്ങളെടുക്കുക. നിങ്ങൾക്ക് വളർച്ചയുണ്ടാകണമെന്ന് ആഗ്രഹിക്കുന്നുണ്ടെങ്കിൽ (ആഗ്രഹിക്കുന്നു എന്ന് ഞാൻ പ്രതീക്ഷിക്കുന്നു!), ഈ പുസ്തകം പോലെയുള്ള ആയുധങ്ങളെ പ്രയോജനപ്പെടുത്തുക. നിങ്ങൾ ഉദ്ദേശിക്കുന്ന ജീവിതവും വിജയങ്ങളും നേടിയെടുക്കാൻ

വഴികാട്ടിയാക്കുക. നിങ്ങളിത് ചെയ്യുകയാണെങ്കിൽ, മറ്റെല്ലാ കാര്യങ്ങളും ശരിയായി ചെയ്യുകയാണെങ്കിൽ, എന്നും ഇത് തുടരുകയാണെങ്കിൽ, നിങ്ങൾക്ക് ലഭിച്ചേക്കാവുന്ന ഏറ്റവും മികച്ച ജീവിതം നിങ്ങൾ അനുഭവിക്കുമെന്ന് എനിക്കറിയാം.

അഭിനിവേശത്തോടെ ജീവിക്കുക!

– ടോണി റോബിൻസ്

സംരംഭകൻ, ഗ്രന്ഥകാരൻ, പ്രകടന തന്ത്രജ്ഞൻ

പത്താം വാർഷികം : ഒരു കുറിപ്പ്

ഒരു ദശാബ്ദത്തിന് മുൻപ്, ഞാൻ ഈ ലോകത്തിലേക്ക് ഒരു പുസ്തകം പുറത്തിറക്കി : *ദി കോമ്പൗണ്ട് എഫക്ട്*. ആ സമയം ഞാൻ *സക്സസ് മാസിക*യുടെ പ്രസാധകനായിരുന്നു, എഡിറ്റോറിയൽ സ്ഥാനനിർണ്ണയ പ്രസ്ഥാവനയായിരുന്നു. വിജയത്തെക്കുറിച്ചുള്ള സത്യം വീണ്ടെടുക്കപ്പെടണം, മാത്രമല്ല, അത് നേടാനുള്ള പ്രക്രിയ നിങ്ങളിലേക്ക് നേരിട്ടെത്തിക്കണം.

അന്ന് ഞാൻ കരുതിയിരുന്നില്ല, ഈ പുസ്തകം ഗ്രന്ഥശാലകളിലേയും പുസ്തക വില്പനശാലകളിലേയും സ്വാശ്രയ വിഭാഗങ്ങളിലെ മറ്റ് ഗ്രന്ഥങ്ങളിൽ നിന്നും ഇത്രത്തോളം ദൂരം സഞ്ചരിക്കുമെന്ന്. ലോകം മുഴുവനുമുള്ള ജേതാക്കളുടെ, ദിനംതോറും മെച്ചപ്പെടാനുള്ള (#BetterEveryDay) തീവ്ര പ്രതിബദ്ധതയുടെ ഒത്തൊരുമയിലേക്ക് നയിക്കുന്ന പ്രസ്ഥാനത്തിന്റെ പ്രകടന പത്രികയാകും സംയുക്ത പ്രഭാവം എന്ന്.

*ന്യൂ യോർക്ക് ടൈംസി*ന്റെ ഏറ്റവുമധികം വിറ്റഴിക്കപ്പെടുന്ന പുസ്തകങ്ങളിലൊന്നാകുന്നതിനെക്കാളും, ലോകമൊട്ടാകെ പത്ത് ലക്ഷം പകർപ്പുകൾ വിറ്റഴിക്കുന്നതിനെക്കാളും അർത്ഥവത്തായത്, ഉപകരിക്കുമെന്ന പ്രതീക്ഷയിൽ മറ്റുള്ളവർക്ക് നൽകാനായി ഈ പുസ്തകത്തിന്റെ ഒന്നോ അതിലധികമോ പകർപ്പുകൾ വാങ്ങിക്കുന്ന ആയിരക്കണക്കിന് ആളുകളെ പഠിക്കുക എന്നതാണ്. അതിന്റെ സ്വാധീനം ഞാൻ ഒരിക്കലും പ്രതീക്ഷിക്കാതിരുന്നത്രയും പ്രചരിച്ചു.

ഞാൻ പലപ്പോഴും അതിശയിച്ചിട്ടുണ്ട്, ഇതിലെ ആശയങ്ങൾ മറ്റുള്ളവരിലേക്ക് പകരുവാൻ മാത്രമായി എന്ത് പ്രചോദനപരമായ കാര്യമാണ് സംയുക്ത പ്രഭാവത്തിൽ ഉള്ളതെന്ന്. ഞാൻ കരുതുന്നത്, ഇതിലെ സിദ്ധാന്തങ്ങൾ സമയബന്ധിതമല്ലാത്തതും, ലളിതമായും വ്യക്തമായും നേരിട്ട് ആരോടും സംസാരിക്കുന്നു എന്നതുമാവാം;

ഇപ്പോഴത്തെ സ്ഥിതിയും വ്യവസായവും പരമ്പരയും രാഷ്ട്രീയതയും നോക്കാതെ സ്വയം മികച്ചതാവാൻ ആഗ്രഹിക്കുന്ന ആരോടും.

പത്തോ അമ്പതോ വർഷങ്ങൾ പിന്നോട്ട് പോയാലും, ഈ പുസ്തകത്തിലുള്ള ആശയങ്ങളിൽ പ്രതിധ്വനിക്കുന്ന ഒന്നുണ്ട്, നമ്മൾ വിളിക്കുന്ന, "വേറിട്ടു നില്ക്കാൻ തീരുമാനിച്ചവർ". നമ്മുടെ ചുറ്റിലുമുള്ള ലോകം ഓരോ വർഷവും എത്ര മാറ്റങ്ങൾ കൈവരിച്ചാലും, മനുഷ്യാവസ്ഥയും നമ്മുടെ ആന്തരിക വളർച്ചാ യാത്രയും അതേപോലെ നിലനില്ക്കും.

പുതിയ പരിഷ്കാരങ്ങൾ വരുത്തി നവീകരിച്ച സംയുക്ത പ്രഭാവം, പത്ത് വർഷം മുൻപുള്ള സാഹചര്യത്തേക്കാൾ ഇപ്പോൾ ആവശ്യമാണെന്ന് ഞാൻ പ്രതീക്ഷിക്കുന്നു. നമ്മൾ വാർത്താ മാധ്യമങ്ങളിൽ നിന്നുമുള്ള ഉദ്വേഗഭരിതമായ കാര്യങ്ങളാൽ ആക്രമിക്കപ്പെടുന്നുണ്ട്, സമൂഹ മാധ്യമങ്ങളിൽ നിന്നുമുള്ള വ്യതിചലനങ്ങളാൽ നശിക്കുന്നുണ്ട്, സ്വയം നിയമിതരായ ഗുരുക്കന്മാരാലും അവരുടെ തട്ടിപ്പുകളാലും കബളിപ്പിക്കപ്പെടാറുണ്ട്; അന്നത്തെക്കാളും കൂടുതൽ. പക്ഷെ വിജയത്തിന്റെ അടിസ്ഥാന തത്വങ്ങൾ മാറുകയില്ല. എന്റെ മാർഗ്ഗദർശി എന്ന നിലയ്ക്ക്, ജിം റോൺ പറയും, "പുരാതന തന്ത്രങ്ങൾ മെനഞ്ഞെടുക്കുകയാണെന്ന് ആരെങ്കിലും അവകാശപ്പെടുകയാണെങ്കിൽ, അവരെ സൂക്ഷിക്കുക."

നിങ്ങൾ സംയുക്ത പ്രഭാവം ആദ്യമായാണ് കാണുന്നതെങ്കിൽ, ഇത് തീർച്ചയായും നിങ്ങളുടെ ജീവിതത്തിലെ വഴിത്തിരിവായിരിക്കുമെന്നാണ് എന്റെ പ്രതീക്ഷ. പലരുടെയും ജീവിതത്തിലെന്ന പോലെ, നിങ്ങളും ആ സംഭവത്തെ ഓർത്ത് പറയും, "സംയുക്ത പ്രഭാവം വായിച്ചതിനു ശേഷം, എന്റെ ജീവിതം പഴയ പോലെയല്ല. എന്റെ ഇപ്പോഴത്തെ വരുമാനവും വിജയവും ജീവിതവും ഒന്ന് നോക്കൂ!"

അത് പറയുമ്പോഴുള്ള നിങ്ങളുടെ ചുണ്ടിലെ അഭിമാന പുഞ്ചിരി നിങ്ങൾ നേടിയെടുത്തതാണ്, കാരണം നിങ്ങൾ സംയുക്ത പ്രഭാവം ജീവിതത്തിലേക്ക് ഉൾച്ചേർക്കുക എന്ന കഠിനാദ്ധ്വാനം ചെയ്തിട്ടുണ്ടാകും. ആ ജ്വലനം മുന്നോട്ടുള്ള താളുകളിൽ നിങ്ങൾക്ക് കാണാനാകും.

വിജയ പാതയിലൂടെയുള്ള യാത്രയിൽ ഇനിയങ്ങോട്ട് നിങ്ങൾ തനിച്ചല്ല എന്നറിയണം എന്ന് ഞാൻ ആഗ്രഹിക്കുന്നു. ഇപ്പോൾ നിങ്ങളുടെ കൂടെ ഞാനുണ്ട്. ഒരേ ചിന്താഗതിയുള്ള ലോകോത്തര ജേതാക്കളുടെ സമൂഹത്തിലെ പരോപകാരം എന്നപോലെ;

ദിനംതോറും മെച്ചപ്പെടാനുള്ള (#BetterEveryDay) അശ്രാന്ത പരിശ്രമത്തിനായി.

സ്നേഹത്തോടെ, ബഹുമാനത്തോടെ,
– ഡാരെൻ

പിൻകുറിപ്പ് : #BetterEveryDay എന്ന സംരംഭത്തിൽ, DarrenDaily.com-ലൂടെ നിങ്ങൾക്കും ചേരാവുന്നതാണ്. ഓരോ പ്രവൃത്തി ദിവസവും, ഒരു വലിയ ആശയമുൾപ്പെടുത്തി പ്രത്യേകം നിർമ്മിച്ച, അഞ്ച് മിനിട്ടിൽ താഴെയുള്ള, ആ ദിവസത്തെ വിജയിക്കാനുള്ള ആനുകൂല്യം നൽകുന്ന, ഒരു വീഡിയോ നിങ്ങൾക്ക് ലഭിക്കും. പിന്നെ, ദിവസംതോറും, വർഷത്തിൽ 260 ദിവസം, ഈ ചെറിയ പുരോഗതികൾ സമാഹരിക്കപ്പെട്ട് ബൃഹത്തായ പരിവർത്തനങ്ങളും സാരവത്തായ വിജയവുമായി മാറും.

സൗജന്യ അംഗത്വത്തിനായി www.DarrenDaily.com സന്ദർശിക്കുക.

ആമുഖം

ഈ പുസ്തകം വിജയത്തെക്കുറിച്ചും അതെങ്ങനെ നേടിയെടുക്കാം എന്നതിനെക്കുറിച്ചുമാണ്. ആരെങ്കിലും നിങ്ങളോട് നേരിട്ട് പറയേണ്ട സമയമായി : നിങ്ങൾ ഒരുപാട് കാലമായി കബളിപ്പിക്കപ്പെടുന്നു എന്ന്.

വിജയം നേടാനായി മന്ത്രമോ രഹസ്യ തന്ത്രമോ ഒറ്റമൂലിയോ ഒന്നും തന്നെയില്ല. ഇന്റർനെറ്റിന് മുന്നിൽ ദിവസേന രണ്ട് മണിക്കൂർ ചെലവഴിക്കുന്നതോ, ഹോളിവുഡ് ഡയറ്റ് ഉപയോഗിച്ച് ഒരാഴ്ചയിൽ മുപ്പത് പൌണ്ട് കുറച്ചതുകൊണ്ടോ, ഇരുപത് വർഷം ഒരേ ലേപനം മുഖത്ത് പൂശുന്നതുകൊണ്ടോ, ഗുളിക കഴിച്ച് പ്രണയ ജീവിതം ക്രമീകരിച്ചോ, ഉടനടി പണക്കാരനാകാനുള്ള പദ്ധതി പരീക്ഷിച്ച് ശാശ്വതമായ വിജയം നേടാൻ ശ്രമിച്ചതുകൊണ്ടോ നിങ്ങൾ വർഷാന്ത്യത്തിൽ രണ്ട് ലക്ഷം ഡോളർ സമ്പാദിക്കുകയില്ല. നേട്ടങ്ങളും പ്രശസ്തിയും ആത്മാഭിമാനവും നല്ല ബന്ധങ്ങളും ആരോഗ്യവും ക്ഷേമവും വില്പനശാലകളിൽ നിന്നും വൃത്തിയായി പൊതിഞ്ഞ് വാങ്ങുവാൻ കഴിഞ്ഞിരുന്നെങ്കിൽ എന്തെളുപ്പമായേനെ, പക്ഷേ അതല്ല യാഥാർത്ഥ്യം.

ധനികനാകാനും ആരോഗ്യവാനാകാനും ചെറുപ്പമാകാനും ആകർഷണീയനാകാനും ഉള്ള ഉയർന്നുവരുന്ന പാഴ് വാഗ്ദാനങ്ങളാൽ നിരന്തരം നമ്മുടെ മനസ്സ് കുത്തിനിറയ്ക്കപ്പെടുകയാണ്; എല്ലാം ഒറ്റരാത്രി കൊണ്ട്, കുറഞ്ഞ പരിശ്രമത്താൽ, വെറും 39.95 ഡോളറിന്റെ മൂന്ന് തവണകളിലൂടെ. ആവർത്തിച്ചുവരുന്ന ഈ സന്ദേശങ്ങളിലൂടെ, നിങ്ങളുടെ മനസ്സിലെ ശരിയായ വിജയവഴി വളച്ചൊടിക്കപ്പെടുകയാണ്. വിജയിക്കാനുള്ള ലളിതവും എന്നാൽ ഗഹനവുമായ അടിസ്ഥാനങ്ങൾ നമ്മളിൽ നിന്നും മാഞ്ഞുപോകുകയാണ്.

എനിക്ക് മടുത്തു. മനുഷ്യർ ഈ പാഴ് സന്ദേശങ്ങളാൽ വ്യതിചലിക്കപ്പെടുന്നത് ഇനിയും നോക്കിയിരിക്കാൻ എന്നെക്കൊണ്ടാവില്ല. ഞാൻ ഈ പുസ്തകം എഴുതിയത് നിങ്ങളെ പ്രാഥമിക കാര്യങ്ങളിലേക്ക് തിരിച്ചു കൊണ്ടുപോകാനാണ്. കോലാഹലങ്ങളെ

മാറ്റി, ആവശ്യമുള്ള അടിസ്ഥാനമൂല്യങ്ങളിലേക്ക് നിങ്ങളുടെ ശ്രദ്ധ കൊണ്ടുവരാൻ ഞാൻ സഹായിക്കാം. ജീവിതത്തിൽ അളവറ്റ ശാശ്വതമായ പ്രതിഫലങ്ങൾ കൊണ്ടുവരാൻ, ഈ പുസ്തകത്തിലെ പരിശീലനങ്ങളും പരീക്ഷിക്കപ്പെട്ട വിജയ തന്ത്രങ്ങളും നിങ്ങൾക്ക് ഉടൻ തന്നെ പ്രായോഗികമാക്കാവുന്നതാണ്.

സംയുക്ത പ്രഭാവത്തിന്റെ ശക്തിയെ ഉത്തേജിപ്പിക്കാൻ ഞാൻ നിങ്ങളെ പഠിപ്പിക്കാം; നല്ലതിനായാലും അല്ലെങ്കിലും എന്നും നിങ്ങളുടെ ജീവിതത്തെ നയിക്കുന്ന ഓപ്പറേറ്റിംഗ് സിസ്റ്റം. ഈ ഘടന നിങ്ങൾക്കനുകൂലമായി ഉപയോഗപ്പെടുത്തുന്നതിലൂടെ, നിങ്ങളുടെ ജീവിതത്തെ ഉറപ്പായും മാറ്റിമറിക്കാൻ സാധിക്കും. ഒരു കാര്യം പൂർണ്ണ മനസ്സുകൊണ്ട് നിശ്ചയിച്ചാൽ, അത് നേടിയെടുക്കാനാകും എന്ന് നിങ്ങൾ കേട്ടിട്ടുണ്ട്, അല്ലേ? പക്ഷേ, എങ്ങനെ എന്നറിഞ്ഞാൽ മാത്രം. ഒരു വ്യവസ്ഥിതിയെ എങ്ങനെ നിയന്ത്രണത്തിലേക്ക് കൊണ്ടുവരാം എന്നതിനുള്ള സഹായ ഗ്രന്ഥമാണ് സംയുക്ത പ്രഭാവം. പ്രാവർത്തികമാക്കുന്നതിലൂടെ, നിങ്ങൾക്ക് നേടാനോ ജയിക്കാനോ കഴിയാത്തതായി ഒന്നുമില്ല.

നിങ്ങളുടെ ആത്യന്തികമായ ലക്ഷ്യം നേടാനായി സംയുക്ത പ്രഭാവം എന്ന പ്രക്രിയ മാത്രമാണ് ആവശ്യം എന്ന് എങ്ങനെയാണ് എനിക്കറിയുന്നത്? ആദ്യം, ഞാൻ ഈ തന്ത്രങ്ങൾ എന്റെ സ്വന്തം ജീവിതത്തിൽ പ്രയോഗിച്ചിട്ടുണ്ട്. എഴുത്തുകാർ തങ്ങളുടെ പണത്തെയും പ്രശസ്തിയെയും കുറിച്ച് പറയുന്നത് എനിക്കിഷ്ടമല്ലെങ്കിലും, സ്വന്തം അനുഭവങ്ങളിൽ നിന്നും ഞാൻ സംസാരിക്കുന്നത് പ്രധാനമാണെന്ന് നിങ്ങൾക്കറിയാം. ഞാൻ നിങ്ങൾക്കു മുന്നിൽ നിർത്തുന്നത് ജീവിക്കുന്ന തെളിവാണ്, അല്ലാതെ തികട്ടിവരുന്ന നിരൂപണങ്ങളല്ല. ടോണി റോബിൻസ് പറഞ്ഞതുപോലെ, ഞാനെന്റെ വ്യാവസായിക ജീവിതത്തിൽ നിർണ്ണായക വിജയങ്ങൾ നേടിയിട്ടുണ്ട്, കാരണം ഈ പുസ്തകത്തിൽ നിങ്ങൾ വായിക്കാൻ പോകുന്ന സിദ്ധാന്തങ്ങൾക്കനുസൃതമായി ജീവിക്കുമെന്ന ഉറപ്പുണ്ടായിരുന്നു.

കഴിഞ്ഞ നാല്പത് വർഷങ്ങളായി, വിജയങ്ങളെക്കുറിച്ചും മനുഷ്യരുടെ നേട്ടങ്ങളെക്കുറിച്ചും തീവ്രമായി പഠിക്കുകയായിരുന്നു. ആയിരക്കണക്കിന് ആശയങ്ങളും ഉപായങ്ങളും ശാസ്ത്രങ്ങളും പരീക്ഷിക്കാനായി, ലക്ഷക്കണക്കിന് ഡോളറാണ് ഞാൻ ചെലവഴിച്ചിട്ടുള്ളത്. നിങ്ങൾ എന്ത് പഠിച്ചാലും, എന്തുതരം മാർഗ്ഗങ്ങൾ കൈക്കൊണ്ടാലും ശരി, വിജയം വരുന്നത് സംയുക്ത പ്രഭാവത്തിന്റെ പ്രവർത്തന ഘടന കൊണ്ട് മാത്രമാണെന്നാണ് എന്റെ അനുഭവങ്ങൾ തെളിയിച്ചിട്ടുള്ളത്.

രണ്ടാമതായി, ഇരുപത്തിയഞ്ച് വർഷത്തിലധികമായി, ഞാൻ *സക്സസ്* മാദ്ധ്യമ മേഖലയിലെ പ്രധാന മേൽനോട്ടക്കാരനാണ്. ഞാൻ ഏകദേശം എല്ലാ വിദഗ്ദ്ധരുടെയും പ്രശസ്ത വക്താക്കളുടെയും ഏറ്റവുമധികം വിറ്റഴിക്കപ്പെട്ട പുസ്തകങ്ങളുടെ രചയിതാക്കളുടെയും കൂടെ പ്രവർത്തിച്ചിട്ടുണ്ട്. മികച്ച നേട്ടങ്ങൾ കൈവരിച്ചവരുടെയും വലിയ സ്ഥാപനങ്ങളുടെ തലവന്മാരുടെയും ഉപദേശകൻ എന്ന നിലയിൽ, ഞാൻ ആയിരക്കണക്കിന് വ്യവസായ പ്രമുഖരെ പരിശീലിപ്പിച്ചിട്ടും മാർഗ്ഗമുപദേശിച്ചിട്ടുമുണ്ട്. ഇങ്ങനെയുള്ള ഉദ്യമങ്ങളിൽ നിന്നും, എന്തൊക്കെ ഉപകാരപ്പെട്ടും എന്തൊക്കെ ഉപകാരപ്പെടില്ല എന്ന് വേർതിരിച്ചറിഞ്ഞിട്ടുണ്ട്.

മൂന്നാമതായി, മൂന്ന് മുൻനിര ദൃശ്യ മാധ്യമങ്ങളുടെ എക്സിക്യൂട്ടിവ് പ്രൊഡ്യൂസർ എന്ന നിലയിലും *സക്സസ്* മാസികയുടെ പ്രസാധകൻ എന്ന നിലയിലും, എന്റെ ജോലി, ലോകത്ത് മികച്ച വിജയം കൈവരിച്ചവരുടെ ആശയങ്ങളും തന്ത്രങ്ങളും വ്യക്തിവിവരണങ്ങളും പരിശോധിച്ച് കാച്ചിക്കുറുക്കി ഊറ്റിയെടുത്ത്, ആരെയൊക്കെ ടി.വി. പരിപാടിയിൽ കൊണ്ടുവരണം, ആരെയൊക്കെ മാസികയിൽ ഉൾപ്പെടുത്തണം എന്ന് നിശ്ചയിക്കലാണ്. ഓരോ മാസവും, പല മേഖലകളിൽ കഴിവ് തെളിയിച്ച അര ഡസനോളം പ്രമുഖരുമായി അഭിമുഖം നടത്തിയിട്ടുണ്ട്. എന്നിട്ട് അവരുടെ മികച്ച ആശയങ്ങൾ മാത്രം വേർതിരിച്ചെടുക്കും. ഓരോ ദിവസവും ഒരു കടലോളം വ്യക്തിപരവും വ്യാവസായികപരവുമായ നേട്ടങ്ങൾ കൊണ്ടുവന്ന ആശയങ്ങളിലൂടെയും വിവരങ്ങളിലൂടെയും തന്ത്രങ്ങളിലൂടെയുമാണ് ഞാൻ കടന്നുപോയിരുന്നത്.

ഞാൻ പറഞ്ഞുവന്നത് ഇതാണ് : ഈ വ്യവസായ മേഖലയെക്കുറിച്ച് സമഗ്രമായ കാഴ്ചപ്പാടും ലോകത്തിലെ ഉന്നത വിജയം നേടിയവരുടെ ആശയങ്ങളും പ്രവൃത്തികളും പഠിക്കുന്നതിലൂടെ നേടിയെടുത്ത ജ്ഞാനവും ഉണ്ടെങ്കിൽ, ഒരു വ്യക്തമായ അവബോധം ഉടലെടുക്കും. മറഞ്ഞു കിടക്കപ്പെട്ട സത്യങ്ങൾ തെളിഞ്ഞുവരും. ഇതെല്ലാം കണ്ടതിനും കേട്ടതിനും വായിച്ചതിനും ശേഷം, പുതിയ കെണികളാലോ സ്വയം പ്രഖ്യാപിത പ്രവാചകരുടെ ശാസ്ത്രീയ മുന്നേറ്റത്താലോ എന്നെ കബളിപ്പിക്കാനാവില്ല. ഒരു തട്ടിപ്പും എന്റടുത്ത് നടക്കില്ല. എന്റെ കൈയിലും തെളിവുകളുണ്ട്. ഞാൻ പല വഴികളും സഞ്ചരിച്ച് കഷ്ടപ്പെട്ട് സത്യങ്ങൾ കണ്ടെത്തിയിട്ടുണ്ട്.

അനാവശ്യ ബഹളങ്ങളും പപ്പും പൂടയും എല്ലാം ഒഴിവാക്കി, പ്രധാനപ്പെട്ടവ മാത്രം ഉൾപ്പെടുത്തിയ ഒരു പുസ്തകമാണിത്. എന്താണ് ആവശ്യമായവ? ഏത് ആറ് അടിസ്ഥാനങ്ങളാണ്, ശ്രദ്ധ കേന്ദ്രീകരിച്ച് സ്വായത്തമാക്കുന്നതിലൂടെ, നിങ്ങൾ ഉദ്ദേശിച്ച

ജീവിതം ജീവിക്കാനും ആഗ്രഹിച്ച ലക്ഷ്യം നേടിയെടുക്കാനും സഹായിക്കുന്ന പ്രവർത്തന ഘടനയെ രൂപീകരിക്കുക? ആ ആറ് അടിസ്ഥാനമൂല്യങ്ങൾ ഉൾക്കൊള്ളുന്ന സംയുക്ത പ്രഭാവം എന്ന പ്രവർത്തന ഘടനയാണ് ഈ പുസ്തകത്തിൽ.

ഉള്ളിലേക്ക് കടക്കുന്നതിനു മുൻപ്, എനിക്കൊരു മുന്നറിയിപ്പ് നൽകാനുണ്ട് : വിജയം നേടിയെടുക്കുക എന്നത് കഠിനമാണ്. ആ പ്രക്രിയ ബുദ്ധിമുട്ടേറിയതും വിരസവും, ചിലനേരങ്ങളിൽ മടുപ്പുള വാക്കുന്നതുമാണ്. സ്വന്തം മേഖലയിൽ സ്വാധീനമുള്ളവനും ധനികനും ലോകോത്തരവും ആകുന്നത് മന്ദഗതിയിലുള്ള ക്ലേശകരമായ ഉദ്യമമാണ്. എന്നെ തെറ്റിദ്ധരിക്കരുത്; ഈ ചുവടുകൾ പിന്തുടരാൻ ആരംഭിച്ചാൽ, ഉടൻ തന്നെ ജീവിതത്തിൽ മാറ്റങ്ങൾ കണ്ടുതുടങ്ങും. പക്ഷേ പ്രയത്നിക്കുന്നതിനോടും ചിട്ടകളോടും ചുമതലാബോധത്തോടും വിമുഖത തോന്നുന്നുണ്ടെങ്കിൽ, ഇവയ്ക്ക് പകരം ടി.വി. കാണാനും ഓൺലൈനായി പരസ്യങ്ങളും ചർച്ചകളും കാണാൻ പുറപ്പെട്ടോളൂ : ഒരു ക്രെഡിറ്റ് കാർഡുണ്ടെങ്കിൽ ഒറ്റ രാത്രികൊണ്ട് വിജയം നേടിയെടുക്കാം എന്നുള്ള പാഴ് വാഗ്ദാനം.

പ്രധാന കാര്യമെന്തെന്നാൽ, നേട്ടങ്ങൾ കൈവരിക്കാൻ എന്തൊക്കെ വേണമെന്ന് നിങ്ങൾക്ക് നേരത്തെ അറിയാം. പുതിയതായി ഒന്നും പഠിക്കേണ്ടതില്ല. നമുക്ക് വേണ്ടതെല്ലാം കുറച്ച് വിവരങ്ങളാണെങ്കിൽ, ഇന്റർനെറ്റ് ഉപയോക്താക്കളായ എല്ലാവർക്കും വലിയ വീടും ആരോഗ്യമുള്ള ശരീരവും സന്തുഷ്ടമായ ജീവിതവും ഉണ്ടാകുമായിരുന്നു. നിങ്ങൾക്ക് വേണ്ടത് പുതിയ വിവരങ്ങളല്ല, കർമ്മ പദ്ധതിയാണ്. തകർച്ചയിൽ നിന്നും ഉയർച്ചയിലേക്ക് നയിക്കുന്ന പുതിയ പെരുമാറ്റങ്ങളും ശീലങ്ങളും കൊണ്ടുവരാനുള്ള സമയമാണിത്. ലളിതമാണത്.

പുസ്തകത്തിലുടനീളം, TheCompoundEffect.com/Resources-ൽ ലഭ്യമായ ആശയങ്ങളെക്കുറിച്ച് സൂചിപ്പിച്ചിട്ടുണ്ട്. ദയവായി മുന്നോട്ട് പോകൂ! അവ പ്രായോഗികമാക്കൂ! ഈ പുസ്തകവും അതിലെ മാർഗ്ഗങ്ങളും ഞാനിതുവരെ കണ്ടതും കേട്ടതും പഠിച്ചതും പരീക്ഷിച്ചതുമായ മികച്ച എല്ലാത്തിന്റെയും സംയുക്തമാണ്. എല്ലാം ജീവിതം മാറ്റിമറിക്കുന്ന ഒരൊറ്റ പുസ്തകത്തിൽ. അത് ലഭിക്കുന്നത് പോലെ ലളിതമാണ് (ഉറപ്പായും) പിന്തുടരുന്നതും.

വരൂ, നമുക്ക് തുടങ്ങാം!

സംയുക്ത പ്രഭാവം

അദ്ധ്യായം 1

സംയുക്ത പ്രഭാവം പ്രവൃത്തിയിൽ

"പയ്യെത്തിന്നാൽ പനയും തിന്നാം" എന്ന പ്രയോഗം നിങ്ങൾക്കറിയാമോ? ആമയുടെയും മുയലിന്റെയും കഥ കേട്ടിട്ടുണ്ടോ? പ്രിയരേ, ഞാൻ ആമയാണ്. എനിക്ക് മതിയായ സമയം തരൂ, ഞാൻ ആരെയും ഏത് മത്സരത്തിലും ഏത് സമയത്തും തോല്പിക്കാം. എന്തുകൊണ്ട്? ഞാൻ മികച്ചവനോ മിടുക്കനോ വേഗതയുള്ളവനോ ആയതുകൊണ്ടല്ല, മറിച്ച്, ഞാൻ വികസിപ്പിച്ചെടുത്ത നല്ല ശീലങ്ങൾ കൊണ്ടും ആ ശീലങ്ങൾ സ്ഥിരമായി പിന്തുടരുന്നതു കൊണ്ടുമാണ്. ലോകത്തിലെ തന്നെ സ്ഥിരതയിൽ ഏറ്റവും കൂടുതൽ വിശ്വാസം അർപ്പിച്ചിട്ടുള്ള വ്യക്തി ഞാനാണ്. സ്ഥിരതയാണ് വിജയത്തിലേക്കുള്ള മാർഗ്ഗം എന്നതിന്റെ ജീവിക്കുന്ന തെളിവാണ് ഞാൻ. എന്നിരുന്നാലും, വിജയിക്കാൻ പാടുപെടുന്ന ആളുകൾക്ക് ചതിക്കുഴികൾ നിറഞ്ഞതുമാണ് ഈ വഴി. സ്ഥിരത എങ്ങനെ കൈവരിക്കാം എന്ന് മിക്ക ആളുകൾക്കും അറിയില്ല, പക്ഷെ എനിക്കറിയാം. അച്ഛനോടാണ് ഞാൻ അതിന് നന്ദി പറയേണ്ടത്. ചുരുക്കിപ്പറഞ്ഞാൽ, സംയുക്ത പ്രഭാവത്തിന്റെ ശക്തി പരിചയപ്പെടുത്തിത്തന്ന എന്റെ ആദ്യ പരിശീലകനായിരുന്ന അദ്ദേഹം.

എനിക്ക് പതിനെട്ട് മാസം പ്രായമുള്ളപ്പോൾ എന്റെ മാതാപിതാക്കൾ വിവാഹമോചനം നേടി. എന്നെ ഒറ്റയ്ക്കാണ് അദ്ദേഹം വളർത്തിയത്. മുൻ യൂണിവേഴ്സിറ്റി റഗ്ബി പരിശീലകനായിരുന്ന അദ്ദേഹത്തിന്റെ ചിട്ടകൾ അത്ര മയമുള്ളതായിരുന്നില്ല. അതുകൊണ്ടുതന്നെ അദ്ദേഹം എന്നെ നേട്ടത്തിനായി കഠിനമായി പ്രയത്നിക്കാൻ പരിശീലിപ്പിച്ചു.

അച്ഛന് നന്ദി, എല്ലാ ദിവസവും രാവിലെ ആറു മണിക്കായിരുന്നു എന്നെ ഉണർത്തിയിരുന്നത്. തോളിൽ സ്നേഹപൂർവ്വം

തട്ടിയോ അലാറം അടിക്കുന്നതിന്റെ ശബ്ദമോ കൊണ്ടായിരുന്നില്ല, എന്റെ കിടപ്പുമുറിയുടെ അരികിലുള്ള ഗാരേജിന്റെ കോൺക്രീറ്റ് തറയിൽ, ഇരുമ്പ് കൊണ്ട് ഇടിക്കുന്ന ശബ്ദം കേട്ടായിരുന്നു ഞാൻ ഉണർന്നിരുന്നത്. ഒരു കെട്ടിട നിർമ്മാണ മേഖലയുടെ അടുത്തുള്ള പോലെയായിരുന്നു അത്. ഗാരേജിന്റെ ചുമരിൽ അദ്ദേഹം *"നോ പെയിൻ, നോ ഗെയിൻ"* എന്ന് വലുതായി എഴുതിവെച്ചിരുന്നു. എന്നിട്ട് അതിൽ നോക്കി ഓൾഡ്-സ്കൂൾ സ്റ്റോങ്മാൻ ഡെഡ് ലിഫ്റ്റ്, പവർ ക്ലീൻസ്, ലഞ്ചെസ്, സ്ക്വാറ്റുകൾ എന്നിങ്ങനെയുള്ള കഠിന വ്യായാമങ്ങൾ ചെയ്യുമായിരുന്നു. മഴയോ, മഞ്ഞോ, അല്ലെങ്കിൽ വെയിലോ, അച്ഛൻ ഷോർട്ട്സും സ്വെറ്റ് ഷർട്ടും ധരിച്ച് അവിടെയുണ്ടാകും. ഒരു ദിവസം പോലും മുടങ്ങിയിട്ടില്ല. അദ്ദേഹത്തിന്റെ ദിനചര്യ പ്രകാരം നിങ്ങൾക്ക് വാച്ച് ക്രമീകരിക്കാം.

ഒരു വീട്ടുജോലിക്കാരന്റെയും തോട്ടക്കാരന്റെയും ജോലികൾ ഒരുമിച്ചാലുള്ളതിനെക്കാളും കൂടുതൽ ജോലികൾ എനിക്കുണ്ടായിരുന്നു. സ്കൂളിൽ നിന്ന് മടങ്ങുമ്പോൾ, നിർദ്ദേശങ്ങളുടെ ഒരു ലിസ്റ്റ് ആയിരുന്നു എന്നെ വരവേറ്റിരുന്നത് : കളകൾ പറിക്കുക, ഇലകളും പൊടിയും തൂത്തുവാരുക, ഗാരേജ് വാക്വം ചെയ്ത് വൃത്തിയാക്കുക, പാത്രങ്ങൾ കഴുകിവെക്കുക എന്നിങ്ങനെ അതിലില്ലാത്തതായി ഒന്നുമില്ലായിരുന്നു. സ്കൂളിൽ നിന്നും വന്നശേഷം ഇതെല്ലാം ചെയ്തു തീർക്കുക പ്രയാസമേറിയതായിരുന്നു. പക്ഷേ വേറെ വഴിയില്ലായിരുന്നു.

അച്ഛൻ ഒഴിവുകഴിവുകൾ ഇഷ്ടപ്പെടാത്ത ആളായിരുന്നു. ഛർദ്ദിക്കുകയോ രക്തമൊലിക്കുകയോ "എല്ല് പുറത്തു കാണുകയോ" ചെയ്യാതെ ഞങ്ങളെ ഒരിക്കലും സ്കൂളിൽ നിന്ന് അവധിയെടുക്കാൻ അനുവദിച്ചിരുന്നില്ല. "എല്ല് പുറത്തു കാണുക" എന്ന പദം അദ്ദേഹത്തിന്റെ പരിശീലന നാളുകളിൽ നിന്നാണ് വന്നത്. ഗുരുതരമായി പരിക്കേറ്റാലല്ലാതെ മത്സരത്തിൽ നിന്നും പുറത്തുവരാൻ അദ്ദേഹം സമ്മതിക്കില്ലെന്ന് അദ്ദേഹത്തിന്റെ കളിക്കാർക്കറിയാമായിരുന്നു. ഒരിക്കൽ ടീമിലെ ക്വാർട്ടർബാക്ക് തന്നെ കളിയിൽ നിന്ന് പിൻവലിക്കാൻ ആവശ്യപ്പെട്ടു. അച്ഛൻ പറഞ്ഞു, "നിന്റെ എല്ല് പുറത്തു കാണാതെ ഞാൻ സമ്മതിക്കില്ല." ക്വാർട്ടർബാക്ക് തന്റെ തോളിലെ പാഡുകൾ മാറ്റിയതും അയാളുടെ തോളെല്ല് കാണുന്നുണ്ടായിരുന്നു. അപ്പോൾ മാത്രമാണ് അദ്ദേഹം അയാളെ കളിയിൽ നിന്നും പിൻവലിച്ചത്.

അച്ഛന്റെ പ്രധാന തത്വചിന്തകളിലൊന്ന് ഇതായിരുന്നു, "നിങ്ങൾ എത്ര മിടുക്കനാണ് എന്നുള്ളതല്ല, നിങ്ങളിലെ അനുഭവ

ത്തിന്റേയും കഴിവിന്റേയും ബുദ്ധിയുടേയും ജന്മസിദ്ധിയുടേയും കുറവുകൾ കഠിനാദ്ധ്വാനം കൊണ്ട് നികത്തുന്നതാണ് പ്രധാനം. നിങ്ങളുടെ എതിരാളി നിങ്ങളെക്കാൾ മിടുക്കനും കഴിവുള്ളവനും അനുഭവസ്ഥനുമാണെങ്കിൽ, നിങ്ങൾ മൂന്നോ നാലോ ഇരട്ടി പ്രയത്നിക്കേണ്ടതുണ്ട്. എങ്കിൽ നിങ്ങൾക്ക് അയാളെ തോല്പിക്കാനാകും." എന്തുതരം വെല്ലുവിളിയായാലും, അതിനെ മറികടക്കാൻ കഠിനാദ്ധ്വാനം മതിയെന്ന് അദ്ദേഹം എന്നെ പഠിപ്പിച്ചു. ഗെയിമിൽ ഫ്രീ ത്രോകൾ നഷ്ടപ്പെടുന്നുണ്ടോ? ഒരു മാസത്തേക്ക് എല്ലാ ദിവസവും ആയിരം ഫ്രീ ത്രോകൾ ചെയ്യുക. നിങ്ങളുടെ ഇടത് കൈകൊണ്ട് ഡ്രിബ്ലിംഗ് ചെയ്യാൻ ബുദ്ധിമുട്ടുണ്ടോ? വലതു കൈ പുറകിൽ കെട്ടി ദിവസേന മൂന്ന് മണിക്കൂർ ഡ്രിബിൾ ചെയ്യുക. കണക്കിൽ പിന്നിലാണോ? തയ്യാറെടുക്കുക, ഒരു അദ്ധ്യാപകനെ നിയമിക്കുക, വിചാരിച്ചത് നേടുന്നതു വരെ വേനലവധി തീരും വരെ നന്നായി പഠിക്കുക. ഒഴികഴിവുകളില്ല. നിങ്ങളിലെ കുറവ് നികത്താൻ കഠിനമായും സമർത്ഥമായും അദ്ധ്വാനിക്കുക. അദ്ദേഹം അത് പ്രാവർത്തികമാക്കുകയും ചെയ്തിരുന്നു. അച്ഛൻ ഒരു റഗ്ബി പരിശീലകനിൽ നിന്നും മികച്ച ഒരു സെയിൽസ് പേഴ്സൺ ആയി. അവിടെ നിന്നും സ്വന്തമായി ഒരു സ്ഥാപനം തുടങ്ങി മുതലാളിയും ആയി.

പക്ഷേ എനിക്ക് ധാരാളം നിർദ്ദേശങ്ങൾ നൽകിയില്ല. തുടക്കം മുതൽ, അച്ഛൻ നമ്മളെ സ്വയം മനസ്സിലാക്കാൻ പഠിപ്പിക്കുകയായിരുന്നു. എല്ലാം സ്വന്തം ഉത്തരവാദിത്വത്തിൽ ഏറ്റെടുക്കുന്ന ആളായിരുന്നു അദ്ദേഹം. എന്നും രാത്രി ഹോംവർക്ക് ചെയ്യുന്നതിനായി ഞങ്ങളെ നിർബന്ധിക്കാറില്ല, നല്ല ഫലങ്ങൾ മാത്രം കണ്ടാൽ മതിയായിരുന്നു. കൂടാതെ, നല്ല ഫലങ്ങൾ ആഘോഷിക്കപ്പെട്ടിരുന്നു. ഞങ്ങൾ നല്ല ഗ്രേഡുകൾ നേടിയാൽ, ഐസ്ക്രീം പാർലറായ പ്രിംഗ്സിലേക്ക് കൊണ്ടുപോയി, എല്ലാ ഫിക്സിങ്ങോടു കൂടിയ ആറ് സ്കൂപ്പ് ബനാനാ സ്പ്ലിറ്റ്സ് ഐസ്-ക്രീം വാങ്ങിത്തരുമായിരുന്നു. പലപ്പോഴും എന്റെ സഹോദരങ്ങളുടെ സ്കൂളിലെ ഫലങ്ങൾ നന്നായിരുന്നില്ല. അതിനാൽ അവർക്ക് പോകാൻ കഴിഞ്ഞില്ല. വലിയ വിജയം നേടുക എന്നത് വലിയ കാര്യമായിരുന്നു, അതിനാൽത്തന്നെ അതിനായുള്ള പരിശ്രമങ്ങളും അതികഠിനമായിരുന്നു.

അച്ഛന്റെ അച്ചടക്കം എനിക്ക് ഒരു മാതൃകയായി. അച്ഛൻ എന്റെ ആദർശമാതൃകയായിരുന്നു, അദ്ദേഹം എന്നെക്കുറിച്ച് അഭിമാനിക്കണമെന്ന് ഞാൻ ആഗ്രഹിച്ചു. ഞാൻ അദ്ദേഹത്തെ നിരാ

ശപ്പെടുത്തുമോ എന്ന ഭയം എന്നെ അലട്ടിയിരുന്നു. അദ്ദേഹത്തിന്റെ തത്വചിന്തകളിൽ ഒന്ന്, "'ഇല്ല' എന്ന് പറയാൻ പഠിക്കുക. നാടോടുമ്പോൾ നടുവേ ഓടുന്നത് വലിയ നേട്ടമല്ല. വ്യത്യസ്തനായിരിക്കുക, 'ബി ദി എക്സ്സെപ്ഷൻ'" (ഇന്നത്തെ എന്റെ സ്ഥാപനത്തിന്റെ ടാഗ്ലൈനിനുള്ള പ്രചോദനം). അതുകൊണ്ടുതന്നെ ഞാൻ ഒരിക്കലും മയക്കുമരുന്ന് ഉപയോഗിച്ചിട്ടില്ല; അദ്ദേഹം ഒരിക്കലും എന്നോട് അതിനെക്കുറിച്ച് സംസാരിച്ചില്ല, എന്നാലും മറ്റെല്ലാവരും ആ വഴി തിരഞ്ഞെടുത്തത് കൊണ്ട് ഞാനും അത് പിന്തുടരണം എന്നെനിക്ക് തോന്നിയില്ല. പിന്നെ അച്ഛനെ നിരാശപ്പെടുത്താനും ഞാൻ ആഗ്രഹിച്ചില്ല.

ഡാഡിക്ക് നന്ദി, എന്റെ പന്ത്രണ്ടാം വയസ്സിൽ, ഒരു മികവുറ്റ സി.ഇ.ഒ. ആകാനുള്ള യോഗ്യത ഞാൻ നേടിയിരുന്നു. ചിലപ്പോഴൊക്കെ ഞാൻ പഴിക്കുകയും വിലപിക്കുകയും ചെയ്തിരുന്നു (ഞാൻ ഒരു കുട്ടിയായിരുന്നു!), എന്നിട്ടും, എന്റെ സഹപാഠികളെക്കാൾ ഞാൻ മുന്നിലാണെന്നതിൽ രഹസ്യമായി ഞാൻ സന്തോഷിച്ചിരുന്നു. ഞാൻ ഉദ്ദേശിക്കുന്നതെന്തും നേടാനുള്ള അർപ്പണബോധവും ഉത്തരവാദിത്തബോധവുമുള്ളവനാകാൻ വേണ്ടുന്ന അച്ചടക്കവും മാനസികാവസ്ഥയും അച്ഛനിൽ നിന്നും ഞാൻ നേടി.

അച്ഛൻ എന്നിൽ ഉണ്ടാക്കിയെടുത്ത നേട്ടങ്ങളോടുള്ള ലഹരിയെക്കുറിച്ച് ഞങ്ങൾ തമാശ രൂപേണ സംസാരിക്കുമായിരുന്നു. പതിനെട്ടാം വയസ്സിൽ, ഞാൻ ആറക്ക വരുമാനം എന്റെ സ്വന്തം ബിസിനസ്സിൽ നിന്നും ഉണ്ടാക്കിയിരുന്നു. ഇരുപത് വയസ്സായപ്പോൾ, ഞാൻ ഒരു ഉയർന്ന നിലവാരമുള്ള പ്രദേശത്ത് സ്വന്തമായി വീട് വെച്ചു. ഇരുപത്തിനാലാം വയസ്സിൽ, എന്റെ വാർഷിക വരുമാനം പത്ത് ലക്ഷം ഡോളറിലധികമായി വർദ്ധിച്ചു. ഇരുപത്തിയേഴാം വയസ്സിൽ, ഞാൻ സ്വപ്രയത്നത്താൽ, അഞ്ച് കോടി ഡോളറിലധികം വരുമാനമുള്ള ബിസിനസ്സിന്റെ അധിപനും ഔദ്യോഗികമായി കോടീശ്വരനുമായി. ഇന്ന് എനിക്ക് എന്റെ കുടുംബത്തെ ജീവിതകാലം മുഴുവൻ നിലനിർത്താനുള്ള പണവും ആസ്തിയും ഉണ്ട്.

"ഒരു കുട്ടിയെ നശിപ്പിക്കാൻ ഒരുപാട് വഴികളുണ്ട്," അച്ഛൻ പറയും.

"കുറഞ്ഞപക്ഷം എന്റെ വഴി വളരെ നല്ലതായിരുന്നു! നിന്റെ നേട്ടങ്ങൾ അതിനുള്ള തെളിവാണ്."

അതിനാൽ, ബിസിനസ്സിനെക്കുറിച്ചും സ്വയം മെച്ചപ്പെടുത്താനുള്ളതുമായ പുസ്തകങ്ങൾ എടുക്കുന്നതിനു പകരം, സ്വന്തം ജീവിതം

ആഗ്രഹത്തിനൊത്ത് ജീവിക്കുകയും ആഘോഷിക്കുകയും ചെയ്യാതിരുന്നതിനെക്കുറിച്ച് ചിന്തിക്കുമ്പോഴൊക്കെ, എന്റെ ജീവിതവിജയങ്ങളിൽ വഴികാട്ടികളായ എന്റെ അച്ഛനെയും മറ്റ് ഗുരുക്കന്മാരെയും നന്ദിയോടെ ഞാൻ ഓർക്കും.

സംയുക്ത പ്രഭാവം എന്റെ വിജയത്തിന് പിന്നിലെ 'രഹസ്യം' വെളിപ്പെടുത്തുന്നു. സംയുക്ത പ്രഭാവത്തിന്റെ ഒരു യഥാർത്ഥ വിശ്വാസിയാണ് ഞാൻ. കാരണം, ഞാൻ തെരഞ്ഞെടുക്കാമായിരുന്ന മറ്റേത് ജീവിതവഴിയെക്കാളും നല്ലൊരു വഴിയിലൂടെയാണ് ഞാൻ സഞ്ചരിക്കുന്നതെന്ന് അച്ഛൻ ഉറപ്പ് വരുത്തിയിരുന്നു.

എന്നാൽ നിങ്ങൾ മറ്റു പലരേയും പോലെയാണെങ്കിൽ, നിങ്ങൾ ഒരു യഥാർത്ഥ വിശ്വാസിയല്ല. അല്ലെന്ന് പറയാൻ മനസ്സിലാക്കാവുന്ന നിരവധി കാരണങ്ങളുണ്ട്. നിങ്ങൾക്ക് അതേ പരിശീലനം ലഭിക്കുകയോ ഉദാഹരണം കാണുകയോ ചെയ്തിട്ടില്ല. സംയുക്ത പ്രഭാവത്തിന്റെ പ്രതിഫലം നിങ്ങൾ അനുഭവിച്ചിട്ടില്ല. ഒരു സമൂഹമെന്ന നിലയിൽ നമ്മൾ വഞ്ചിക്കപ്പെട്ടു. നമുക്ക് ഇല്ലാത്ത പ്രശ്നങ്ങൾ വരുത്തിത്തീർക്കുകയും, ആ പ്രശ്നങ്ങൾ പരിഹരിക്കാനുള്ള ആശയങ്ങൾ വിൽക്കുകയും ചെയ്യുന്ന വാണിജ്യമേഖലകളാണ് നമുക്ക് ചുറ്റും. നമ്മൾ നോവലുകളിലും സിനിമകളിലും കാണുന്ന ശുഭ പര്യവസാനങ്ങൾ വിശ്വസിക്കാൻ പഴകിയവരാണ്. കഠിനവും സ്ഥിരതയുള്ളതുമായ അദ്ധ്വാനത്തിന്റെ പഴയകാല മൂല്യം നമുക്ക് നഷ്ടമായി.

ഈ തടസ്സങ്ങൾ ഓരോന്നായി പരിശോധിക്കാം.

സംയുക്ത പ്രഭാവത്തിന്റെ ഫലങ്ങൾ നിങ്ങളിതുവരെ അനുഭവിച്ചിട്ടില്ല

സംയുക്ത പ്രഭാവം അഥവാ കോമ്പൗണ്ട് ഇഫക്റ്റ് എന്നത് ചെറുതും മികച്ചതുമായ കാര്യങ്ങളിൽ നിന്നും, വലിയ പ്രതിഫലം നേടുക എന്ന തത്വമാണ്. ഇതിൽ എനിക്ക് ഏറ്റവും രസകരമായി തോന്നിയത് എന്താണെന്നുവെച്ചാൽ, ഫലം എത്രതന്നെ വലുതാണെങ്കിലും നാം വെയ്ക്കുന്ന ഓരോ ഘട്ടവും ചുവടും അത്ര പ്രാധാന്യം അർഹിക്കുന്നതായി തോന്നുകയില്ല. നമ്മൾ ഈ പ്രക്രിയ ഉപയോഗപ്പെടുത്തുന്നത് നമ്മുടെ ആരോഗ്യമോ ബന്ധങ്ങളോ സമ്പത്തോ മറ്റെന്തുതന്നെ മെച്ചപ്പെടുത്താനായിക്കൊള്ളട്ടെ, ഉണ്ടാകുന്ന മാറ്റങ്ങൾ അദൃശ്യമാണെന്നു തോന്നിപ്പിക്കും വിധം അതിസൂക്ഷ്മമായിരിക്കും. ഈ ചെറിയ മാറ്റങ്ങൾ പെട്ടെന്നുള്ള ഫലം നൽകുകയില്ല,

വലിയ വിജയങ്ങളുടെ സൂചനകളും നൽകുകയില്ല, ഞാൻ നിങ്ങളോട് പറഞ്ഞതുപോലെ പ്രതിഫലം ലഭിക്കും. പിന്നെന്തിനു വിഷമിക്കണം?

സംയുക്ത ഫലത്തിന്റെ ലാളിത്യത്താൽ മിക്ക ആളുകളും ഇട റിവീഴാറുണ്ട്. ഉദാഹരണത്തിന്, അമിതഭാരം കുറയുന്നില്ലെന്നു കണ്ട്, ഓട്ടത്തിന്റെ എട്ടാം ദിവസത്തിന് ശേഷം ഉപേക്ഷിക്കുന്നു. അല്ലെങ്കിൽ, കാര്യമായൊന്നും പഠിക്കാൻ പറ്റിയില്ലെന്ന് കരുതി ആറ് മാസത്തിന് ശേഷം പിയാനോ പരിശീലിക്കുന്നത് നിർത്തുന്നു. അല്ലെങ്കിൽ, കുറച്ച് വർഷങ്ങൾക്കു ശേഷം ഉപയോഗിക്കാമെങ്കിലും ആവശ്യമായ തുക ആവുന്നില്ലെന്ന് കരുതി റിട്ടയർമെന്റ് അക്കൗണ്ടിലേക്ക് നിക്ഷേപിക്കുന്നത് നിർത്തുന്നു.

അവർ മനസ്സിലാക്കാത്തത്, ചെറിയതും പ്രത്യക്ഷത്തിൽ പ്രാധാന്യം അർഹിക്കാത്തതുമായ ചുവടുകൾ കാലക്രമേണ ഒരു സമൂലമായ വ്യത്യാസം സൃഷ്ടിക്കും. കുറച്ച് വിശദമായ ഉദാഹരണങ്ങൾ ഞാൻ നിങ്ങൾക്ക് നൽകാം.

ലളിതവും സമർത്ഥവുമായ തീരുമാനങ്ങൾ + സ്ഥിരത + സമയം = സമൂലമായ മാറ്റം

മാന്ത്രിക നാണയം

ഉടൻതന്നെ മുപ്പത് ലക്ഷം ഡോളർ പണമായി കിട്ടുന്നതും, ആദ്യ ദിവസം ഒരു പെന്നി തന്നിട്ട് അത് മുപ്പത്തിയൊന്നാം ദിനം വരെ ദിവസംതോറും ഇരട്ടിക്കുന്നതും ആണ് നിങ്ങൾക്കു പണം സമ്പാദിക്കാനുള്ള രണ്ട് വഴികൾ എങ്കിൽ, ഏതാണ് നിങ്ങൾ തെരഞ്ഞെടുക്കുക? നിങ്ങൾ ഇത് മുമ്പ് കേട്ടിട്ടുണ്ടെങ്കിൽ, രണ്ടാമത്തെ വഴിയാവും നിങ്ങൾ തെരഞ്ഞെടുക്കുക. കാരണം, അതാണ് കൂടുതൽ സമ്പത്തിലേക്ക് നയിക്കുക. എന്നിട്ടും ആ വഴി പോകാൻ മടിക്കുന്നതെന്തിനാണ്? *കാരണം വേറൊന്നുമല്ല, അതിന്റെ ഫലം നിങ്ങളിലേക്കെത്താൻ കൂടുതൽ സമയമെടുക്കും എന്നതു തന്നെയാണ്.* നമുക്ക് സൂക്ഷ്മമായി നോക്കാം.

നിങ്ങൾ തൽക്ഷണം പണം നേടുന്ന വഴിയും നിങ്ങളുടെ സുഹൃത്ത് ദിനംതോറും സമ്പത്ത് ഇരട്ടിക്കുന്ന വഴിയുമാണ് തെരഞ്ഞെടുത്തത് എന്ന് കരുതുക. അഞ്ചാം ദിവസം, നിങ്ങളുടെ സുഹൃത്തിന്റെ കൈയിൽ പതിനാറ് പെന്നി ഉണ്ടാകും. നിങ്ങളുടെ കൈയിൽ മുപ്പത് ലക്ഷം ഡോളറും. പത്താം ദിവസം, ഇത്

അയാൾക്ക് 5.12 ഡോളർ, നിങ്ങൾക്ക് മുപ്പത് ലക്ഷം. സുഹൃത്തിന്റെ തീരുമാനത്തെക്കുറിച്ച് അവർ എന്ത് കരുതുന്നു എന്നാണ് നിങ്ങൾ വിചാരിക്കുന്നത്? നിങ്ങൾ ലക്ഷങ്ങൾ ചെലവഴിക്കുന്നു, ജീവിതം ആഘോഷിക്കുന്നു, തിരഞ്ഞെടുത്ത വഴിയെ സ്നേഹിക്കുന്നു.

ഇരുപത് ദിവസങ്ങൾക്ക് ശേഷം, പതിനൊന്ന് ദിവസം മാത്രം ബാക്കി നിൽക്കെ, പണം ഇരട്ടിച്ച് 5,243 ഡോളർ ആയിട്ടുള്ളു. ഇപ്പോൾ എന്തായിരിക്കും അവരുടെ മനസ്സിൽ? അവരുടെ സദ്ചിന്തയുടേയും ത്യാഗത്തിന്റെയും ഫലമായി കയ്യിലുള്ളത് വെറും അയ്യായിരം ഡോളർ, പക്ഷെ നിങ്ങളുടെ കയ്യിൽ ഉള്ളത് മുപ്പത് ലക്ഷം. പിന്നെയാണ് സംയുക്ത പ്രഭാവത്തിന്റെ അദൃശ്യമായ മായാജാലം വെളിപ്പെടുവാൻ തുടങ്ങുന്നത്. എന്നും ഒരേ രീതിയിൽ ചെറിയ മാറ്റങ്ങൾ കാണിച്ചുകൊണ്ടിരുന്ന കണക്ക്, മുപ്പത്തിയൊന്നാം ദിവസം ഒരു പെന്നിയെ 10,737,418.24 ഡോളറാക്കി മാറ്റി. നിങ്ങളുടെ മുപ്പത് ലക്ഷം ഡോളറിന്റെ മൂന്നിരട്ടിയിലധികം.

ഈ ഉദാഹരണത്തിൽ, കാലക്രമേണ സ്ഥിരതയുടെ പ്രാധാന്യം നമ്മൾ മനസ്സിലാക്കുന്നു. ഇരുപത്തൊമ്പതാം ദിവസം, നിങ്ങളുടെ കൈയിൽ മുപ്പത് ലക്ഷവും, സുഹൃത്തിന്റെ കൈയിൽ ഏകദേശം ഇരുപത്തിയേഴ് ലക്ഷവും. ഈ മുപ്പത്തിയൊന്ന് ദിവസത്തെ പന്തയത്തിൽ, മുപ്പതാം ദിവസമാണ് അവർ അമ്പത്തിമൂന്ന് ലക്ഷം ഡോളറുമായി നിങ്ങളെക്കാൾ മുന്നിലെത്തിയത്. അതുപോലെതന്നെ, ഒരു മാസം നീണ്ടു നിന്ന മത്സരത്തിന്റെ അവസാന ദിവസം മാത്രമാണ് അവർ നിങ്ങളെ ഇത്രയും വലിയ വ്യത്യാസത്തിന് പിന്നിലാക്കിയത്. മത്സരാന്ത്യത്തിലും നിങ്ങളുടെ കൈയിലുള്ളത് മുപ്പത് ലക്ഷം ഡോളറാണ്, എന്നാൽ അവരുടെ കൈയിൽ 10,737,418.24 ഡോളറും.

വളരെ കുറച്ച് കാര്യങ്ങൾ മാത്രമാണ് ഉദാഹരണത്തിൽ പറഞ്ഞ ഇരട്ടിക്കുന്ന പണം പോലെ അത്ഭുതം പ്രവർത്തിക്കുന്നത്. അതിശയമെന്തെന്നാൽ, ഈ 'സ്വാധീനം' നിങ്ങളുടെ ജീവിതത്തിലെ എല്ലാ മേഖലകളിലും തുല്യമായി ചെലുത്തപ്പെടുന്നുണ്ട്.

ഇതാ മറ്റൊരു ഉദാഹരണം...

മൂന്ന് സുഹൃത്തുക്കൾ

ഒരുമിച്ച് വളർന്ന മൂന്ന് സുഹൃത്തുക്കളെ എടുക്കാം. അവർ ഒരേ പ്രദേശത്താണ് ജീവിക്കുന്നത് എന്നതിനാൽ, അവരുടെ സംവേദനക്ഷമതയും മറ്റും സമാനമാണ്. അവർ ഓരോരുത്തരും പ്രതി

വർഷം ഏകദേശം അമ്പതിനായിരം ഡോളർ സമ്പാദിക്കുന്നു. അവരെല്ലാം വിവാഹിതരായിരുന്നു, അതിനാൽതന്നെ ശരാശരി ആരോഗ്യവും ശരീരഭാരവും ഉണ്ടെങ്കിലും, അതിൽ ശ്രദ്ധ കൊടുക്കാൻ സമയം ലഭിച്ചിരുന്നില്ല.

ആദ്യത്തെ സുഹൃത്ത്; അവനെ നമുക്ക് ലാറി എന്ന് വിളിക്കാം, കഠിനാദ്ധ്വാനിയായിരുന്നു. അവൻ സന്തോഷവാനാണ്, അല്ലെങ്കിൽ അവൻ അങ്ങനെ വിചാരിക്കുന്നു, പക്ഷേ ഒരിക്കലും മാറാൻ സാദ്ധ്യതയില്ലാത്ത കാര്യങ്ങളെക്കുറിച്ച് ഇടയ്ക്കിടെ പരാതിപ്പെടുന്നു.

രണ്ടാമത്തെ സുഹൃത്ത്; സ്കോട്ട്, ജീവിതത്തിൽ, നല്ലതെങ്കിലും ചില ചെറിയ, കാഴ്ചയിൽ നിസ്സാരമായ മാറ്റങ്ങൾ കൊണ്ടുവരാൻ തുടങ്ങുന്നു. ദിവസവും ഒരു നല്ല പുസ്തകത്തിന്റെ പത്ത് പേജുകൾ വായിക്കുകയും, ജോലിസ്ഥലത്തേക്ക് പോകുന്ന വഴിയിൽ മുപ്പത് മിനിട്ട് പ്രബോധനപരമോ പ്രചോദനാത്മകമോ ആയ എന്തെങ്കിലും കേൾക്കുകയും ചെയ്യുന്നു. സ്കോട്ട് തന്റെ ജീവിതത്തിൽ മാറ്റങ്ങൾ കാണാൻ ആഗ്രഹിക്കുന്നു, പക്ഷെ അതിൽ അധികസമയം ശ്രദ്ധ നൽകി കുഴപ്പിക്കാൻ ആഗ്രഹിക്കുന്നില്ല. അദ്ദേഹം അടുത്തിടെ ഡാരെൻ ഡെയ്‌ലി ഓൺ-ഡിമാൻഡ് പോഡ്കാസ്റ്റ് കേൾക്കാൻ തുടങ്ങി. തന്റെ ജീവിതത്തിൽ നടപ്പിലാക്കാനായി, സമീപകാല എപ്പിസോഡിൽ നിന്നുമുള്ള ഒരു ആശയം തിരഞ്ഞെടുത്തു. അവൻ തന്റെ ദിവസേനയുള്ള ഭക്ഷണത്തിൽ നിന്നും 125 കലോറി കുറയ്ക്കാൻ തീരുമാനിച്ചു. വലിയ കാര്യമില്ല. ഇവിടെ പറയുന്നത് ഒരു കപ്പ് ധാന്യങ്ങൾ കുറയ്ക്കുന്നതോ, ഒരു സോഡയ്ക്കു പകരം ഒരു കുപ്പി കുടിക്കുന്നതോ, സാൻഡ്‌വിച്ചിൽ മയോണൈസിനു പകരം മസ്റ്റാർഡ് ഉപയോഗിക്കുന്നതോ ആണ്, ബുദ്ധിമുട്ടില്ലാത്ത മാറ്റങ്ങൾ. അവൻ എന്നും നടക്കുന്നതിലും ഒരു മൈൽ ദൂരത്തോളം കൂടുതൽ നടക്കാൻ തുടങ്ങി. അതും അത്ര വലിയ കാര്യമല്ല, ആർക്കും ചെയ്യാവുന്നതേയുള്ളൂ. എന്നാൽ ഈ കാര്യങ്ങൾ വളരെ ലളിതമാണെന്നും, അവ ഉപേക്ഷിക്കാൻ വളരെ ചെറിയ പ്രലോഭനങ്ങൾ മതിയെന്നും അറിഞ്ഞിട്ടുപോലും സ്കോട്ട് അതിൽ ഉറച്ചു നിൽക്കാൻ തീരുമാനിച്ചു.

മൂന്നാം സുഹൃത്ത്; ബ്രാഡ്, കുറച്ച് മോശം ചര്യകൾ പിന്തുടരുന്നു. തന്റെ പ്രിയപ്പെട്ട പരിപാടികൾ കാണാനായി അടുത്തിടെ അവനൊരു വലിയ ടി.വി. വാങ്ങി. ഇന്റർനെറ്റിൽ നോക്കി പുതിയ വിഭവങ്ങൾ പാചകം ചെയ്തു നോക്കാൻ തുടങ്ങി; ചീസി കാസറോളുകളും മധുരപലഹാരങ്ങളുമാണ് അവന് പ്രിയപ്പെട്ടവ. ഹാ പിന്നെ, അവൻ തന്റെ മുറിയിൽ ഒരു ബാർ സ്ഥാപിച്ചു. കൂടാതെ ആഴ്ചയിൽ ഒരു ദിവസം മദ്യപിക്കുന്നത് തന്റെ ചര്യകളിൽ ചേർത്തു. വേറൊ

ന്നുമല്ല, ബ്രാഡിന് തിരക്കിനിടയിൽ കുറച്ച് വിശ്രമവും ആസ്വാദനവും വേണമെന്നുണ്ടായിരുന്നു.

അഞ്ച് മാസങ്ങൾക്കു ശേഷവും, ലാറിക്കും സ്കോട്ടിനും ബ്രാഡിനും ഇടയിൽ പറയത്തക്ക മാറ്റങ്ങളൊന്നും കണ്ടിരുന്നില്ല. സ്കോട്ട് എന്നും രാത്രിയിലുള്ള വായനയും യാത്രാവേളയിലുള്ള ഓഡിയോകൾ കേൾക്കുന്നതും തുടർന്നു. ബ്രാഡ് ജീവിതം ആസ്വദിക്കുന്നു, മറ്റൊന്നിലും അധികം ശ്രദ്ധ കൊടുത്തിരുന്നില്ല. ലാറി എപ്പോഴും ചെയ്യുന്നതുപോലെ തന്നെ തുടർന്നു. ഓരോ മനുഷ്യനും അവരുടേതായ പെരുമാറ്റരീതികൾ ഉണ്ടെങ്കിലും, അവരുടെ ജീവിത സാഹചര്യങ്ങളിലെ ഉയർച്ച-താഴ്ചകൾ അറിയുവാൻ അഞ്ച് മാസങ്ങൾ മതിയാവില്ല. വാസ്തവത്തിൽ, നിങ്ങൾ അവർ മൂന്ന് പേരുടെ ഭാരം താരതമ്യം ചെയ്താൽ പോലും പറയത്തക്കതായ വ്യത്യാസം കാണുകയില്ല. അവ തുല്യമായി കാണപ്പെട്ടു.

പത്ത് മാസങ്ങൾ കഴിഞ്ഞിട്ടും, അവരുടെ ആരുടെയും ജീവിതത്തിൽ ശ്രദ്ധേയമായ മാറ്റങ്ങളൊന്നും കാണാൻ കഴിഞ്ഞില്ല. പതിനെട്ട് മാസങ്ങൾ കഴിഞ്ഞാണ് ഈ മൂന്ന് സുഹൃത്തുക്കളുടെയും രൂപത്തിൽ, ചെറുതാണെങ്കിലും കാണത്തക്കതായ വ്യത്യാസങ്ങൾ കണ്ടുതുടങ്ങിയത്.

എന്നാൽ ഏകദേശം ഇരുപത്തിയഞ്ച് മാസങ്ങൾ കഴിഞ്ഞപ്പോൾ, അവരിലെ മാറ്റങ്ങൾ ശരിക്കും ദൃശ്യമായിത്തുടങ്ങിയിരുന്നു. ഇരുപത്തിയേഴാം മാസത്തിൽ, വളരെ വലിയ മാറ്റമാണ് കാണാൻ കഴിഞ്ഞിരുന്നത്. എന്നാൽ മുപ്പത്തിയൊന്നാം മാസത്തിന്റെ അവസാനം കണ്ട മാറ്റങ്ങൾ ഞെട്ടിപ്പിക്കുന്നതായിരുന്നു. ബ്രാഡ് ഇപ്പോൾ തടിക്കുകയും, സ്കോട്ട് മെലിയുകയും ചെയ്തിരുന്നു. ദിവസേന വെറും 125 കലോറി വെട്ടിച്ചുരുക്കുന്നതിലൂടെ, സ്കോട്ട് കുറച്ചത് മുപ്പത്തി മൂന്ന് പൗണ്ട് ഭാരമായിരുന്നു.

---

31 മാസം = 940 ദിവസം
940 ദിവസം x 125 കലോറികൾ/ദിവസം = 117,500 കലോറികൾ
117,500 കലോറികൾ/3500 കലോറികൾ വീതം പൗണ്ടിന് = 33.5 പൗണ്ട്!

അതേ സമയം, ബ്രാഡ് ഒരു ദിവസം 125 കലോറി മാത്രമാണ് കൂടുതൽ കഴിച്ചിരുന്നത്. പക്ഷേ, കൂടിയത് 33.5 പൗണ്ട് ഭാരവും. ഇപ്പോൾ അവന്റെ ഭാരം സ്കോട്ടിനേക്കാൾ 67 പൗണ്ട് കൂടുതലാണ്!

എന്നാൽ ഭാരത്തേക്കാൾ മാറ്റങ്ങൾ സംഭവിച്ച കാര്യങ്ങളും അവിടെ പ്രാധാന്യമർഹിച്ചിരുന്നു. സ്കോട്ട് ഏകദേശം ആയിരം മണിക്കൂറാണ് നല്ല പുസ്തകങ്ങൾ വായിക്കാനും പ്രചോദനാത്മകമായ കാര്യങ്ങൾ കേൾക്കുന്നതിനായും ചെലവഴിച്ചത്. പുതിയതായി നേടിയ അറിവുകൾ ജീവിതത്തിൽ പ്രയോഗിച്ചതിലൂടെ ജോലിയിൽ സ്ഥാനക്കയറ്റവും ശമ്പളവർദ്ധനവും നേടി. എല്ലാറ്റിനും ഉപരിയായി, അവന്റെ ദാമ്പത്യജീവിതവും മെച്ചപ്പെട്ടു. പക്ഷെ ബ്രാഡ്? അവൻ ജോലിയിൽ അസന്തുഷ്ടനാണ്, വിവാഹജീവിത പ്രശ്നങ്ങൾക്കു നടുവിലും. പിന്നെ ലാറി? ലാറി ഏതാണ്ട് രണ്ടര വർഷം മുമ്പുണ്ടായിരുന്ന സാഹചര്യങ്ങളിൽ തന്നെയായിരുന്നു, അതിൽ അവന് വിഷമവും ഉണ്ടായിരുന്നു.

സംയുക്ത പ്രഭാവത്തിന്റെ അസാമാന്യമായ ശക്തി ഇതാണ്. സംയുക്ത പ്രഭാവം സ്വന്തം ജീവിതത്തിന്റെ പുരോഗതിക്കായി വിനിയോഗിക്കുന്നവരും, അതേ സംയുക്ത പ്രഭാവത്തെ സ്വന്തം ജീവിതത്തിനെതിരായി പ്രവർത്തിക്കാൻ അനുവദിക്കുന്നവരും തമ്മിലുള്ള അന്തരം ഊഹിക്കാവുന്നതിനും അപ്പുറമാണ്. ശരിക്കും അത്ഭുതകരമാണ്! മായാജാലം അല്ലെങ്കിൽ വലിയ മുന്നേറ്റം എന്നപോലെ. മുപ്പത്തിയൊന്ന് മാസങ്ങൾക്ക് ശേഷമോ (അല്ലെങ്കിൽ മുപ്പത്തിയൊന്ന് വർഷങ്ങൾക്ക് ശേഷമോ) ആയിക്കൊള്ളട്ടെ, ഒരു വ്യക്തി സംയുക്ത പ്രഭാവത്തിന്റെ നല്ല വശങ്ങളാണ് ഉപയോഗിക്കുന്നതെങ്കിൽ, അയാളുടെ വിജയം, പ്രതീക്ഷിക്കാത്ത നേട്ടങ്ങൾ തരുന്ന അത്ഭുതവും ആഹ്ലാദവും തരുന്നു. സത്യത്തിൽ, അയാളുടെ വിജയം അയാൾ സ്ഥിരമായി പിന്തുടർന്ന ചെറുതും സമർത്ഥവുമായ തീരുമാനങ്ങളുടെ ഫലമാണ്.

തരംഗ പ്രഭാവം

മുകളിലുള്ള ഉദാഹരണത്തിലെ ഫലങ്ങൾ നാടകീയമായി തോന്നാം, എനിക്കറിയാം. പക്ഷേ ഒന്ന് ആഴത്തിൽ ചിന്തിച്ചു നോക്കൂ. ഒരു ചെറിയ മാറ്റത്തിനു പോലും അപ്രതീക്ഷിതവും ഉദ്ദേശിക്കാത്തതുമായ തരംഗ പ്രഭാവത്തിനുമേൽ സ്വാധീനം ചെലുത്താൻ കഴിയും. ബ്രാഡിന്റെ ഒരു ദുശ്ശീലം നമുക്ക് സൂക്ഷ്മമായി പരിശോധിക്കാം : സംയുക്ത പ്രഭാവത്തെ മനസ്സിലാക്കാനായി പോഷകസമൃദ്ധമായ ഭക്ഷണം കൂടുതൽ കഴിക്കുന്നത് നല്ലതല്ലാത്ത ഫലങ്ങൾ നൽകുകയും, അവ അവന്റെ ജീവിതത്തിൽ മോശമായ തരംഗ പ്രഭാവം സൃഷ്ടിക്കുകയും ചെയ്യും.

ഇന്റർനെറ്റിൽ നിന്നും താൻ പഠിച്ച ഒരു പാചകക്കുറിപ്പിൽ നിന്ന് ബ്രാഡ് കുറച്ച് മഫിൻസ് (ഒരു തരം കേക്ക്) ഉണ്ടാക്കുന്നു. അവന്റെ കുടുംബം അത് ഇഷ്ടപ്പെടുകയും, അവൻ അതിൽ അഭിമാനിക്കുകയും, അതിലൂടെ അവരുടെ മൂല്യം വർദ്ധിക്കുകയും ചെയ്യുന്നു. അവൻ അവയും മറ്റു മധുരപലഹാരങ്ങളും കൂടെക്കൂടെ ഉണ്ടാക്കാൻ തുടങ്ങുന്നു. അവൻ സ്വന്തം പാചകം ഇഷ്ടപ്പെടുകയും, പതിവിനേക്കാൾ കൂടുതൽ കഴിക്കുകയും ചെയ്യുന്നു. എന്നാൽ ആരും ശ്രദ്ധിക്കുന്ന തരത്തിൽ അല്ല. എന്നിരുന്നാലും, അധിക ഭക്ഷണം ബ്രാഡിനെ രാത്രിയിൽ ക്ഷീണിതനാക്കുന്നു. പകലിൽ അവൻ ചുറുചുറുക്കില്ലാതെയും അസ്വസ്ഥനായും ഉണരുന്നു. ഉഷാറില്ലായ്മയും ഉറക്കക്കുറവും അവന്റെ ജോലിയെ ബാധിക്കാൻ തുടങ്ങുന്നു. അവന്റെ ഉൽപാദനക്ഷമത കുറയുകയും, തൽഫലമായി, മേലധികാരിയിൽ നിന്നും നിരുത്സാഹപ്പെടുത്തുന്ന പ്രതികരണം ലഭിക്കുകയും ചെയ്യുന്നു. ഓരോ ദിവസം കഴിയുംതോറും അവന്റെ ഊർജ്ജസ്വലത നഷ്ടപ്പെടുകയും ജോലിയോടുള്ള ഇഷ്ടം കുറയുകയും ചെയ്യുന്നു. അത് അവനിലെ സമ്മർദ്ദം അധികരിപ്പിച്ചു, വീട്ടിലേക്കുള്ള യാത്ര കൂടുതൽ ദൈർഘ്യമേറിയതാക്കി. ഇതെല്ലാം അവനെ ഇഷ്ടഭക്ഷണം കൂടുതൽ കഴിക്കാൻ പ്രേരിപ്പിച്ചു; സമ്മർദ്ദത്തിന് അങ്ങനൊരു കുഴപ്പമുണ്ട്.

ബ്രാഡിന്റെ ഈ അവസ്ഥ, എന്നും ഭാര്യയുമൊത്ത് നടക്കാനിറങ്ങുന്ന ശീലത്തെ സാരമായി ബാധിച്ചു. അതിലെ താൽപര്യം കുറഞ്ഞത് പോലെ. അവരുടെ ഒരുമിച്ചുള്ള നിമിഷങ്ങളിൽ നിന്നുമുള്ള അവന്റെ പിന്മാറ്റം ഭാര്യയെ വിഷമിപ്പിച്ചു. ഭാര്യയുമായി പങ്കിട്ടിരുന്ന സമയത്തിൽ വന്ന കുറവും ശുദ്ധ വായുവിന്റെയും വ്യായാമത്തിന്റെയും അഭാവവും, അവനെ ഉത്സാഹഭരിതനും ഊർജ്ജസ്വലനും ആക്കിയിരുന്ന എൻഡോർഫിൻ ഉൽപാദനത്തെ കുറച്ചു. അവൻ എന്നത്തേയും അത്ര സന്തുഷ്ടനല്ലാതായി, തന്റെ മേലും മറ്റുള്ളവരുടെ മേലും കുറ്റങ്ങൾ കണ്ടെത്തുവാൻ തുടങ്ങി, ഭാര്യയെ അഭിനന്ദിക്കുന്നത് നിർത്തി. തന്റെ ശരീരം വണ്ണം വെച്ചതിൽ അവന്റെ ആത്മവിശ്വാസം കുറഞ്ഞു, ആകർഷകത്വവും വൈകാരികക്ഷമതയും കുറഞ്ഞു.

തന്റെ ഊർജ്ജത്തിന്റെയും വാത്സല്യത്തിന്റെയും അഭാവം ഭാര്യയെ എങ്ങനെ ബാധിക്കുന്നു എന്ന് ബ്രാഡിന് മനസ്സിലായില്ല. സ്വന്തം അസ്വസ്ഥതകൾ മാത്രമേ അവൻ അറിഞ്ഞിരുന്നുള്ളൂ. രാത്രി ഏറെ വൈകിയാലും അവൻ ടി.വി. കണ്ട് സമയം ചെലവഴിക്കാൻ തുടങ്ങി. കാരണം, ശ്രദ്ധ വ്യതിചലിപ്പിക്കാനുള്ള എളുപ്പ മാർഗ്ഗം അതായിരുന്നു. തങ്ങൾക്കിടയിലെ അകൽച്ച ബ്രാഡിന്റെ

ഭാര്യ അനുഭവിച്ചറിയാൻ തുടങ്ങി, അവൾ പരാതിപ്പെടാനും ആവശ്യപ്പെടാനും തുടങ്ങി. അത് നടപടിയാകാതെ വന്നപ്പോൾ അവൾ സ്വാഭിമാനം പോകാതിരിക്കാൻ വൈകാരികമായി പിൻവലിയാൻ ആരംഭിച്ചു. അവൾ ഏകാകിയായി. അവൾ തന്റെ ഏകാന്തതയെ മറികടക്കാനായി കൂടുതൽ സമയം തന്റെ സുഹൃത്തുക്കളുമായി ചിലവഴിക്കാൻ തുടങ്ങി, ഊർജ്ജം മൊത്തം ജോലിക്കായി വിനിയോഗിച്ചു. പുരുഷന്മാർ അവളോട് അടുക്കാൻ തുടങ്ങി, അത് അവളിലെ ആഗ്രഹങ്ങളെ വീണ്ടും ഉണർത്തി. അവൾ ഒരിക്കലും ബ്രാഡിനെ ചതിക്കില്ലെങ്കിലും, എന്തോ കുഴപ്പമുണ്ടെന്ന് ബ്രാഡിന് തോന്നി. തന്റെ പെരുമാറ്റങ്ങളിലെയും രീതികളിലെയും കുഴപ്പമാണ് അവർക്കിടയിലെ അകൽച്ചയ്ക്ക് കാരണം എന്നു മനസ്സിലാക്കാതെ, ബ്രാഡ് സ്വന്തം ഭാര്യയിൽ കുറ്റങ്ങൾ കണ്ടെത്തി.

സ്വന്തം തെറ്റുകൾ മനസ്സിലാക്കാതിരിക്കുകയും, മറ്റുള്ളവരുടെ കുറ്റങ്ങൾ കണ്ടുപിടിച്ച്, അതിന്റെ മറവിൽ തന്റെ ഭാഗം ശരിയെന്നു വാദിക്കുന്നതും സ്വാഭാവികമായ മനശാസ്ത്ര തത്വമാണ്. ബ്രാഡിന്റെ കാര്യത്തിൽ, അവനിലെ പ്രശ്നങ്ങൾ കാണാൻ അവന് കഴിയില്ല. കാരണം, അവന് പ്രിയപ്പെട്ട കുറ്റാന്വേഷണ പരിപാടികളിലോ *പാചക സംബന്ധമായ* പരിപാടികളിലോ ഇതിനെക്കുറിച്ച് ഒന്നും തന്നെ പറയുന്നില്ല. തന്റെ സുഹൃത്തായ സ്കോട്ട് വായിച്ചിരുന്ന വ്യക്തി വികസനത്തിനുതകുന്ന പുസ്തകങ്ങൾ താനും വായിച്ചിരുന്നെങ്കിൽ, ഒരുപക്ഷേ തന്റെ മോശം ശീലങ്ങൾ മാറ്റാൻ കഴിഞ്ഞേനെ എന്ന ചിന്തപോലും ബ്രാഡിന് വന്നില്ല. നിർഭാഗ്യവശാൽ, ബ്രാഡ് എടുത്തുവെച്ച ഓരോ ചെറിയ ചുവടും തന്റെ ജീവിതത്തിലെ ഓരോ മേഖലകളിലും നാശം വരുത്തിവെച്ചു.

ഭക്ഷണ ക്രമീകരണവും ബൗദ്ധിക ഉത്തേജനവും മറ്റൊരു രീതിയിലാണ് സ്കോട്ടിന്റെ ജീവിതത്തെ സ്വാധീനിച്ചത്. അതിന്റെ പാരിതോഷികമായി അവൻ നല്ല നല്ല ഫലങ്ങളാണ് നേടുന്നതും. ലളിതവും അച്ചടക്കത്തോടെയുമുള്ള ചര്യകളും, തീരുമാനങ്ങളെടുക്കുമ്പോഴുണ്ടാകുന്ന ചെറിയ പിഴവുകളും തമ്മിലുള്ള വ്യത്യാസം ഇതാണ്; ഇത്ര മാത്രമാണ്. സ്ഥിരതയും മതിയായ സമയവും ഉണ്ടെങ്കിൽ, ഫലങ്ങൾ ദൃശ്യമാകും. ശരിക്കും പറഞ്ഞാൽ, അവ മുൻകൂട്ടി അറിയാൻ സാധിക്കുന്നവയാണ്.

സംയുക്ത പ്രഭാവം പ്രവചിക്കാവുന്നതും അളക്കാവുന്നതുമാണ് എന്നത് വലിയ കാര്യമാണ്! കേവലം വളരെ ചെറിയ നീക്കങ്ങൾ സ്ഥിരതയോടെ പിന്തുടരുന്നത്, കാലക്രമേണ നിങ്ങളുടെ ജീവിതത്തിൽ വലിയ മാറ്റങ്ങൾ വരുത്തുമെന്ന് അറിയുന്നത് ആശ്വാ

സകരമായ കാര്യമല്ലേ? ധീരവും വീരോചിതവുമായ വലിയൊരു പ്രകടനം കാഴ്ച വെച്ച് സ്വയം തളരുകയും, പിന്നീട് പോയ ഊർജ്ജം മൊത്തം വീണ്ടും സംഭരിച്ച് മറ്റൊരു പ്രകടനം (വിജയിക്കുമെന്ന് യാതൊരു ഉറപ്പുമില്ലാതെ) നടത്തുകയും ചെയ്യുന്നതിനേക്കാൾ എളുപ്പമല്ലേ? രണ്ടാമത്തെ കാര്യത്തെക്കുറിച്ച് ചിന്തിക്കുമ്പോൾ തന്നെ എനിക്ക് മടുപ്പ് തോന്നുന്നു. പക്ഷേ അതാണ് ആളുകൾ ചെയ്യുന്നത്. ശാരീരികമായോ മാനസികമായോ വളരെയധികം പ്രയത്നിച്ച്, മഹത്തായ ഒരു കാര്യം ചെയ്താലേ അംഗീകരിക്കപ്പെടുകയുള്ളൂ എന്നാണ് സമൂഹം നമ്മളെ പഠിപ്പിച്ചിട്ടുള്ളത്. ഹാ, ഇത് തികച്ചും അമേരിക്കൻ രീതിയാണ്! ചിത്രം 1 കാണുക.

ചിത്രം 1

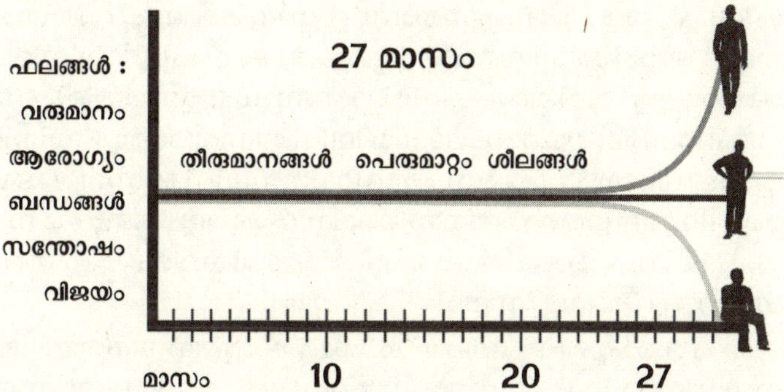

സംയുക്ത പ്രഭാവത്തിന്റെ ഭംഗി അതിന്റെ ലാളിത്യത്തിലാണ്. ശ്രദ്ധിച്ചുനോക്കൂ, ചിത്രത്തിന്റെ ഇടതുഭാഗത്തെ ഫലങ്ങളെല്ലാം അവ്യക്തമാണ്, പക്ഷേ എങ്ങനെയാണവ പിന്നീട് മാറാൻ പോകുന്നതെന്ന് നോക്കൂ. പെരുമാറ്റങ്ങളെല്ലാം എന്നും ഒന്നുതന്നെയാണ്, പക്ഷേ സംയുക്ത പ്രഭാവത്തിന്റെ മാന്ത്രികത കടന്നുവരുന്നതിലൂടെ ഫലങ്ങളിൽ ബൃഹത്തായ മാറ്റങ്ങളാണ് വരാൻ പോകുന്നത്.

വിജയം, യാഥാസ്ഥിതികത്വം

നമ്മൾ കുറച്ച് കാലത്തേക്കെങ്കിലും സ്ഥിരതയോടും സമർത്ഥമായും പ്രയത്നിച്ചാലേ ഫലം കണ്ടുതുടങ്ങുകയുള്ളൂ എന്നതാണ് സംയുക്ത പ്രഭാവത്തിന്റെ ബുദ്ധിമുട്ട് നിറഞ്ഞ വശം. ഇതെല്ലാം മുൻകൂട്ടി അറി

ഞ്ഞിരുന്ന നമ്മുടെ പൂർവ്വികർ, തങ്ങളുടെ വൈകുന്നേരങ്ങൾ മുപ്പത് ദിവസത്തിൽ എങ്ങനെ വണ്ണം കുറയ്ക്കാമെന്നോ ആറ് മാസം കൊണ്ട് എങ്ങനെ വാണിജ്യ മേഖലയിലെ പ്രഭു ആകാമെന്നോ ഉള്ള അനാവശ്യ പരിപാടികൾ കണ്ട് നഷ്ടപ്പെടുത്തിയിരുന്നില്ല. അന്ന കാലത്ത് അവർ ആഴ്ചയിൽ ആറ് ദിവസം പകലന്തിയോളം അദ്ധ്വാനിച്ചിരുന്നു. കഠിനാദ്ധ്വാനവും, അച്ചടക്കവും, നല്ല ശീലങ്ങളും തന്നെയാണ് അന്നും ഇന്നും വിജയത്തിന്റെ രഹസ്യം.

സമ്പത്ത് ഒരു തലമുറയെ മുഴുവൻ നിയന്ത്രിക്കുന്നു എന്നത് തന്നെ രസകരമായ ഒരു കാര്യമാണ്. അതിന്റെ ആധിക്യം പലപ്പോഴും നയിക്കുന്നത് അലസമായ ചിന്താഗതിയിലേക്കാണ്, തന്മൂലം ഉദാസീനമായ ജീവിതരീതിയിലേക്കും. സമ്പന്നരുടെ മക്കളാണ് ഈ അവസ്ഥയിലേക്ക് കൂടുതലായും വശീകരിക്കപ്പെടുന്നത്. അവർ സമ്പത്ത് ആർജ്ജിക്കാനുള്ള അച്ചടക്കവും സ്വഭാവവും ശീലിച്ചല്ല വളർന്നത് എന്നതാണ് പ്രധാന കാരണം, അതിനാൽ തന്നെ അവർക്ക് സമ്പത്തിന്റെ മൂല്യത്തെക്കുറിച്ചോ അത് നിലനിർത്താനുള്ള വഴികളെ കുറിച്ചോ ബോധം ഉണ്ടായിരിക്കില്ല. സമൂഹത്തിലെ ഉയർന്ന പദവിയിലിരിക്കുന്നവരുടേയും സിനിമാ താരങ്ങളുടേയും ഉയർന്ന ഉദ്യോഗത്തിലിരിക്കുന്നവരുടേയും മക്കളിലാണ് ഇത്തരം മാനസികാവസ്ഥ കൂടുതലും കണ്ടുവരുന്നത്; അതേസമയം, താരതമ്യേന ചെറിയ ജോലികൾ ചെയ്തു് ഇടത്തരം ചുറ്റുപാടുകളിൽ വളർന്നവരിൽ കുറവായും.

ഒരു രാഷ്ട്രമെന്ന നിലയിൽ, നമ്മുടെ മുഴുവൻ ജനതയും കഠിനാദ്ധ്വാനത്തിന്റെ മൂല്യത്തെ നഷ്ടപ്പെടുത്തുന്നതായി തോന്നുന്നു. സമൃദ്ധിയോടെയും സമ്പത്തോടെയും സുഖസൗകര്യങ്ങളോടെയും ജീവിച്ച മൂന്നോ നാലോ തലമുറ ഞങ്ങൾ അമേരിക്കക്കാർക്കുണ്ട്. നിരന്തരമായ ശുഭഫലങ്ങൾക്ക് അത്യാവശ്യമായി വേണ്ടുന്നതെന്ന് നമ്മൾ കരുതിയിരുന്ന മനോധൈര്യവും സഹനശക്തിയും കഠിനാദ്ധ്വാനവും ഇന്നത്തെ തലമുറയ്ക്ക് അന്യമായിക്കൊണ്ടിരിക്കുകയാണ്. നമ്മുടെ പൂർവ്വികരുടെ കഷ്ടപ്പാടും ത്യാഗവും ഇന്ന് ആദരിക്കപ്പെടുന്നില്ല. അവർ നടത്തിയ ബൃഹത്തായ പ്രയത്നത്തിന് പ്രചോദനമായി അച്ചടക്കമുണ്ടാകുകയും, വ്യക്തിത്വം മെച്ചപ്പെടുകയും, ആത്മധൈര്യത്താൽ പുതിയ അതിർത്തികൾ നിശ്ചയിക്കപ്പെടുകയും ചെയ്തു.

സത്യം പറഞ്ഞാൽ, ഈജിപ്തുകാർ, ഗ്രീക്കുകാർ, റോമാക്കാർ, സ്പാനിഷുകാർ, പോർച്ചുഗീസുകാർ, ഫ്രഞ്ചുകാർ, ഇംഗ്ലീഷുകാർ ഉൾപ്പെടെ, ആത്മസംതൃപ്തി എല്ലാ വലിയ സാമ്രാജ്യങ്ങളെയും

ബാധിച്ചു. എന്തുകൊണ്ട്? കാരണം, വിജയത്തിന്റെ സുഖത്തേക്കാൾ തോൽവിക്ക് പ്രേരകമായ മറ്റൊന്നില്ല. ഈ കാരണത്താൽ തന്നെ, ഒരിക്കൽ ആധിപത്യം പുലർത്തിയിരുന്ന സാമ്രാജ്യങ്ങൾ പരാജയപ്പെട്ടു. മനുഷ്യർ വിജയത്തിന്റെ ഒരു നിശ്ചിത തലത്തിലെത്തിയാൽ, സുഖത്തിന്റെ അടിമയാകും.

നീണ്ട കാലമായി സമൃദ്ധിയും ആരോഗ്യവും സമ്പത്തും അനുഭവിക്കുന്ന നിലയിലെത്തിയാൽ, നമ്മൾ ആത്മസംതൃപ്തിയിലേക്കെത്തുന്നു. ഈ നിലയിലെത്താൻ ഇത്രയും കാലത്തെ ചെയ്തികൾക്കെല്ലാം വിരാമമിടുന്നു. തന്നെ പാചകം ചെയ്യുകയാണെന്നറിയാതെ, തന്നെ ഇട്ട ചൂടുവെള്ളത്തിൽ നിന്നും രക്ഷപെടാൻ ശ്രമിക്കാതെ, ആ ചൂടിന്റെ സുഖം ആസ്വദിക്കുന്ന തവളയെപ്പോലെയാകുന്നു നമ്മൾ. നമുക്ക് വിജയിക്കണമെങ്കിൽ, നമ്മുടെ പൂർവ്വികരുടെ തൊഴിൽ നൈതികതയെ വീണ്ടെടുക്കുക തന്നെ വേണം.

നമ്മുടെ സ്വഭാവം പുനഃസ്ഥാപിക്കാനുള്ള സമയമാണിത്; അമേരിക്കയെ രക്ഷിക്കാനല്ലെങ്കിലും, സ്വയം വിജയിക്കാനും നേട്ടങ്ങൾ കൊയ്യാനുമായെങ്കിലും. ഭാഗ്യത്തിലും അത്ഭുതങ്ങളിലും വിശ്വസിക്കുന്നവരാവാതിരിക്കുക. നമുക്ക് വീട്ടിലെ കസേരയിലിരുന്ന് പണച്ചാക്കുകൾക്കായി കാത്തിരിക്കാം, വർണ്ണക്കല്ലുകൾ ഉരസി അത്ഭുതങ്ങൾക്കായി പ്രതീക്ഷിച്ചിരിക്കാം, തീയിലൂടെ നടക്കാം, രണ്ടായിരം വർഷമായി ജീവിക്കുന്ന മഹാമുനിയുടെ ആശയങ്ങളെ പിന്തുടരാം, അല്ലെങ്കിൽ മന്ത്രങ്ങൾ ഉരുവിടാം, പക്ഷേ ഇതൊക്കെയും നമ്മുടെ കുറവുകളെ ചൂണ്ടിക്കാട്ടി ചൂഷണം ചെയ്യുന്ന വെറും വാണിജ്യതന്ത്രങ്ങളാണ്. യാഥാർത്ഥ്യവും ശാശ്വതവുമായ വിജയത്തിന് അദ്ധ്വാനിക്കുക തന്നെ ചെയ്യണം, കഠിനമായി!

'വിജയത്തിന്റെ സുഖത്തേക്കാൾ തോൽവിക്ക് പ്രേരകമായ മറ്റൊന്നില്ല' വാക്യത്തെ ശരിവെക്കുംവിധം ഒരു കഥയുണ്ട് എന്റെ കൈയിൽ. സാൻ ഡിയേഗോയിലുള്ള എന്റെ വീടിനടുത്തെ കടൽത്തീരത്തായി വലിയൊരു ഭക്ഷണശാല പുതിയതായി തുറന്നു. ഒരു മികച്ച പുതിയ റെസ്റ്റോറന്റ് തുറന്നു. തുടക്കത്തിൽ, അവരുടെ സേവനങ്ങൾ വളരെ മികച്ചതായിരുന്നു. അവർ നമ്മളെ വിടർന്ന പുഞ്ചിരിയോടെയാണ് വരവേറ്റിരുന്നത്, അവരുടെ സേവനങ്ങളും കുറ്റമറ്റതായിരുന്നു (അവരുടെ മാനേജർ ഇടയ്ക്കിടെ വന്ന് അത് ഉറപ്പുവരുത്തുകയും ചെയ്തിരുന്നു), പിന്നെ ഭക്ഷണവും സ്വാദേറിയതായിരുന്നു. വൈകാതെ അവിടുത്തെ തിരക്ക് വർദ്ധിച്ചു, ആളുകൾ ഭക്ഷണം കഴിക്കാനായി മണിക്കൂറുകളോളം കാത്തിരിക്കാൻ തയ്യാറായി.

പിന്നീട് നിർഭാഗ്യവശാൽ, ഭക്ഷണശാലയിലെ ജീവനക്കാർ അതിന്റെ വിജയത്തെ നിസ്സാരമായി എടുക്കാൻ തുടങ്ങി. ജീവനക്കാർ അഹങ്കരിക്കാൻ തുടങ്ങി, സേവനങ്ങളിലെ ആത്മാർത്ഥതയും ആദരവും ഇല്ലാതായി, ഭക്ഷണത്തിന്റെ ഗുണത്തിന്മേലുള്ള ശ്രദ്ധയും നഷ്ടപ്പെട്ടു. പതിനെട്ട് മാസങ്ങൾക്കകം അവരുടെ സ്ഥാപനം അടച്ചുപൂട്ടി. അവരുടെ വിജയമാണ് അവരെ തോൽവിയിലേക്ക് നയിച്ചത്. അല്ലെങ്കിൽ, വിജയിക്കാനായി അവർ ചെയ്തിരുന്നതൊക്കെയും ഒരു സമയത്ത് അവർ നിർത്തി എന്നതാണ് കാരണം. വിജയം അവരുടെ കാഴ്ചപ്പാടിനെ മറയ്ക്കുകയും അലസരാക്കുകയും ചെയ്തു.

ദ്രുതസേവന മനോഭാവം

സംയുക്ത പ്രഭാവത്തെ മനസ്സിലാക്കുന്നത് നിങ്ങളിലെ 'ഉടനടി ഫലം' എന്ന ചിന്താഗതിയെ ഇല്ലാതാക്കും. മണൽ ഘടികാരം, ഫാസ്റ്റ് ഫുഡ്, മുപ്പത് മിനിട്ടിൽ കിട്ടുന്ന ഫോട്ടോ, പെട്ടെന്ന് കിട്ടുന്ന മെയിൽ അല്ലെങ്കിൽ മെസ്സേജ്, ക്ഷണ നേരംകൊണ്ട് ചൂടായിക്കിട്ടുന്ന വെള്ളമോ മറ്റ് ഭക്ഷ്യവസ്തുക്കളോ എന്നിവയൊക്കെ നമ്മിൽ ഉണ്ടാക്കുന്ന 'ഉടനടി ഫലം'. ഇനി അത് വേണോ?

ലോട്ടറി അടിക്കുന്നതുപോലെയുള്ള ഭാഗ്യങ്ങളിൽ പ്രതീക്ഷ വെയ്ക്കുന്നത് എന്നെന്നേക്കുമായി ഉപേക്ഷിക്കുമെന്ന് സ്വയം പ്രതിജ്ഞ ചെയ്യുക. നമുക്കറിയാം, നമ്മൾ കേൾക്കുന്ന കഥകൾ ഒക്കെയും അതിൽ വിജയിച്ച ഒരേ ഒരാളെക്കുറിച്ച് മാത്രമാണ്, തോറ്റുപോയ ലക്ഷക്കണക്കിനാളുകളെക്കുറിച്ചല്ല. ചൂതാട്ടത്തിൽ വിജയിച്ച് വേഗസിനു മുന്നിൽ സന്തോഷിച്ചു നിൽക്കുന്ന ആളെയോ അല്ലെങ്കിൽ ടി.വി.യിൽ വലിയ ചെക്കും പിടിച്ച് നിൽക്കുന്ന ആളെയോ കാണുമ്പോൾ, കഴിഞ്ഞ കാലങ്ങളിൽ അവർ നേരിട്ട നൂറു കണക്കിനു തോൽവികൾ നിങ്ങൾക്ക് കാണാൻ കഴിയില്ല.

ഗണിതശാസ്ത്രം ഉപയോഗിച്ച് നമ്മൾ ഒരു വിജയസാദ്ധ്യത കണക്കാക്കുകയാണെങ്കിൽ, പിന്നെയും പറയുന്നു, അതിന്റെ ഫലം പൂജ്യത്തിനു തുല്യമായിരിക്കും. അതായത്, വിജയം അസാദ്ധ്യം. *സ്റ്റംബ്ലിംഗ് ഓൺ ഹാപ്പിനസ്* എന്ന ഗ്രന്ഥത്തിന്റെ രചയിതാവും ഹാർവാർഡ് സൈക്കോളജിസ്റ്റുമായ ഡാനിയൽ ഗിൽബർട്ട് പറയുന്നത്, ടി.വി.യിൽ ഒരു വിജയിയെ പരിചയപ്പെടുത്തുന്നതിനു പകരം തോറ്റ ആളുകളെയാണ് ഓരോ മുപ്പത്

സെക്കന്റിലും കാണിക്കുന്നതെങ്കിൽ, ഒറ്റ നറുക്കെടുപ്പിലെ മാത്രം പരാജിതരുടെ മുഖങ്ങൾ കാണിക്കാൻ ഏകദേശം ഒമ്പത് വർഷങ്ങൾ എടുക്കുമെന്നാണ്.

സംയുക്ത പ്രഭാവം എങ്ങനെ പ്രവർത്തിക്കുന്നുവെന്ന് നിങ്ങൾ മനസ്സിലാക്കുമ്പോൾ, ലളിതമോ പെട്ടെന്നുള്ളതോ ആയ വിജയങ്ങളെക്കുറിച്ച് നിങ്ങൾ ഉൽകണ്ഠപ്പെടില്ല. വിജയം ശീലമാക്കിയ ഒരു കായികതാരം, ആയിരക്കണക്കിനു മണിക്കൂറുകൾ നീണ്ട അതികഠിനമായ പരിശീലനങ്ങളിലൂടെയും ചര്യകളിലൂടെയുമാണ് ആ നിലയിലേക്ക് വളർന്നിട്ടുണ്ടാവുക. അങ്ങനെയല്ലെന്ന് ഒരിക്കലും നമുക്ക് പറയുവാനാകില്ല. അവൾ എന്നും അതിരാവിലെ എഴുന്നേറ്റ് പരിശീലനം ആരംഭിക്കും; മറ്റുള്ളവർ നിർത്തി മടങ്ങുമ്പോഴും അവൾ തുടർന്നുകൊണ്ടേയിരിക്കും. പിന്നിട്ട വഴികളിലെ തോൽവികളും ഒറ്റപ്പെടലും കഠിനാദ്ധ്വാനവും നിരാശകളും ഒക്കെയുണ്ടാക്കിയ കഷ്ടപ്പാടുകളെയും തടസ്സങ്ങളെയും മറികടന്നാണ്, അവൾ തന്റെ മേഖലയിൽ ഏറ്റവും മികച്ചത് എന്ന പ്രശംസ ഏറ്റുവാങ്ങി നിൽക്കുന്നത്.

ഈ പുസ്തകം വായിച്ചുതീരുമ്പോഴോ അല്ലെങ്കിൽ അതിനു മുമ്പോ നിങ്ങൾ അറിയണമെന്ന് ഞാൻ ആഗ്രഹിക്കുന്ന കാര്യം ഇതാണ്; വിജയത്തിലേക്കുള്ള ഒരേ ഒരു പാതയിൽ കാലക്രമേണ കൂടുതൽ കൂടുതൽ മടുപ്പിക്കുന്ന, അനാകർഷകമായ, ആവേശകരമല്ലാത്ത, ചിലപ്പോൾ വളരെ ബുദ്ധിമുട്ടേറിയ ദിനചര്യകൾ ചേർക്കപ്പെടുന്നു. ഒന്നുകൂടി മനസ്സിലാക്കുക, സംയുക്ത പ്രഭാവം നിങ്ങൾക്കനുകൂലമായി പ്രവർത്തിക്കുകയാണെങ്കിൽ മാത്രമേ, നിങ്ങൾ സ്വപ്നം കാണുന്ന തരത്തിലുള്ള ഫലങ്ങളും ജീവിതവും ജീവിതശൈലിയും നിങ്ങൾക്ക് നേടാനാവുകയുള്ളൂ. സംയുക്ത പ്രഭാവത്തിൽ പറഞ്ഞിരിക്കുന്ന തത്വങ്ങൾ പിന്തുടരുകയാണെങ്കിൽ നിങ്ങൾക്ക് നിങ്ങളുടെ സ്വപ്നജീവിതം നയിക്കാനാകും! ചിത്രം 2 കാണുക.

ചിത്രം 2

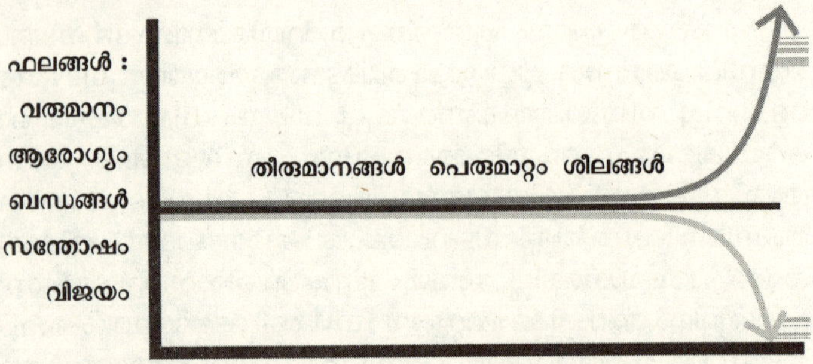

സയുക്ത പ്രഭാവം എപ്പോഴും പ്രവർത്തിക്കുന്നുണ്ട്. നിങ്ങൾക്കനുകൂലമായി അതിനെ പ്രവർത്തിപ്പിക്കാം, അല്ലെങ്കിൽ അത് അവഗണിച്ച് ആശക്തമായ സിദ്ധാന്തത്തിന്റെ മോശമായ പാർശ്വഫലങ്ങൾ അനുഭവിക്കാം. ഈ ചിത്രത്തിൽ എവിടെയാണ് നിങ്ങളുടെ സ്ഥാനം എന്നത് പ്രസക്തമല്ല. ഇന്നുമുതൽ നിങ്ങൾക്ക് ലളിതമായ നല്ല മാറ്റങ്ങൾ കൊണ്ടുവരാൻ തീരുമാനിക്കാം. അതിലൂടെ നിങ്ങളെ ലക്ഷ്യസ്ഥാനത്തെത്തിക്കാൻ സംയുക്ത പ്രഭാവത്തെ ചുമതലപ്പെടുത്താം.

ഞാൻ പറഞ്ഞത് വ്യക്തമായോ? ശരി. അടുത്ത അദ്ധ്യായത്തിൽ നമുക്ക്, നിങ്ങളുടെ ജീവിതത്തെ നിയന്ത്രിക്കുന്ന ഒരു ഘടകത്തെക്കുറിച്ച് ചർച്ച ചെയ്യാം. ഏതൊരു വിജയവും തോൽവിയും, നമ്മുടെ ഇനിയുള്ള മുന്നേറ്റത്തിന്റെയോ വീഴ്ചയുടെയോ തുടക്കമാണ്. നിങ്ങളുടെ ജീവിതത്തിൽ ഇപ്പോൾ ഉള്ളതോ ഇല്ലാത്തതോ ആയ ഏതൊരു കാര്യത്തിന്റെയും കാരണം ആ വിജയമോ തോൽവിയോ ആണ്. അവിടെ മാറ്റങ്ങൾ വരുത്താൻ പഠിക്കൂ, നിങ്ങളുടെ ജീവിതവും മാറ്റാം. അതെന്താണെന്ന് നോക്കാം...

സംയുക്ത പ്രഭാവം അനുകൂലമായി പ്രവർത്തിപ്പിക്കൂ

നടപടിക്രമങ്ങളുടെ സംഗ്രഹം

- DarrenDaily.com എന്ന വെബ്സൈറ്റ് സന്ദർശിക്കുക, സൗജന്യ പ്രഭാത ഉപദേശങ്ങൾക്കായി ജോയിൻ ചെയ്യുക. നിങ്ങളുടെ ഓരോ ദിനവും ഉന്മേഷഭരിതമായി തുടങ്ങുവാൻ ഒരോ പ്രവൃത്തി ദിവസവും, വർഷത്തിൽ 260 ദിവസവും. #BetterEveryDay.
- നിങ്ങൾ സദാ ഉപയോഗിക്കുന്ന കുറച്ച് ഒഴിവു കഴിവുകൾ എഴുതിവെക്കുക. (ഉദാ. വേണ്ടത്ര മിടുക്കില്ല, അനുഭവമില്ല, തെറ്റായ വളർത്തൽ, വിദ്യാഭ്യാസമില്ല മുതലായവ). കഠിനാദ്ധ്വാനത്തിലൂടെയും വ്യക്തിത്വ വികസനത്തിലൂടെയും ആരോടും (പഴയ നിങ്ങളോടും) മത്സരിക്കാൻ തീരുമാനിക്കുക.
- സ്കോട്ട് ആകുക. നമ്മളെ നല്ല പുതിയ വഴികളിലൂ ടെ നയിക്കാൻ സാധ്യതയുള്ള, നമുക്ക് എന്നും പാലിക്കാൻ കഴിയുമെന്ന് വിശ്വാസമുള്ള, പ്രത്യക്ഷത്തിൽ ചെറുതും അപ്രസക്തവുമായ ആറ് ശീലങ്ങൾ എഴുതിയിടുക.
- ബ്രാഡ് ആകാതിരിക്കുക. കാലക്രമേണ നമ്മുടെ ജീവിതത്തെ മോശമായി ബാധിക്കാവുന്ന, കാഴ്ചയിൽ പ്രസക്തമല്ലാത്ത, നമുക്ക് ഉപേക്ഷിക്കാവുന്ന കാര്യങ്ങൾ എഴുതിയിടുക.
- നിങ്ങളുടെ കഴിഞ്ഞ കാലങ്ങളിൽ നല്ല ഫലങ്ങൾ നൽകിയ ചില മേഖലകളുടെയോ കഴിവുകളുടെയോ പേരുകൾ കുറിച്ചിടുക. നിങ്ങൾ അതൊക്കെയും പരിപോഷിപ്പിക്കുമോ; അതോ, അതൊക്കെയും വെറും ഭാഗ്യമെന്ന് എഴുതി തള്ളി നേരിടാൻ സാദ്ധ്യതയുള്ള തോൽവികൾക്ക് കാരണമാകുമോ?

നിങ്ങളുടെ ഉപകരണത്തിൽ നേരിട്ട് പൂരിപ്പിക്കുവാനും സൂക്ഷിക്കുവാനും വേണ്ടിയുള്ള, നിങ്ങൾ ചെയ്യുന്ന ഈ പ്രവർത്തന ഘട്ടങ്ങളുടെ എഡിറ്റ് ചെയ്യാവുന്ന PDF ഡൗൺലോഡ് ചെയ്യാൻ, സന്ദർശിക്കുക:
THECOMPOUNDEFFECT.COM/RESOURCES

അദ്ധ്യായം 2

തീരുമാനങ്ങൾ

നാമെല്ലാവരും ഒരേപോലെയാണ് ഈ ലോകത്തിലേക്ക് വരുന്നത് : നഗ്നമായ ശരീരവും അറിവില്ലായ്മയും ഭയവും നിറഞ്ഞ മനസ്സുമായി. ആ മഹത്തായ പ്രവേശനത്തിനു ശേഷം, നമ്മുടെ ജീവിതം എന്നത് നാം എടുക്കുന്ന തീരുമാനങ്ങളുടെ ആകെത്തുകയാണ്. നമ്മുടെ തീരുമാനങ്ങൾ നമ്മുടെ ഉറ്റ സുഹൃത്തോ അല്ലെങ്കിൽ നമ്മുടെ ഏറ്റവും വലിയ ശത്രുവോ ആകാം. അവർക്ക് നമ്മളെ ജീവിതലക്ഷ്യങ്ങളിലേക്ക് നയിക്കുകയോ, നിലയില്ലാക്കയങ്ങളിലേക്ക് തള്ളിയിടുകയോ ചെയ്യാം.

ഒന്ന് ആലോചിച്ചു നോക്കൂ. നിങ്ങൾ മുമ്പ് എന്തിനെക്കുറിച്ചെങ്കിലും ഒരു തീരുമാനമെടുത്തതായിരിക്കാം, നിങ്ങളുടെ ജീവിതത്തിൽ ഇപ്പോൾ നിലനിൽക്കുന്ന ഓരോ കാര്യത്തിന്റെയും കാരണം. നിങ്ങളുടെ ഓരോ ഫലങ്ങളുടെയും അടിസ്ഥാനം തീരുമാനങ്ങളാണ്. ഒരോ തീരുമാനവും പുതിയ ഒരു സ്വഭാവത്തിനു തുടക്കം കുറിക്കുന്നു, കാലക്രമേണ അതൊരു ശീലമാകുന്നു. മോശം തീരുമാനങ്ങൾ എടുത്തുനോക്കൂ, നിങ്ങൾ വീണ്ടും ആരംഭ സ്ഥിതിയിലേക്കു തന്നെ എത്തുകയും പുതിയ തിരഞ്ഞെടുപ്പുകൾ നടത്തേണ്ടിവരികയും അത് കൂടുതൽ ബുദ്ധിമുട്ടായി മാറുകയും ചെയ്യുന്നു. ഒന്നും തിരഞ്ഞെടുക്കാതിരിക്കുന്നത്, നീരൊഴുക്കിൽ പെട്ട ചങ്ങാടത്തിന്റെ അവസ്ഥപോലെയാക്കുന്നു; സ്വന്തമായി ഗതി നിർണ്ണയിക്കാനാവാതെ.

ശരിക്കും പറഞ്ഞാൽ, നിങ്ങൾ തീരുമാനങ്ങളെടുക്കുന്നതിലൂടെ അവ നിങ്ങളെയും തീരുമാനിക്കുന്നു. ഓരോ തീരുമാനവും, അതെത്ര നിസ്സാരമാണെങ്കിലും, അത് നിങ്ങളുടെ ജീവിതത്തിന്റെ ഗതി മാറ്റുന്നു. കോളേജിൽ പോകണോ വേണ്ടയോ, ആരെ വിവാഹം കഴിക്കണം,

വാഹനമോടിക്കുന്നതിന് മുമ്പുള്ള മദ്യപാനം, പരദൂഷണത്തിൽ പങ്കു ചേരണോ, നിശബ്ദനായി ഇരിക്കണോ, ഒരു മാർക്കറ്റിംഗ് കോൾ ചെയ്യണോ അതോ ഇന്നത്തെ ജോലി അവസാനിപ്പിക്കണോ, ഇഷ്ടം തുറന്നു പറയണോ, കാത്തിരിക്കണോ എന്നിങ്ങനെ. ഓരോ തീരുമാനവും നിങ്ങളുടെ ജീവിതത്തിന്റെ സംയുക്ത പ്രഭാവത്തിൽ സ്വാധീനം ചെലുത്തുന്നു.

ഈ അദ്ധ്യായം നിങ്ങളെ ബോധവാന്മാരാക്കുന്നതിനും ജീവിത വികാസത്തിനുതകുന്ന തീരുമാനങ്ങളെ അറിയുന്നതിനും വേണ്ടിയാണ്. കേൾക്കുമ്പോൾ സങ്കീർണ്ണമായി തോന്നിയേക്കാം, എന്നാൽ ഇതിന്റെ ലാളിത്യം നിങ്ങളെ അത്ഭുതപ്പെടുത്തും. എന്നത്തേയും പോലെ ഇനി നിങ്ങളുടെ ആശയങ്ങൾ അസ്ഥാനത്താവുകയില്ല. നിങ്ങൾക്ക് ചുറ്റുമുള്ളവർ ചെയ്യുന്നു എന്നതുകൊണ്ടു മാത്രം നിങ്ങൾ പിന്തുടരുന്നതാവില്ല ഇനി നിങ്ങളുടെ ദിനചര്യകളും പാരമ്പര്യങ്ങളും. "എന്റെ എത്ര പെരുമാറ്റങ്ങളാണ് ബോധപൂർവ്വമല്ലാതെ ഞാൻ ചെയ്തുകൊണ്ടിരിക്കുന്നത്? എന്തുകൊണ്ടാണ് ഞാൻ അത് ചെയ്യാൻ തീരുമാനിച്ചതും, അവയെ എന്റെ ശീലങ്ങളിലേക്ക് ഉൾപ്പെടുത്തിയതും?" നിങ്ങൾ ഈ ചോദ്യങ്ങൾ സ്വയം ചോദിക്കും (അതിന് ഉത്തരം നൽകുകയും ചെയ്യും).

സംയുക്ത പ്രഭാവത്തിന്റെ സഹായത്തോടെ എന്റെ ജീവിതവും തൊഴിൽ മേഖലയും ഉയർച്ചയിലെത്തിക്കാൻ ഞാൻ ഉപയോഗിച്ച അതേ തെറ്റ്-രഹിത തന്ത്രങ്ങൾ ഉപയോഗിക്കുന്നതിലൂടെ, നിങ്ങളുടെ ജീവിതത്തെ പിന്നോട്ടു വലിക്കുകയും തെറ്റായ ദിശയിലേക്ക് നയിക്കുകയും ചെയ്യുന്ന നിഗൂഢമായ പിടിയിൽ നിന്നും നിങ്ങൾക്ക് രക്ഷപെടുവാനും സാധിക്കും. മണ്ടൻ തീരുമാനങ്ങളിലേക്ക് വീണുപോകുന്നതിനു മുമ്പ് തന്നെ നിങ്ങൾക്ക് നിങ്ങളെ തടയാനാകും. നിങ്ങളെ എല്ലാ സമയത്തും പിന്തുണയ്ക്കുന്ന സ്വഭാവങ്ങളിലേക്കും ശീലങ്ങളിലേക്കും എത്താൻ സഹായിക്കുന്ന തീരുമാനങ്ങൾ നിങ്ങൾ അനായാസം എടുക്കും.

മനഃപൂർവം അല്ലാതെ മോശം തീരുമാനങ്ങളെടുക്കുന്നതായിരുന്നില്ല നിങ്ങളുടെ ഏറ്റവും വലിയ വെല്ലുവിളി. ഹാ, അത് പരിഹരിക്കാൻ വളരെ എളുപ്പമാണ്. ആ തീരുമാനങ്ങളിലൂടെ ഉറക്കത്തിലെന്നപോലെ നിങ്ങളറിയാതെ തന്നെ സഞ്ചരിക്കുന്നതാണ് പ്രധാന വെല്ലുവിളി. അതിൽ പകുതിയും, നിങ്ങൾ സ്വയമറിയാതെയാണ് തീരുമാനങ്ങളെടുക്കുന്നത്! നമ്മുടെ സംസ്കാരവും വളർന്നു വന്ന രീതിയുമാണ് അതിനെ സ്വാധീനിക്കുന്നത്. അവ നമ്മുടെ ദൈനംദിന പെരുമാറ്റങ്ങളോടും ശീലങ്ങളോടും കെട്ടുപിണഞ്ഞു

കിടക്കുന്നതിനാലാണ് അവ നിയന്ത്രണാതീതമാകുന്നത്. ഉദാഹരണത്തിന്, നിങ്ങളുടെ ബിസിനസ്സും ജീവിതവും നല്ല രീതിയിൽ പോകുന്ന നേരം, നിങ്ങളുടെ ഒരു ചെറിയ മണ്ടൻ തീരുമാനത്തിലൂടെ അല്ലെങ്കിൽ തീരുമാനങ്ങളുടെ ഒരു ശൃംഖല കാരണം, പൊടുന്നനെ എല്ലാ കഠിനാധ്വാനവും പരിശ്രമങ്ങളും തകർന്ന തരിപ്പണമാകുന്നെങ്കിലോ? അതും ഒരു മുന്നറിയിപ്പുമില്ലാതെ? നിങ്ങൾ സ്വയം തകരാൻ ഉദ്ദേശിച്ചിട്ടില്ല, പക്ഷേ നിങ്ങളുടെ തീരുമാനങ്ങളെക്കുറിച്ച് ചിന്തിക്കാതെ, അപകടസാധ്യതകളെയോ വരുംവരായ്കകളെയോ തൂക്കിനോക്കുക, പ്രതീക്ഷിക്കാത്ത പരിണിതഫലങ്ങളെ അഭിമുഖീകരിക്കുകയാണ്. ആരും അമിതവണ്ണം വേണമെന്നോ, പാപ്പരാകണമെന്നോ, വിവാഹമോചനം വേണമെന്നോ ആഗ്രഹിക്കുന്നില്ല, എന്നാൽ പലപ്പോഴും (അല്ലെങ്കിൽ എല്ലായ്പ്പോഴും) അനന്തരഫലങ്ങൾ ചെറുതും മോശവുമായ തിരഞ്ഞെടുപ്പുകളുടെ പരമ്പരയുടെ ഫലമാണ്.

ആനകൾ കടിക്കാറില്ല

ആനയുടെ കടിയേറ്റിട്ടുണ്ടോ? ഒരു കൊതുകിന്റെയോ? ജീവിതത്തിലെ ചെറിയ കാര്യങ്ങളാണ് നിങ്ങളെ ഉപദ്രവിക്കുന്നത്. ഇടയ്ക്കിടെ, ഒരു നിമിഷത്തെ വലിയ തെറ്റുകളും ഒരാളുടെ പ്രശസ്തിയെയോ തൊഴിലിനെയോ ഭീഷണിപ്പെടുത്തുന്നതായി നാം കണ്ടിട്ടുണ്ട്. ഒരു സായാഹ്ന വാർത്താ അവതാരകൻ ഒരു യുദ്ധകാലത്തെ കഥ പറയുന്ന, ഒരു തെക്കൻ പാചകക്കാരൻ വംശീയതയെ വ്രണപ്പെടുത്തുന്ന, ഒരു പ്രശസ്ത നീന്തൽക്കാരൻ ഒളിമ്പിക്സിനായി ബ്രസീലിലേക്ക് പോയപ്പോൾ മോഷ്ടിക്കപ്പെട്ടതായി കള്ളം പറയുന്ന, കുട്ടികളെ പീഡിപ്പിച്ചതിനായി ശിക്ഷിക്കപ്പെട്ടയാളുമായി ചങ്ങാതിയായിരുന്ന രാജകുമാരൻ. തീർച്ചയായും, ഇത്തരത്തിലുള്ള മോശം തിരഞ്ഞെടുപ്പുകൾക്ക് വലിയ പ്രത്യാഘാതങ്ങളുണ്ട്. എന്നാൽ കഴിഞ്ഞകാലത്തിൽ നിങ്ങൾ അത്തരമൊരു വലിയ തെറ്റ് ചെയ്തിട്ടുണ്ടെങ്കിലും, അതിന്റെ അസാധാരണമായ ഒരു തിരിച്ചടിയോ അതുണ്ടാക്കിയ ദുരന്തപൂർണ്ണമായ നിമിഷങ്ങളോ അല്ല നമ്മളെ അലട്ടുന്നത്.

നമ്മിൽ പലർക്കും, നമ്മൾ പതിവായി എടുക്കുന്ന ചെറുതും അപ്രസക്തവുമായ തീരുമാനങ്ങളാണ് നമ്മളെ ആശങ്കപ്പെടുത്തുന്നത്. ഞാൻ പറയുന്നത്, ഒരു വ്യത്യാസവും സൃഷ്ടിക്കില്ലെന്ന് നിങ്ങൾ കരുതിയിരുന്ന തീരുമാനങ്ങളെക്കുറിച്ചാണ്. ചെറിയ

കാര്യങ്ങളാണ് ഉറപ്പായും എന്നാൽ പ്രവചനാതീതമായും നിങ്ങളെ വിജയത്തിലേക്കുള്ള വഴിയിൽ താളം തെറ്റിക്കുന്നത്. അവ കൗശലപരമാണെങ്കിലും, തീരെ ചെറിയ പെരുമാറ്റങ്ങളായാലും, അല്ലെങ്കിൽ നല്ല കാര്യങ്ങളെന്ന് തോന്നിപ്പിക്കുന്നതാണെങ്കിലും (പ്രത്യേകിച്ച് വഞ്ചനാപരമായ), എന്നിങ്ങനെ നിസ്സാരമെന്ന് തോന്നുന്ന തീരുമാനങ്ങൾ, നിങ്ങൾ ശ്രദ്ധാലുവല്ലാത്തതിനാൽ നിങ്ങളെ പൂർണ്ണമായും വിജയത്തിൽ നിന്നും വഴിതിരിച്ചു വിടാൻ കഴിവുള്ളവയാണ്. ആ ചെറിയ പ്രവർത്തനങ്ങൾ നിങ്ങളെ കീഴ്പ്പെടുത്തുകയും വഴി തെറ്റിക്കുകയും ചെയ്യും, എന്നാൽ അതെക്കുറിച്ച് അജ്ഞാതനാവുകയും ചെയ്യുന്നു. സംയുക്ത പ്രഭാവം പ്രവർത്തിക്കുന്നു, ശരിയാണ്. ഇത് എല്ലായ്പ്പോഴും പ്രവർത്തിക്കുന്നുവെന്ന് അറിയാമല്ലോ? പക്ഷേ ഇവിടെ, ആ പ്രവർത്തനം നിങ്ങൾക്കെതിരായിരിക്കും, കാരണം നിങ്ങൾ വഴിയറിയാതെ സഞ്ചരിക്കുകയാണ്.

ഉദാഹരണത്തിന്, നിങ്ങൾ ഒരു സോഡയും ഒരു പാക്കറ്റ് ഉരുളക്കിഴങ്ങ് ചിപ്സും കഴിക്കുന്നെന്ന് കരുതുക. ചിപ്സ് പാക്കറ്റ് കാലിയാകുന്ന നേരത്താണ്, ഒരു ദിവസത്തെ ആരോഗ്യകരമായ ഭക്ഷണക്രമത്തെ നശിപ്പിച്ചതായി നിങ്ങൾ മനസ്സിലാക്കുക. അപ്പോഴേക്കും നിങ്ങൾക്ക് വിശക്കുന്നുപോലും ഉണ്ടാവില്ല. നിങ്ങൾ ടി.വി.യിൽ അനാവശ്യമായ പരിപാടി കണ്ട് വെറുതെ രണ്ട് മണിക്കൂർ നഷ്ടപ്പെടുത്തുന്നു, അല്ലെങ്കിൽ അത് വിദ്യാഭ്യാസപരമായി ഉപകാരപ്പെടുന്ന പരിപാടി ആണെന്നുതന്നെ ഇരിക്കട്ടെ, പക്ഷെ നിങ്ങൾ നഷ്ടപ്പെടുത്തിയത് നിങ്ങളുടെ സ്ഥാപനത്തിന്റെ ഒരു ഉപഭോക്താവിന് അവതരണത്തിനായി മാറ്റിവെച്ച സമയമാണ്. നിങ്ങൾ വളരെ പ്രിയപ്പെട്ട ഒരാളോട് സത്യം പറഞ്ഞാൽ തീരാവുന്ന ഒരു പ്രശ്നത്തിന് വലിയൊരു നുണ പറയുന്നു. എന്താണതിന്റെ ആവശ്യം?

ചിന്തിക്കാതെ തീരുമാനങ്ങളെടുക്കാനുള്ള അനുവാദം നിങ്ങൾ സ്വയം നൽകിയിരിക്കുകയാണ്. നിങ്ങൾ ഇത് തുടരുന്നിടത്തോളം കാലം, നിങ്ങൾക്ക് ബോധപൂർവ്വം ആ ശീലങ്ങളും പെരുമാറ്റങ്ങളും ഫലപ്രദമായവയാക്കി മാറ്റാൻ സാധിക്കില്ല. ഉണരേണ്ട സമയമായി, ശക്തമായ തീരുമാനങ്ങളെടുക്കണം.

വർഷം മുഴുവൻ താങ്ക്സ്ഗിവിംഗ്

മറ്റുള്ളവരെ കുറ്റപ്പെടുത്താൻ എളുപ്പമാണ്. "എന്റെ മേലധികാരിയുടെ ദൗർബല്യമാണ് എന്റെ വളർച്ചയ്ക്ക് തടയിടുന്നത്." "എന്റെ സഹപ്ര

വർത്തകൻ ചതിച്ചില്ലായിരുന്നെങ്കിൽ എനിക്ക് സ്ഥാനക്കയറ്റം ലഭിച്ചേനെ." "എന്റെ മക്കൾ സദാസമയവും ശല്യപ്പെടുത്തുന്നതു കൊണ്ടാണ് എന്റെ മാനസികാവസ്ഥ ശരിയല്ലാത്തത്." നമ്മുടെ പ്രണയബന്ധങ്ങളിൽ നമ്മളെപ്പോഴും കുറ്റപ്പെടുത്തുന്നതിൽ മിടുക്കരാണ്. നമ്മുടെ പങ്കാളിയാണ് എപ്പോഴും മാറേണ്ടവർ, അല്ലേ?

കുറച്ച് വർഷങ്ങൾക്കു മുമ്പ്, എന്റെ ഒരു കൂട്ടുകാരൻ തന്റെ ഭാര്യയെക്കുറിച്ച് എപ്പോഴും കുറ്റം പറയുമായിരുന്നു. എന്റെ അഭിപ്രായത്തിൽ, അവൾ നല്ലൊരു സ്ത്രീയായിരുന്നു, അവരെ ഭാര്യയായി ലഭിച്ചതിൽ അവൻ ഭാഗ്യശാലിയാണെന്ന് കരുതിയിരുന്നു. ഞാൻ അവനോട് അത് പറയുകയും ചെയ്തു, പക്ഷേ അവൾ കാരണം തനിക്കുണ്ടായ അസംതൃപ്തികളെക്കുറിച്ച് പറഞ്ഞുകൊണ്ടേയിരുന്നു. അപ്പോഴാണ് ഞാൻ എന്റെ ദാമ്പത്യ ജീവിതത്തെ തന്നെ മാറ്റിമറിച്ച അനുഭവം പങ്കുവെച്ചത്.

ഒരു താങ്ക്സ്ഗിവിംഗ് ദിവസം. ഞാൻ എന്റെ ഭാര്യയ്ക്കായി ഒരു നന്ദിയറിയിക്കൽ ഡയറി എഴുതി തയ്യാറാക്കണം എന്നു തീരുമാനിച്ചിരുന്നു. അതിനായി ഒരു വർഷം, ഓരോ ദിവസവും ഞാൻ അവളുടെ അഭിനന്ദനാർഹമായ ഒരു കാര്യമെങ്കിലും എഴുതി വെച്ചു. അവളുടെ കൂട്ടുകാരുമായി സൗഹൃദം പുലർത്തുന്ന രീതി, ഞങ്ങളുടെ വളർത്തുനായകളെ പരിചരിക്കുന്ന വിധം, കിടക്കകൾ വിരിക്കുന്നതും, പോഷകസമൃദ്ധമായ ആഹാരം പാകം ചെയ്തു തരുന്നതും ഭംഗിയായി മുടി ചീകിയൊതുക്കുന്നതും എന്നിങ്ങനെ ഓരോന്നും. എന്റെ മനസ്സിനെ സ്പർശിച്ച അവളുടെ ഓരോ കാര്യങ്ങളും ഞാൻ ശ്രദ്ധിച്ചിരുന്നു, അവളുടെ കഴിവുകൾ, സവിശേഷതകൾ, സ്വഭാവഗുണങ്ങൾ. ഞാൻ അതെല്ലാം രഹസ്യമായി ഒരു വർഷം മുഴുവൻ എഴുതിവെച്ചിരുന്നു. വർഷാവസാനമായപ്പോൾ ഞാൻ ആ ഡയറി എഴുതിപ്പൂർത്തിയാക്കിയിരുന്നു.

താങ്ക്സ്ഗിവിംഗ് ദിവസം ഞാൻ ആ ഡയറി അവൾക്ക് സമ്മാനിച്ചപ്പോൾ, അവൾ സന്തോഷം കൊണ്ട് കരഞ്ഞു. അവൾക്ക് ലഭിച്ച ഏറ്റവും വലിയ സമ്മാനമാണതെന്ന് പറഞ്ഞു. (ഞാൻ അവളുടെ പിറന്നാളിന് നൽകിയ ബി.എം.ഡബ്ല്യു. കാറിനെക്കാൾ മികച്ചതെന്ന്!) രസകരമായ കാര്യമെന്തെന്നാൽ, ആ സമ്മാനം ഏറ്റവും കൂടുതൽ ബാധിച്ചത് എന്നെയായിരുന്നു. ആ ഡയറിയെഴുത്ത് എന്റെ ഭാര്യയിലെ നല്ല വശങ്ങളിൽ മാത്രം ശ്രദ്ധയൂന്നാൻ എന്നെ നിർബന്ധിതനാക്കി. ഞാൻ ബോധപൂർവ്വം മറ്റെല്ലാം ഒഴിവാക്കി, അവൾ ചെയ്യുന്ന "ശരിയായ" കാര്യങ്ങൾ മാത്രം കണ്ടു. അതിനായി ഞാൻ കാണിച്ച അതീവ ശ്രദ്ധ, ഞാൻ അവളിൽ കണ്ടേക്കാവുന്ന

പരാതികളെയെല്ലാം മറച്ചുപിടിച്ചു. ഞാൻ അവളെ പിന്നെയും കൂടുതൽ ആഴത്തിൽ പ്രണയിക്കാൻ തുടങ്ങി (ഒരുപക്ഷേ എന്നത്തെക്കാളും അധികം, അവളുടെ സ്വാഭാവിക ഗുണത്തെക്കാൾ ഞാൻ ശ്രദ്ധിച്ചത് അവളുടെ പ്രകൃതത്തിലേയും പെരുമാറ്റത്തിലേയും ലാളിത്യത്തെയാണ്). ഞാനെന്റെ അഭിനന്ദനങ്ങളും നന്ദിയും അവളിലെ മികച്ചതിനെ കാണാനുള്ള ലക്ഷ്യവും, എന്നും കണ്ണിലും മനസ്സിലും കൊണ്ടുനടന്നു. ഇതെല്ലാം അവളുടെ മുന്നിൽ കല്യാണത്തിനു ഞാൻ എന്നെ അവതരിപ്പിക്കുന്ന രീതിയെ അനുകൂലമായി ബാധിച്ചു. അത് തീർച്ചയായും, എന്നോടുള്ള പ്രതികരണത്തെ അനുകൂലമാക്കുകയും ചെയ്തു. വൈകാതെ, എന്റെ ഡയറിയിൽ എഴുതാനായി ഞാൻ കൂടുതൽ കാര്യങ്ങൾ കണ്ടെത്തിത്തുടങ്ങി! എന്നും വെറും അഞ്ച് മിനിട്ട് മാത്രം എടുക്കുന്നതിലൂടെ, അല്ലെങ്കിൽ അവളോടുള്ള കൃതജ്ഞതയ്ക്കുള്ള കാരണങ്ങൾ എഴുതിവെക്കുന്നതിലൂടെ, ഞങ്ങളുടെ ദാമ്പത്യജീവിതത്തിലെ മികച്ച വർഷങ്ങളാണ് നേടിയത്. അത് പിന്നെയും *കൂടുതൽ മികച്ചതാവുകയേ* ചെയ്തുള്ളൂ.

കൃതജ്ഞതാനിർണ്ണയത്തിനുള്ള
വർക്ക്ഷീറ്റ് ഡൌൺലോഡ് ചെയ്യുവാനായി,
THECOMPOUNDEFFECT.COM/RESOURCES
സന്ദർശിക്കുക

---

100 ശതമാനം സ്വന്തമാക്കുക

നമ്മളെല്ലാവരും സ്വന്തം പ്രയത്നത്താൽ മുന്നേറുന്നവരാണ്, പക്ഷേ വിജയിച്ചവർ മാത്രമാണ് അതിന്റെ അംഗീകാരം ആസ്വദിക്കുന്നത്. പതിനെട്ടാം വയസ്സിൽ ഒരു സംവാദത്തിൽ ആണ് ഞാൻ വ്യക്തിപരമായ ഉത്തരവാദിത്തം എന്ന ആശയത്തെ പരിചയപ്പെടുന്നത്. അത് എന്റെ ജീവിതത്തെ പൂർണ്ണമായും മാറ്റിമറിച്ചു. നിങ്ങൾ ഈ പുസ്തകത്തിലെ മറ്റെല്ലാ ആശയത്തെയും മാറ്റിനിർത്തി ഇതൊന്ന് മാത്രം പിന്തുടർന്നാൽ, വെറും രണ്ട്-മൂന്ന് വർഷങ്ങൾ കൊണ്ട് നിങ്ങളുടെ ജീവിതത്തിൽ വരുന്ന മാറ്റങ്ങൾ മഹത്തായതായിരിക്കും. ബന്ധുക്കൾക്കും സുഹൃത്തുക്കൾക്കും പോലും "പഴയ നിങ്ങളെ" ഓർത്തെടുക്കുന്നത് ബുദ്ധിമുട്ടായിരിക്കും.

പതിനെട്ടാം വയസ്സിൽ പങ്കെടുത്ത ആ സംവാദത്തിൽ, ഒരു

വക്താവ് എന്നോട് ചോദിച്ചു, "ഒരു ബന്ധം നല്ല രീതിയിൽ മുന്നോട്ടു പോകാൻ, നിങ്ങൾ എത്ര ശതമാനം പരസ്പര ഉത്തരവാദിത്തമാണ് നിക്ഷേപിക്കേണ്ടത്?" ഞാനെന്റെ കൗമാരത്തിലായതിനാൽ, പ്രണയബന്ധങ്ങളുടെ കാര്യത്തിൽ ബോധവാനായിരുന്നു. അതു കൊണ്ടുതന്നെ, അതിനുള്ള ഉത്തരങ്ങളെല്ലാം എന്റെ പക്കലുണ്ടായിരുന്നു.

"പകുതി-പകുതി!" ഞാൻ ആലോചിക്കാതെ തന്നെ പറഞ്ഞു. അത് വ്യക്തമായിരുന്നു. ഒരു ബന്ധത്തിലെ രണ്ട് പേരും തുല്യ ഉത്തരവാദികളായിരിക്കണം, അല്ലെങ്കിൽ ഒരാൾ ചതിക്കപ്പെടും.

"51% - 49%." മറ്റൊരാൾ ഉറക്കെ പറഞ്ഞു. പങ്കാളിയെക്കാൾ കൂടുതൽ ഉത്തരവാദിയാവണമെന്നായിരുന്നു അയാളുടെ വാദം. ത്യാഗവും മഹാമനസ്കതയുമല്ലേ ബന്ധങ്ങൾ കെട്ടിപ്പടുക്കുവാൻ സഹായിക്കുന്നത്?

"80% - 20%." എന്ന് മറ്റൊരാൾ പറഞ്ഞു.

അപ്പോൾ മദ്ധ്യസ്ഥൻ വെള്ള ബോർഡിൽ വലിയ കറുത്ത അക്ഷരങ്ങളാൽ എഴുതി, '100% - 0%'. "നമ്മൾ നമ്മുടെ പങ്കാളിയിൽ നിന്നും ഒന്നും പ്രതീക്ഷിക്കാതെ, പൂർണ്ണമായി അർപ്പിക്കാൻ തയ്യാറാകണം." അദ്ദേഹം പറഞ്ഞു. "നമ്മൾ ഒരു ബന്ധത്തിന്റെ പൂർണ്ണ ഉത്തരവാദിത്തം ഏറ്റെടുക്കാൻ സന്നദ്ധനായാലേ, ആ ബന്ധം വിജയിക്കുകയുള്ളൂ. അല്ലെങ്കിൽ, എങ്ങനെയെങ്കിലും നടന്നുപോകും എന്നു കരുതിയിരുന്നാൽ അത് തകരാനുള്ള സാധ്യത കൂടുതലാണ്."

ആഹാ, ഞാനൊരിക്കലും പ്രതീക്ഷിച്ചിരുന്നില്ല അത്! പക്ഷേ ഈ ആശയം എന്റെ ജീവിതത്തിലെ എല്ലാ മേഖലകളെയും എങ്ങനെ മാറ്റിമറിക്കുമെന്ന് ഞാൻ മനസ്സിലാക്കി. ഞാൻ കടന്നു പോകുന്ന ഓരോന്നിന്റെയും മുഴുവൻ ഉത്തരവാദിത്തവും സ്വയം ഏറ്റെടുക്കുകയാണെങ്കിൽ, പ്രതികരണങ്ങളും തീരുമാനങ്ങളുമെല്ലാം എന്റേത് മാത്രമാണെങ്കിൽ, പൂർണ്ണ നിയന്ത്രണം എന്റേതായേനെ. എല്ലാം എന്റെ കൈയിലായിരുന്നു. ഞാൻ ചെയ്തതിനും ചെയ്യാതിരുന്നതിനും, എനിക്കു സംഭവിച്ചതിനോടൊക്കെ പ്രതികരിച്ചതിനും, എല്ലാത്തിനും ഉത്തരവാദി ഞാനാണ്.

എനിക്കറിയാം, നിങ്ങൾ സ്വന്തം ജീവിതത്തിന്റെ ഉത്തരവാദിത്തം ഏറ്റെടുത്തിട്ടുണ്ടെന്നാണ് കരുതിയിരിക്കുന്നത്. "തീർച്ചയായും, എന്റെ ജീവിതത്തിന്റെ ചുമതല ഞാനാണ് വഹിക്കുന്നത്", എന്ന് പറയാത്തൊരാളോടും ഞാനിതുവരെ ചോദിച്ചിട്ടില്ല. പക്ഷേ, നമുക്കു ചുറ്റുമുള്ള സിംഹഭാഗം ആൾക്കാരിലും എന്താണ് നടന്നു

കൊണ്ടിരിക്കുന്നതെന്ന് നോക്കൂ : ധാരാളം വിരൽ ചൂണ്ടലുകൾ, കുറ്റപ്പെടുത്തലുകൾ, ബലിയാടാക്കൽ, പിന്നെ മറ്റാരെങ്കിലുമോ സർക്കാരോ അവരുടെ പ്രശ്നങ്ങളെല്ലാം പരിഹരിക്കുമെന്ന് കാത്തിരിക്കുക. നിങ്ങൾ വൈകിയെത്തിയതിന് ഗതാഗതക്കുരുക്കാണ് കാരണമെന്ന് പറയുകയോ, നിങ്ങളുടെ കുഞ്ഞോ പങ്കാളിയോ സഹപ്രവർത്തകനോ ചെയ്ത കാര്യമാണ് നിങ്ങളുടെ മോശം മാനസികാവസ്ഥയ്ക്ക് കാരണമെന്ന് പഴിക്കുകയോ ചെയ്യുകയാണെങ്കിൽ, നിങ്ങൾ ഒന്നിന്റെയും പൂർണ്ണ ഉത്തരവാദിത്തം ഏറ്റെടുത്തിട്ടില്ലെന്നാണർത്ഥം. മറ്റൊരാൾ പ്രിന്റർ ഉപയോഗിച്ചുകൊണ്ടിരുന്നതാണോ നിങ്ങൾ വൈകിയെത്താൻ കാരണം? അവസാന നിമിഷം വരെ കാത്തിരിക്കാൻ പാടില്ലായിരുന്നു നിങ്ങൾ. സഹപ്രവർത്തകന്റെ അവതരണമാണോ എല്ലാം നശിപ്പിച്ചത്? അവതരിപ്പിക്കുന്നതിനു മുമ്പ് നിങ്ങൾക്ക് ഒന്നുകൂടെ പരിശോധിക്കാമായിരുന്നു. നിങ്ങളുടെ അപക്വരായ കുഞ്ഞുങ്ങളുമായി ഒത്തുപോകാൻ പറ്റുന്നില്ലേ? അത് മറികടക്കാനായി ധാരാളം പുസ്തകങ്ങളും ക്ലാസ്സുകളുമുണ്ട്.

നിങ്ങൾ *ചെയ്തതിനും ചെയ്യാതിരുന്നതിനും*, സംഭവിച്ചതിനോടൊക്കെ പ്രതികരിച്ചതിനും, എല്ലാത്തിനും ഉത്തരവാദി നിങ്ങൾ മാത്രമാണ്. ഈ ശക്തമായ ചിന്താഗതി എന്റെ ജീവിതത്തിൽ സമൂലമായ പരിവർത്തനം നടത്തി. ഭാഗ്യമോ ചുറ്റുപാടുകളോ ശരിയായ സാഹചര്യങ്ങളോ അല്ല ഇവിടെ പ്രാധാന്യമർഹിക്കുന്നത്. എന്തെങ്കിലും സംഭവിച്ചിട്ടുണ്ടെങ്കിൽ, അതിന്റെ കാരണഭൂതൻ ഞാനാണ്. ഞാൻ സ്വതന്ത്രനായിരുന്നു. ആര് പ്രസിഡന്റായി തിരഞ്ഞെടുക്കപ്പെട്ടാലും, സമ്പദ്ഘടന എത്ര തകർന്നാലും, അല്ലെങ്കിൽ ആര് എന്ത് പറഞ്ഞാലും ചെയ്താലും ചെയ്തില്ലെങ്കിലും, എന്റെ മേലുള്ള മുഴുവൻ നിയന്ത്രണവും എന്റെ കൈയിലായിരുന്നു. എന്റെ മുൻകാലങ്ങളിൽ നടന്നതോ, ഇപ്പോൾ നടക്കുന്നതോ, ഭാവിയിൽ നടന്നേക്കാവുന്നതോ ആയ വിഷമങ്ങളെപ്പറ്റിയും ആപത്തുകളെപ്പറ്റിയുമുള്ള ചിന്തകളിൽ നിന്നും മോചിതനാവാൻ തീരുമാനിച്ചാൽ, ഞാൻ ജീവിതവിജയം നേടും. എനിക്കെന്റെ വിധിയെ നിയന്ത്രിക്കാനുള്ള അതിരുകവിഞ്ഞ ശക്തിയുണ്ടായിരുന്നു.

ഭാഗ്യം നേടുക

നിങ്ങൾ നിർഭാഗ്യവാൻ ആണെന്ന് ചിന്തിക്കുന്നുണ്ടാവുമായിരിക്കാം. പക്ഷേ സത്യത്തിൽ, അത് വെറുമൊരു ഒഴിവുകഴിവാണ്. വലിയ ധനികനും സന്തോഷവാനും ആരോഗ്യവാനും ആകുന്നതും,

ദരിദ്രനും ദുഃഖിതനും രോഗബാധിതനും ആകുന്നതും തമ്മിലുള്ള വ്യത്യാസത്തിന്റെ ഏക കാരണം നിങ്ങളുടെ തീരുമാനങ്ങൾ മാത്രമാണ്. വേറൊന്നും തന്നെ അതിന് കാരണമാകുന്നില്ല. ഭാഗ്യത്തെക്കുറിച്ച് ഒരു കാര്യം പറയാം : നമ്മളെല്ലാവരും ഭാഗ്യവാന്മാരാണ്. ജീവനോടെയുണ്ടെങ്കിൽ, ആരോഗ്യവാനാണെങ്കിൽ, വീട്ടിൽ അല്പം ഭക്ഷണം കരുതിവെക്കാനാവുന്നെങ്കിൽ, നിങ്ങൾ തികച്ചും ഭാഗ്യവാനാണ്. എല്ലാവർക്കും ഭാഗ്യവാൻ ആവാനുള്ള അവസരമുണ്ടാകും. കാരണം, ഭാഗ്യം എന്നത് അടിസ്ഥാനപരമായി ആരോഗ്യവും സംരക്ഷണവും ഉണ്ടാവുക എന്നതിലുപരി തീരുമാനങ്ങളുടെ ഒരു പരമ്പരയാണ്.

ഞാൻ ഒരിക്കൽ റിച്ചാർഡ് ബ്രാൻസണോട് ചോദിച്ചു, അദ്ദേഹത്തിന്റെ വിജയത്തിൽ ഭാഗ്യം ഒരു പങ്ക് വഹിച്ചിട്ടുണ്ടോ എന്ന്. അദ്ദേഹം പറഞ്ഞു, "ഉണ്ട്, തീർച്ചയായും. നമ്മളെല്ലാവരും ഭാഗ്യവാന്മാരാണ്. നിങ്ങളൊരു സ്വതന്ത്ര സമൂഹത്തിലാണ് ജീവിക്കുന്നതെങ്കിൽ, നിങ്ങൾ ഭാഗ്യവാനാണ്. നമുക്ക് ചുറ്റിലും എന്നും ഭാഗ്യം കറങ്ങുന്നുണ്ട്; നമ്മൾ അറിഞ്ഞും അറിയാതെയും ഒരുപാട് ഭാഗ്യങ്ങൾ സ്ഥിരമായി സംഭവിക്കുന്നുണ്ട്. ഞാൻ ആരെക്കാളും ഭാഗ്യവാനോ നിർഭാഗ്യവാനോ അല്ല. വ്യത്യാസമെന്തെന്നാൽ, ഭാഗ്യം എന്റെ വഴി വന്നപ്പോൾ ഞാനതിനെ എനിക്കനുകൂലമാക്കി മാറ്റി."

ഹാ, സമർത്ഥനായ മനുഷ്യന്റെ വാക്കുകൾ. ഭാഗ്യത്തെക്കുറിച്ച് പറയുമ്പോൾ, നമ്മൾ പറയാറുള്ള ഒരു വാക്യമാണ് എനിക്കോർമ്മ വരുന്നത്. "അവസരവും സന്നദ്ധതയും ഒത്തുചേരുമ്പോഴാണ് ഭാഗ്യമുണ്ടാകുന്നത്." പക്ഷേ, ഇതു പോരാ. എന്റെ അഭിപ്രായത്തിൽ, രണ്ട് അവിഭാജ്യ ഘടകങ്ങൾ കൂടിയുണ്ടെങ്കിലേ 'ഭാഗ്യം' പൂർണ്ണമാവുകയുള്ളൂ.

ഭാഗ്യം നേടുന്നതിന്റെ (സമ്പൂർണ്ണ) പദ്ധതി:

ഒരുക്കം (വ്യക്തിപരമായ വളർച്ച) +
നയം (വിശ്വാസം/ചിന്താഗതി) +
അവസരം (നല്ലൊരു കാര്യം നമ്മിലേക്ക് വരുന്നു) +
പ്രവർത്തി (വരുന്ന കാര്യത്തെ ഉപയോഗപ്പെടുത്തുന്നു) =
ഭാഗ്യം

ഒരുക്കം : സ്ഥിരമായി സ്വയം ഒരുക്കുന്നതിലൂടെ, നമ്മുടെ കഴിവുകളെ, അറിവിനെ, ബന്ധങ്ങളെ, പാടവത്തെ, ചാതുര്യത്തെ പരിപോഷിപ്പിക്കുന്നതിലൂടെ, എപ്പോഴൊക്കെ അവസരങ്ങൾ നമ്മെത്തേടി വരുന്നുവോ (ഭാഗ്യം വന്നുചേരുന്നുവോ), അപ്പോഴൊക്കെ അതിനെ അനുകൂലമായി പ്രവർത്തിപ്പിക്കുവാനുള്ള മാർഗ്ഗം നമ്മിലുണ്ടാകും. പിന്നെ, നിങ്ങൾക്ക് ബിയോൺസെയെ പോലെയാവാം. അവരുടെ പ്രശസ്തമായ വാക്കുകൾ ഇതാണ്. "എനിക്ക് ചൂതാട്ടം ഇഷ്ടമല്ല. പക്ഷേ, എന്തിന്റെയെങ്കിലും പേരിൽ ഞാൻ പന്തയം വെക്കുന്നുണ്ടെങ്കിൽ, അത് എന്റെ പേരിൽ മാത്രമായിരിക്കും."

നയം : ഇവിടെ വച്ചാണ് ഭാഗ്യം പലരിൽ നിന്നും ഒഴിഞ്ഞുമാറുന്നത്. ഇവിടെയാണ് സർ റിച്ചാർഡിന്റെ വാക്കുകൾ അന്വർത്ഥമാകുന്നത്, ഭാഗ്യം എന്നും നമുക്ക് ചുറ്റിലുമുണ്ട്. അത് സാഹചര്യങ്ങളെയും സംഭാഷണങ്ങളെയും ചുറ്റുപാടുകളെയും ആകസ്മികമായി കാണുകയെന്നതാണ്. നിങ്ങൾ തിരയുകയല്ലാത്ത ഒന്നിനെ നിങ്ങൾക്ക് കാണാൻ സാധിക്കുകയില്ല, അതുപോലെ, നിങ്ങൾക്ക് വിശ്വാസമില്ലാത്ത ഒന്നിനേയും നിങ്ങൾക്ക് തിരയുവാനും കഴിയുകയില്ല.

അവസരം : നമ്മുടെ സ്വന്തം ഭാഗ്യത്തെ ഉണ്ടാക്കുക സാദ്ധ്യമാണ്, പക്ഷേ ഞാൻ പറയുന്ന ഭാഗ്യം അപ്രതീക്ഷിതമാണ്, അല്ലെങ്കിൽ പ്രതീക്ഷിച്ചതിലും വേഗത്തിൽ, പ്രതീക്ഷിക്കാത്ത രീതിയിൽ വന്നുചേരുന്നത്. സൂത്രവാക്യത്തിന്റെ ഈ ഘട്ടത്തിൽ, ഭാഗ്യം വരുത്തിത്തീർത്ത ഒന്നല്ല. അത് സ്വാഭാവികമായി സംഭവിക്കുന്നതാണ്, സ്വന്തം ഇഷ്ടപ്രകാരം ഇടയ്ക്കിടെ സംഭവിക്കുന്നത്.

പ്രവർത്തി : ഇവിടെയാണ് നമ്മുടെ പങ്ക് ആരംഭിക്കുന്നത്. ഭാഗ്യം വരുന്നത് എവിടെനിന്നുമാകട്ടെ, പ്രപഞ്ചത്തിൽ നിന്നോ, ദൈവത്തിൽ നിന്നോ, മാലാഖമാരിൽ നിന്നോ, നല്ലത് കൊണ്ടുവരുന്ന ആരിൽ നിന്നോ എന്തിൽനിന്നോ ആവട്ടെ, അതിനനുസൃതമായി പ്രവർത്തിക്കുക എന്നത് നമ്മുടെ കർത്തവ്യമാണ്. ഇവിടെയാണ് റിച്ചാർഡ് ബ്രാൻസണും ജോസഫ് വാല്ലിംഗ്ടണും തമ്മിലുള്ള അന്തരം. ഏത് ജോസഫ്? ശരിയാണ്, നിങ്ങൾ അയാളെക്കുറിച്ച് കേട്ടിട്ടുപോലുമില്ല. കാരണം, അയാളിലേക്ക് വന്നുചേർന്ന ഭാഗ്യങ്ങളെ തനിക്കനുകൂലമായി പ്രവർത്തിപ്പിക്കുന്നതിൽ അയാൾ പരാജയപ്പെട്ടു.

അതുകൊണ്ട് നമ്മുടെ കഴിഞ്ഞ കാലത്തെ തീരുമാനങ്ങളേയോ തോൽവികളേയോ ചുറ്റുപാടുകളേയോ പഴിച്ചിട്ട് ഇനി കാര്യമില്ല. നിങ്ങളെക്കാൾ കൂടുതൽ അസൗകര്യങ്ങളും വലിയ പ്രതിസന്ധികളും നേരിട്ടവർ അനേകമുണ്ട്, എന്നിട്ടും അവർ വിജയിക്കുന്നു, സമ്പന്ന രാകുന്നു. ഭാഗ്യം എല്ലാവർക്കും ഒരുപോലെ അവസരങ്ങൾ നൽകുന്നുണ്ട്. അത് എല്ലാവരിലും ഒരുപോലെ വെളിച്ചം വിതറും, അപ്പോൾ കുട പിടിക്കുന്നതിനു പകരം ആ വെളിച്ചത്തെ എതിരേൽക്കുകയാണ് വേണ്ടത്. സമയം വരുമ്പോൾ, എല്ലാം നമ്മുടേതാകും. അതല്ലാതെ വേറൊന്നും സംഭവിക്കില്ല.

യു.എച്ച്.കെ.യിൽ വിദ്യാഭ്യാസം നേടാനുള്ള വലിയ ചെലവ്

രണ്ടായിരത്തിന്റെ ആദ്യ സമയങ്ങളിൽ, ഒരു പുതിയ സംരംഭത്തിന്റെ പങ്കാളിയാവാൻ എന്നെ ക്ഷണിച്ചിരുന്നു. ഞാൻ നല്ലൊരു തുക അതിൽ നിക്ഷേപിക്കുകയും രണ്ട് വർഷത്തോളം അഹോരാത്രം പ്രയത്നിക്കുകയും ചെയ്തു. പിന്നീടാണ് അറിഞ്ഞത്, എന്റെ ബിസിനസ്സ് പങ്കാളിയുടെ നടത്തിപ്പിലെ പിഴവു കാരണം പണം മൊത്തം നഷ്ടപ്പെട്ടു എന്ന്. എനിക്ക് 330,000 ഡോളറിലധികം നഷ്ടമായി. ഞാൻ അയാൾക്കെതിരെ കേസ് കൊടുക്കാൻ ശ്രമിച്ചില്ല. സത്യത്തിൽ, അയാളുടെ വ്യക്തിപരമായ ആവശ്യങ്ങൾക്കായി കൂടുതൽ പണം കടമായി നൽകുകയാണ് ഞാൻ ചെയ്തത്. ഉള്ളത് പറഞ്ഞാൽ, എനിക്കു വന്ന നഷ്ടം ഞാൻ മൂലമാണ്. അയാളുടെ സ്വഭാവഗുണത്തെക്കുറിച്ചോ ജീവിത പശ്ചാത്തലത്തെക്കുറിച്ചോ കൂടുതൽ അന്വേഷിക്കാതെയാണ് ഞാൻ അയാളുടെ കൂടെ ബിസിനസ്സ് ചെയ്യാൻ തീരുമാനിച്ചത്. പങ്കാളിയായ ശേഷം, എന്തിനാണോ ഇതിൽ ചേർന്നത്, അതിനെക്കുറിച്ച് പരിശോധിക്കാനോ ആരായാനോ നിന്നില്ല. ഞാൻ അയാളെ വിശ്വസിച്ചിരുന്നു എന്നും പറഞ്ഞ് എന്റെ ഭാഗം ന്യായീകരിക്കാം. പക്ഷെ സത്യത്തിൽ, ഞാൻ ബിസിനസ്സിലെ സാമ്പത്തിക ഇടപാടുകളിൽ വേണ്ടത്ര ശ്രദ്ധ കൊടുക്കുന്നതിൽ മടി കാണിച്ചു എന്ന കുറ്റബോധം എന്നിലുണ്ടായിരുന്നു. ഈ ഒരു ബന്ധത്തിലും ബിസിനസ്സിലും പങ്കാളിയാവുക എന്ന് തീരുമാനിക്കുക മാത്രമല്ല, കടന്നു വന്ന വഴികളിലെ സംശയങ്ങളേയും അപകട സൂചനകളേയും അവഗണിക്കുകയും ചെയ്തു. ബിസിനസ്സിന്റെ മുഴുവൻ ചുമതല ഏറ്റെടുക്കാനുള്ള വിമുഖത കാരണം, അവസാനമുണ്ടായ മോശം ഫലങ്ങളുടെ ഉത്തരവാദിയാ

കേണ്ടി വന്നു. ചെയ്ത തെറ്റുകൾ മനസ്സിലാക്കിയപ്പോഴും, ഞാൻ അതിനെതിരെ പോരാടാൻ നിന്നില്ല. അതിനുപകരം, അതിൽ നിന്നും പാഠം ഉൾക്കൊണ്ട് മുന്നോട്ട് പോകാൻ തീരുമാനിച്ചു. ഈ ഒരു അനുഭവം, ഇനിയെത്ര വീഴ്ചകൾ സംഭവിച്ചാലും, അതിനെ ഒരു പാഠമായി കണ്ട് ജീവിതം മെച്ചപ്പെടുത്താൻ സഹായിച്ചു.

ഞാൻ നിങ്ങളേയും ഇതുതന്നെ ചെയ്യാൻ മുന്നോട്ട് ക്ഷണിക്കുന്നു. നല്ലതോ മോശമോ, വിജയമോ പരാജയമോ, എന്തുതന്നെ ആയിക്കൊള്ളട്ടെ, അതിന്റെ പൂർണ്ണ ഉത്തരവാദിത്തം ഏറ്റെടുക്കുക. അംഗീകരിക്കുക. എന്റെ മാർഗ്ഗദർശിയായ ജിം റോൺ പറഞ്ഞു, "ബാല്യത്തിൽ നിന്നും യൗവ്വനത്തിലേക്ക് പ്രവേശിക്കുന്ന ദിനമാണ്, നിങ്ങൾ ജീവിതത്തിന്റെ മുഴുവൻ ഉത്തരവാദിത്തവും സ്വീകരിക്കേണ്ട ദിവസം."

ഇന്നാണ് ആ ദിനം! ഇന്നുമുതൽ അങ്ങോട്ട്, നിങ്ങൾ ജീവിതത്തിന്റെ നൂറ് ശതമാനം ഉത്തരവാദിയാണെന്ന് സ്വയം തീരുമാനിക്കുക. ഒഴിവുകഴിവുകളെല്ലാം ഒഴിവാക്കുക. സ്വന്തം ഉത്തരവാദിത്തം ഏറ്റെടുത്തിരിക്കുന്നിടത്തോളം കാലം, തീരുമാനങ്ങളെടുക്കാനുള്ള സ്വാതന്ത്ര്യം നിങ്ങളുടെ കൈകളിലാണെന്ന സത്യം മനസ്സിലാക്കുക.

നിയന്ത്രണം കൈയിലെടുക്കാനുള്ള തീരുമാനമെടുക്കേണ്ട സമയമായി.

നിങ്ങളുടെ രഹസ്യായുധം – നിങ്ങളുടെ പോയിന്റ് പട്ടിക

വ്യക്തിപരമായ വികസനത്തിനായി ഞാനുപയോഗിച്ച ഏറ്റവും മികച്ച തന്ത്രങ്ങളിൽ ഒന്ന്, നിങ്ങളുടെ മുന്നിൽ പരിചയപ്പെടുത്തുവാൻ പോകുകയാണ്. ഈ തന്ത്രം ഓരോ ദിവസവും ഞാനെടുക്കുന്ന തീരുമാനങ്ങളെ നിയന്ത്രിക്കാൻ സഹായിക്കുകയും, അതിലൂടെ *തുടർന്നുള്ള കാര്യങ്ങളെല്ലാം* പ്രതീക്ഷിച്ച പോലെ നടക്കുകയും ചെയ്തു. തന്മൂലം, എന്റെ സ്വഭാവങ്ങളും പ്രവൃത്തികളും, ശീലങ്ങളെ അനുസരണയുള്ള കർമ്മബദ്ധരായ അനുയായികളെ പോലെ നയിക്കുകയും ചെയ്തു.

ഈ നിമിഷം, നിങ്ങൾ വിജയിക്കാൻ ഏറ്റവും കൂടുതൽ ആഗ്രഹിക്കുന്ന ഒരു മേഖല തിരഞ്ഞെടുക്കുക. ബാങ്ക് അക്കൗണ്ടിൽ കൂടുതൽ പണമാണോ വേണ്ടത്? മെലിഞ്ഞ ശരീരം? ഏറ്റവും

ശക്തനെ നിർണ്ണയിക്കുന്ന മത്സരത്തിൽ പങ്കെടുക്കാനുള്ള ബലം? പങ്കാളിയോടോ മക്കളോടോ മെച്ചപ്പെട്ട ബന്ധം? തിരഞ്ഞെടുക്കുന്ന മേഖലയിൽ നിങ്ങളുടെ ഇപ്പോഴത്തെ സ്ഥാനം ഓർത്തെടുക്കൂ. ഇനി കൈവരിക്കാൻ ആഗ്രഹിക്കുന്ന സ്ഥാനത്തെക്കുറിച്ച് ചിന്തിക്കൂ : കൂടുതൽ ധനികൻ, മെലിഞ്ഞ ശരീരം, സന്തോഷവാൻ, എന്താണെങ്കിലും. മാറ്റത്തിലേക്കുള്ള ആദ്യ ചുവട് അവബോധമാണ്. ഇപ്പോൾ നിൽക്കുന്നിടത്തു നിന്നും ആഗ്രഹിക്കുന്നിടത്തേക്ക് എത്തിപ്പെടണമെങ്കിൽ ആദ്യം ചെയ്യേണ്ടത്, നിങ്ങളുടെ സ്വപ്നസാക്ഷാൽകാരത്തിൽ നിന്നും നിങ്ങളെ ദൂരീകരിക്കുന്ന തീരുമാനങ്ങളെ അറിയുക എന്നതാണ്. ഇന്ന് എടുക്കുന്ന ഓരോ തീരുമാനത്തെക്കുറിച്ചും അതീവ ബോധവാനാകുക, അത് നിങ്ങളെ മുന്നോട്ടുള്ള പാതയിൽ സമർത്ഥമായ തീരുമാനങ്ങളെടുക്കുവാൻ സഹായിക്കും.

സ്വന്തം തീരുമാനങ്ങളെക്കുറിച്ചുള്ള അവബോധത്തിനായി, നേട്ടങ്ങൾ ആഗ്രഹിക്കുന്ന മേഖലയിലെ നിങ്ങളുടെ *ഓരോ ചുവടും സ്വയം നിരീക്ഷിക്കണമെന്ന്* ഞാൻ ആഗ്രഹിക്കുന്നു. നിങ്ങൾ കടത്തിൽ നിന്നും കര കയറാനാണ് ഉദ്ദേശിക്കുന്നതെങ്കിൽ, ഇനിമുതൽ ചെലവാക്കുന്ന ഓരോ രൂപയ്ക്കും കണക്ക് വെയ്ക്കാൻ പോകുന്നു. ഭാരം കുറയ്ക്കാനാണ് ഉദ്ദേശമെങ്കിൽ, എന്തു ഭക്ഷിക്കുമ്പോഴും അത് കുറിച്ചിടാൻ പോകുന്നു. ഒരു കായിക മത്സരത്തിനായി പരിശീലിക്കാൻ ആരംഭിക്കുന്നുവെങ്കിൽ, ഇനി ചെയ്യാൻ പോകുന്ന ഓരോ കാര്യങ്ങളും, അഭ്യാസങ്ങളും കുറിച്ചിടാൻ പോകുന്നു. കീശയിലോ പഴ്സിലോ കൊണ്ടുനടക്കാൻ പാകത്തിലുള്ള ഒരു ചെറിയ പുസ്തകവും എഴുതാനുള്ള ഒരു ഉപകരണവും എപ്പോഴും കൈയിൽ കരുതുക. നിങ്ങൾ ചെയ്യുന്നതെല്ലാം അതിൽ കുറിച്ചിടാൻ പോകുകയാണ്. എന്നും, ഉറപ്പായും. ഒഴിവുകഴിവുകളോ ഒഴിവാക്കലുകളോ ഇല്ല. ബിഗ് ബോസ് പരിപാടിയിലെ ക്യാമറകൾ നിങ്ങളെ സദാസമയവും വീക്ഷിക്കുന്ന എന്നപോലെ. ഓരോ തവണ നിങ്ങൾ പിഴവ് വരുത്തുമ്പോഴും ഞാനും അച്ഛനും കൂടെ വന്ന് നിങ്ങളെ ക്കൊണ്ട് നൂറ് പുഷ്-അപ്പുകൾ ചെയ്യിക്കും എന്നപോലെ.

കേൾക്കുമ്പോൾ അത്ര രസമുള്ള കാര്യമല്ല, എനിക്കറിയാം, ചെയ്യുന്നതെല്ലാം ഒരു ചെറിയ കഷണം കടലാസിൽ എഴുതുക എന്നുള്ളത്. പക്ഷേ *എന്റെ* പുരോഗതികളും തെറ്റായ ചുവടുകളും നിരീക്ഷിക്കുന്ന ശീലമാണ്, ഞാൻ നേടിയ വിജയങ്ങളുടെ പ്രധാന കാരണങ്ങളിൽ ഒന്ന്. ഈ ശീലം നിങ്ങളെ, തീരുമാനങ്ങളെക്കുറിച്ച് ബോധമുള്ളവനാവാൻ പ്രേരിപ്പിക്കും. പക്ഷെ ജിം റോൺ പറയുന്ന പോലെ, "എന്താണോ ചെയ്യാൻ എളുപ്പമുള്ളത്, അതുത

ന്നെയാണ് ചെയ്യാതിരിക്കാനും എളുപ്പം." പ്രവർത്തിയുടെ സങ്കീർണ്ണതയിലല്ല അതിന്റെ മാന്ത്രികത. മാന്ത്രികതയെന്തെന്നാൽ, ചെറിയ കാര്യങ്ങൾ തുടർച്ചയായി ചെയ്യുകയും, അതിലൂടെ സംയുക്ത പ്രഭാവത്തിന്റെ അത്ഭുതത്തെ ജ്വലിപ്പിക്കുക എന്നതുമാണ്. അതുകൊണ്ട്, ജീവിതത്തിലെ വലിയ നേട്ടങ്ങളെ കൊണ്ടുവരുന്ന ചെറിയ ചെറിയ കാര്യങ്ങളെ അവഗണിക്കാതിരിക്കാൻ ശ്രദ്ധിക്കുക. വിജയികളും പരാജിതരും തമ്മിലുള്ള ഏറ്റവും വലിയ വ്യത്യാസമെന്തെന്നാൽ, പരാജിതർ ചെയ്യാൻ താൽപര്യം കാണിക്കാത്ത കാര്യങ്ങൾ വിജയികൾ ചെയ്യുന്നു എന്നതാണ്. ഈ വാക്കുകൾ ഓർമ്മയിൽ വെയ്ക്കുക. ദുഷ്കരമായ, മടുപ്പിക്കുന്ന, കഠിനമായ അവസ്ഥകൾ വരുമ്പോൾ, ഈ വാക്കുകൾ നമ്മളെ സഹായിക്കും.

സാമ്പത്തിക തട്ടിപ്പ്

സാമ്പത്തിക കാര്യങ്ങളിൽ ഞാൻ കാണിച്ച വലിയ മണ്ടത്തരത്തിനു ശേഷം, ബുദ്ധിമുട്ടേറിയ പാതകൾ നിരീക്ഷിക്കുന്നതിന്റെ പ്രാധാന്യം പഠിച്ചെടുത്തു. എന്റെ ഇരുപതുകളിൽ, റിയൽ എസ്റ്റേറ്റ് ബിസിനസ്സിൽ നിന്നും ധാരാളം പണം സമ്പാദിക്കുന്ന സമയത്ത്, എന്റെ അക്കൗണ്ടന്റുമായി സംസാരിച്ചു.

"നികുതിയിനത്തിൽ താങ്കൾ ഒരു ലക്ഷം ഡോളറിൽ കൂടുതൽ അടയ്ക്കാനുണ്ട്." അയാൾ പറഞ്ഞു.

"എന്ത്?" ഞാൻ അതിശയിച്ചു. "എന്റെ കൈയിൽ അത്രയ്ക്ക് പണമൊന്നുമില്ല."

"എന്തുകൊണ്ട് ഇല്ല?" അയാൾ ചോദിച്ചു. "താങ്കൾ അതിന്റെ എത്രയോ ഇരട്ടി സമ്പാദിച്ചതാണ്. ആ പണം കൊണ്ട് നികുതി അടയ്ക്കാമായിരുന്നു, പക്ഷേ താങ്കൾ അതിന് കൂട്ടാക്കിയില്ല."

"ഞാനങ്ങനെ ചെയ്തില്ല." ഞാൻ പറഞ്ഞു.

"ആ പണമെല്ലാം എവിടെപ്പോയി?" അയാൾ തിരക്കി.

"എനിക്കറിയില്ല." ഞാൻ പറഞ്ഞു. ബോധത്തോടെയുള്ള കുറ്റസമ്മതമായിരുന്നു സത്യത്തിൽ. കൈക്കുമ്പിളിൽ നിന്നും വെള്ളം ചോർന്നു പോകുന്നതുപോലെയാണ് പണം ഇല്ലാതായത്; ഞാനത് അറിഞ്ഞതുപോലുമില്ല.

ശേഷം എന്റെ അക്കൗണ്ടന്റ് എനിക്ക് വലിയൊരു ഉപകാരം ചെയ്തു.

"മോനെ." എന്റെ നിർജീവമായ കണ്ണുകളിലേക്ക് നോക്കി

അയാൾ പറഞ്ഞു. "സ്വയം നിയന്ത്രണങ്ങൾ ഏർപ്പെടുത്തണം. ഞാനിത് ഒരു നൂറ് തവണയെങ്കിലും ഇതിനു മുമ്പ് കണ്ടിട്ടുണ്ട്. ഒരു വിഡ്ഢിയായ മദ്യപാനിയെ പോലെയാണ് താങ്കൾ പണം ചെലവഴിക്കുന്നത്. അത് മണ്ടത്തരമാണ്. അത് നിർത്തണം. താങ്കൾ ഇപ്പോൾ വലിയൊരു കുഴിയിലകപ്പെട്ടിരിക്കുകയാണ്. ഇത് തുടരുകയാണെങ്കിൽ, സാമ്പത്തിക സ്ഥിതി കുഴപ്പത്തിലാകാൻ സ്വയം കാരണമാകേണ്ടി വരും. അടയ്ക്കാതെ വിട്ട നികുതി അടച്ചുതീർക്കാനായി താങ്കൾക്ക് കൂടുതൽ സമ്പാദിക്കേണ്ടി വരും, അത് കൂടുതൽ നികുതിക്ക് കാരണമാകുകയും ചെയ്യും."

എനിക്ക് ഉടനെ കാര്യം പിടികിട്ടി.

ഞാൻ ചെയ്യണമെന്ന് അയാൾ ആഗ്രഹിച്ച കാര്യമിതാണ് : ഒരു ചെറിയ പുസ്തകം കീശയിൽ കരുതുകയും, അടുത്ത മുപ്പത് ദിവസത്തിൽ ചെലവഴിക്കാൻ പോകുന്ന ഓരോ സെന്റും അതിൽ കുറിച്ചിടുകയും വേണം. പുതിയ വസ്ത്രം വാങ്ങുന്നതിനുള്ള ആയിരം ഡോളറോ കാറിന്റെ ടയറിൽ കാറ്റ് നിറയ്ക്കാനുള്ള അമ്പത് സെന്റോ ആയിക്കൊള്ളട്ടെ, എല്ലാം കുറിച്ചിടണം. അതിശയം. എന്റെ കൈയിൽനിന്നും പണമൊഴുകിപ്പോകാൻ കാരണമായിരുന്ന അബോധപൂർണ്ണമായ കാര്യങ്ങളെക്കുറിച്ചുള്ള അവബോധം ഉടനടി എന്നിലുണ്ടായി. എല്ലാം നോട്ടിൽ കുറിച്ചിടണമായിരുന്നതിനാൽ, ഞാൻ ചില സാധനങ്ങൾ വാങ്ങുന്നത് ഒഴിവാക്കി. ഈ നശിച്ച നോട്ട് മറ്റുള്ളവരുടെ മുന്നിൽ വച്ച് പുറത്തെടുത്ത് എഴുതണമെന്ന കാരണത്താൽ മാത്രം!

മുപ്പത് ദിവസം തുടർച്ചയായി പണമിടപാടുകളുടെ കണക്ക് സൂക്ഷിച്ചതിനാൽ, എന്നിൽ ഒരു പുതിയ ബോധം ദൃഢമാക്കപ്പെടുകയും ചെലവുകളെ ചുറ്റിപ്പറ്റി പുതിയ തീരുമാനങ്ങളും അച്ചടക്കവും ഉണ്ടായി. അതുമാത്രമല്ല, അവബോധവും നല്ല ശീലങ്ങളും ഒത്തുചേർന്നപ്പോൾ, വരവുചെലവുകളെ സ്വയം ശ്രദ്ധിക്കാൻ തുടങ്ങി, ഭാവിയിലേക്കായി കൂടുതൽ പണം മാറ്റിവെക്കാൻ തുടങ്ങി, പാഴ്ച്ചെലവുകൾ കൂടുതലുള്ള ഭാഗങ്ങൾ കണ്ടെത്തി പണം ലാഭിക്കാൻ ആരംഭിച്ചു. അതിലെല്ലാമുപരി, പണത്തിന്റെ രസകരമായ അംശം, "വിനോദപൂർണ്ണമാക്കുക" എന്ന ആശയം ആസ്വദിക്കാൻ തുടങ്ങി. *ഞാൻ ഒരുപാട് നാളുകൾക്കു ശേഷമാണ്* വിനോദങ്ങൾക്കായി ചെലവഴിക്കാം എന്നതിനെക്കുറിച്ച് ചിന്തിച്ചത്.

കുറിച്ചിടുന്ന ഈ ആശയം, ഞാനും എന്റെ പണവും തമ്മിലുള്ള ബന്ധത്തെ മനസ്സിലാക്കിത്തന്നു. അത് വളരെ ഫലപ്രദമായിരുന്നു. സത്യം പറഞ്ഞാൽ, എന്റെ മറ്റു പല സ്വഭാവങ്ങളിൽ മാറ്റം വരുത്തു

വാനും ഞാനത് ഉപയോഗിച്ചു. എന്നെ വിഷമിപ്പിക്കുന്ന എന്തിനെയും മാറ്റാനുള്ള വിജയകരമായ ഒരു ഉപാധിയായി ഞാൻ ഈ 'കുറിച്ചിടൽ' ആശയത്തെ കണ്ടു. വർഷങ്ങൾ കടന്നുപോകുംതോറും, ഞാനെന്തൊക്കെ ഭക്ഷിക്കുന്നു, എത്ര വ്യായാമം ചെയ്യുന്നു, കഴിവുകൾ പരിപോഷിപ്പിക്കാനായി എത്ര സമയം ചെലവാക്കുന്നു, ഔദ്യോഗികമായുള്ള ഫോൺവിളികളുടെ എണ്ണം, എന്തിന്, പങ്കാളിയോടോ കൂട്ടുകാരോടോ കുടുംബത്തോടോ ഞാൻ മെച്ചപ്പെടുത്തിയ ബന്ധങ്ങൾ പോലും നിരീക്ഷിക്കാൻ തുടങ്ങി. വരവുചെലവുകൾ കുറിച്ചിടാനുള്ള ബോധോദയത്തിന്റെ ഫലത്തെക്കാൾ ഒട്ടും കുറവായിരുന്നില്ല ഇതിന്റെയും ഫലങ്ങൾ.

ഈ പുസ്തകം വാങ്ങുന്നതിലൂടെ, എന്റെ അഭിപ്രായങ്ങൾക്കും മാർഗ്ഗനിർദ്ദേശങ്ങൾക്കുമാണ് നിങ്ങൾ വില നൽകുന്നത്. ഇവിടെയാണ് ഞാൻ കാർക്കശ്യമുള്ളവൻ ആകുന്നതും, നിങ്ങളുടെ ഒരു ആഴ്ചയിലെ കാര്യങ്ങളെങ്കിലും കുറിച്ചിടാൻ നിർബന്ധിക്കുന്നതും. ഈ പുസ്തകം നിങ്ങളുടെ വിനോദത്തിനു വേണ്ടിയുള്ളതല്ല. നിങ്ങളുടെ ഫലപ്രാപ്തിക്കു വേണ്ടിയുള്ളതാണ്. ഫലങ്ങൾക്കായി, നിങ്ങൾ പ്രവർത്തിക്കുക തന്നെ വേണം.

ഈ കുറിച്ചിടൽ ആശയത്തെക്കുറിച്ച് നിങ്ങൾ മുമ്പ് കേട്ടിട്ടുണ്ടാകും. സ്വന്തമായ രീതിയിൽ അത് പ്രാവർത്തികമാക്കിയിട്ടും ഉണ്ടാകും. പക്ഷേ ഞാൻ പറയുന്നു, ഇപ്പോൾ നിങ്ങളത് തുടരുന്നില്ല, ശരിയല്ലേ? എനിക്കെങ്ങനെ അറിയാം? *കാരണം, നിങ്ങൾ വിചാരിക്കുന്ന പോലെയല്ല നിങ്ങളുടെ ജീവിതം മുന്നോട്ടു പോകുന്നത്.* നിങ്ങൾ വ്യതിചലിക്കപ്പെട്ടിരിക്കുകയാണ്. തിരിച്ച് പാതയിലെത്താനുള്ള വഴിയാണ് ഈ ആശയം.

നിങ്ങൾക്കറിയാമോ വേഗസിലെ ചൂതാട്ട കേന്ദ്രങ്ങൾ എങ്ങനെയാണ് ഇത്രയും പണമുണ്ടാക്കുന്നതെന്ന്? കാരണം ഓരോ ടേബിളും, ഓരോ വിജയിയും, ഓരോ മണിക്കൂറിലും അവർ കുറിച്ചു വെക്കുന്നു. എന്തുകൊണ്ടാണ് ഒളിമ്പിക് പരിശീലകരൊക്കെ ഇത്രയും വലിയ തുക ഈടാക്കുന്നത്? കാരണം, അവരുടെ കായികതാരത്തിന്റെ ഓരോ അഭ്യാസമുറയും കലോറിയും പോഷകങ്ങളും കണക്കിൽ സൂക്ഷിക്കുന്നുണ്ട്. എല്ലാ വിജയികളും കണക്ക് സൂക്ഷിക്കുന്നവരാണ്. ഇപ്പോൾ മുതൽ, അതേ നിശ്ചയദാർഢ്യത്തോടെ നിങ്ങൾ ഓരോരുത്തരും ജീവിതത്തിലെ ഓരോ ചുവടും നിരീക്ഷിക്കണമെന്ന് ഞാൻ ആഗ്രഹിക്കുന്നു : കണ്ണെത്തും ദൂരത്ത് നിങ്ങളുടെ ലക്ഷ്യങ്ങളെ എത്തിക്കാനായി.

നിരീക്ഷിക്കുക എന്നത് എളുപ്പമുള്ള ജോലിയാണ്. വിജയം കൊയ്യണമെന്ന് ആഗ്രഹിക്കുന്ന മേഖലയിലെ പ്രവർത്തികളെക്കുറിച്ച് അനുനിമിഷം ബോധവാന്മാരാകുന്നതിലൂടെ ഇത് ലക്ഷ്യത്തിലെത്തിക്കുന്നു. നിങ്ങളുടെ സ്വഭാവത്തെക്കുറിച്ച് സൂക്ഷ്മമായി മനസ്സിലാക്കുമ്പോൾ സ്വയം ആശ്ചര്യപ്പെടും. ഒരു കാര്യത്തെ അളക്കാതെ, അതിനെ നിയന്ത്രിക്കുന്നതും മെച്ചപ്പെടുത്തുന്നതും അസാദ്ധ്യമാണ്. അതുപോലെതന്നെ, നിങ്ങളുടെ കഴിവുകളെയും ശേഷികളെയും ഉപാധികളെയും പൂർണ്ണമായി ഉപയോഗപ്പെടുത്തണമെങ്കിൽ, ചെയ്യുന്ന പ്രവർത്തികളെ അറിയുകയും അളക്കുകയും വേണം. എല്ലാ കായികതാരങ്ങളും അവരുടെ പരിശീലകരും അവരുടെ ഓരോ പ്രകടനത്തേയും സൂക്ഷ്മമായി നിരീക്ഷിച്ച് കുറിച്ച് വെക്കാറുണ്ട്. ബേസ്ബോൾ മത്സരങ്ങളിൽ പന്തെറിയുന്ന കളിക്കാരൻ താൻ എറിയുന്ന ഓരോ പന്തും പിന്നീട് പരിശോധിക്കാറുണ്ട്. ഒരു ഗോൾഫ് കളിക്കാരൻ തന്റെ ഓരോ ഷോട്ടിന്റെയും അളവും ഗതിയും ശ്രദ്ധിക്കാറുണ്ട്. കായികതാരങ്ങൾ തങ്ങൾ കുറിച്ചെടുത്ത വിവരങ്ങൾ ഉപയോഗിച്ച് പ്രകടനങ്ങളിൽ ക്രമീകരണങ്ങൾ വരുത്താറുണ്ട്. അവർ ആ വിശദാംശങ്ങളിൽ ശ്രദ്ധ ചെലുത്തി വേണ്ടുന്ന മാറ്റങ്ങൾ വരുത്താറുണ്ട്, കാരണം, അവരുടെ പ്രകടനങ്ങൾ മെച്ചപ്പെടുന്നതിലൂടെ അവർക്ക് കൂടുതൽ വിജയങ്ങൾ കൈവരിക്കാനും അംഗീകാരം നേടാനും സാധിക്കും.

ഏത് സമയത്ത് ചോദിച്ചാലും, സ്വന്തം പ്രവർത്തനങ്ങളുടെ വിവരങ്ങൾ നിങ്ങൾക്ക് അറിയുന്നുണ്ടാകണം. ഒരു വിലപിടിപ്പുള്ള വസ്തുവിനെയെന്നതു പോലെ നിങ്ങൾ ശ്രദ്ധാലുവാകണം. കാരണം, നിങ്ങൾ വിലമതിക്കാനാവാത്ത വ്യക്തിയാണ്. നമ്മൾ നേരത്തെ സംസാരിച്ച തെറ്റ്-രഹിത തന്ത്രം എന്താണെന്നറിയണ്ടേ? ഇതു തന്നെയാണത്. അതിനാൽ, നിങ്ങളുടെ ശീലങ്ങളെക്കുറിച്ച് അറിയുമെന്നോ അറിയില്ലെന്നോ, എന്തുതന്നെയോ ആകട്ടെ നിങ്ങളുടെ വിചാരം (നിങ്ങൾക്കറിയില്ലെന്ന് എനിക്കറിയാം!), ഓരോ കാര്യങ്ങളും കുറിച്ചിടുക തന്നെ ചെയ്യുക. അത് നിങ്ങളുടെ ജീവിതത്തിൽ വലിയ മാറ്റങ്ങൾ കൊണ്ടുവരും, പ്രധാനമായും, നിങ്ങളുടെ ജീവിത രീതിയിൽ.

ലളിതവും സാവധാനവുമായി മുന്നോട്ട് ചലിക്കൂ

പേടിക്കേണ്ട. നമുക്ക് ചെറുതും എളുപ്പവുമുള്ള ചുവടുകൾ വെച്ച് ആരംഭിക്കാം. ഒരു ആഴ്ചത്തേക്ക് ഒരു ശീലം മാത്രം നിരീക്ഷിക്കുക.

ഏത് ശീലമാണോ നിങ്ങളെ കൂടുതൽ സ്വാധീനിക്കുന്നത്, അതുതന്നെ തിരഞ്ഞെടുക്കുക. അതിൽനിന്നുമാണ് തുടങ്ങേണ്ടത്. ഒരിക്കൽ നിങ്ങൾ സംയുക്ത പ്രഭാവത്തിന്റെ ഫലങ്ങൾ കൊയ്തു തുടങ്ങിയാൽ, പിന്നെ ജീവിതത്തിലെ മറ്റു പല മേഖലകളിലും ഈ ആശയം ഉപയോഗിച്ചു തുടങ്ങും. ചുരുക്കിപ്പറഞ്ഞാൽ, നിങ്ങൾ 'കുറിച്ചിടൽ' *ആശയം തിരഞ്ഞെടുക്കും.*

ഉദാഹരണത്തിന്, നിങ്ങൾ തിരഞ്ഞെടുത്ത മേഖല ഭക്ഷണം ക്രമീകരിക്കുന്നതിലൂടെ ഭാരം കുറയ്ക്കുകയാണെന്ന് കരുതുക. നിങ്ങൾ ചെയ്യേണ്ടതെന്തെന്നാൽ, കഴിക്കുന്നതെന്താണെങ്കിലും അത് കുറിച്ചിടുക, മാംസം ആയാലും, ഉരുളക്കിഴങ്ങായാലും, സാലഡ് ആയാലും, ഒരു ദിവസം മുഴുവനും എടുക്കുന്ന ചെറുതും വലുതുമായ വിഭവങ്ങൾ, വിശ്രമ വേളകളിൽ കഴിക്കുന്ന ബിസ്കറ്റ്, സാൻഡ്‌വിച്ചിൽ ഉള്ള അധികമായ ചീസ്, മിഠായികൾ, കടകളിൽ രുചിക്കാനായി തരുന്ന ഒരു കഷണം, സഭകളിൽ പങ്കെടുക്കുമ്പോൾ അധികമായി കഴിക്കുന്ന വൈൻ, എന്തുതന്നെയുമാകട്ടെ. പാനീയങ്ങളും ഇതിൽ ഉൾപ്പെടും. അതിന്റെ സ്വാധീനം ചെറുതാണെന്ന് കരുതി കാര്യമാക്കാതെയിരുന്നാൽ, സമൂല ഫലം വലുതായിരിക്കും. ഒരിക്കൽ കൂടി പറയാം, കുറിച്ചിടുക എന്നത് കേൾക്കുമ്പോൾ എളുപ്പമാണ്, പ്രാവർത്തികമാക്കുന്നതും എളുപ്പമാകണമെങ്കിൽ അത് പിന്തുടരുക തന്നെ വേണം. അതുകൊണ്ടാണ് ഞാൻ പറയുന്നത്, *ഈ പേജ് വായിച്ചുതീരും മുന്നേ തന്നെ* നിങ്ങൾ കുറിച്ചിടൽ യജ്ഞം ആരംഭിക്കാനായി ഒരു മേഖലയും ഒരു തീയതിയും തിരഞ്ഞെടുക്കുക.

ഞാൻ എന്റെ ____________ ശീലം _______________ മുതൽ നിരീക്ഷിക്കാൻ പോകുകയാണ്.

(ദിവസം/മാസം/വർഷം)

ഞാൻ എങ്ങനെയാവും കുറിച്ചിടൽ ആശയത്തെ കാണുക? അത് ഒരു ചിട്ടപോലെ സുദൃഢമായിരിക്കും. മാറ്റമില്ലാത്തതും പരുഷവുമായിരിക്കും. ഓരോ ദിവസം ആരംഭിക്കുമ്പോഴും പുതിയൊരു പേജ് എടുത്ത്, അതിൽ തീയതി ചേർത്ത് അന്നത്തെ കാര്യങ്ങൾ കുറിച്ചിടാൻ തുടങ്ങണം.

ഒരാഴ്ച്ചയ്ക്കു ശേഷം എന്തു സംഭവിക്കും? നിങ്ങൾ ഞെട്ടിപ്പോകും. എങ്ങനെയാണ് ഇത്രയും കലോറികളും പണവും നിമിഷങ്ങളും

നിങ്ങളുടെ ശ്രദ്ധയിൽ പെടാതെ വഴുതിപ്പോകുന്നതെന്ന് നിങ്ങൾ അതിശയിക്കും. ഇത്രയൊക്കെയും കാര്യങ്ങൾ നടന്നിരുന്നുവെന്ന് പോലും നിങ്ങൾ അറിഞ്ഞിരിക്കില്ല, അത്തരത്തിലാണ് അവയെല്ലാം അപ്രത്യക്ഷമായത്.

ശരി, മുന്നോട്ടു പോകൂ. ഈ ഒരു മേഖല മാത്രമാണ് മൂന്ന് ആഴ്ചയ്ക്ക് നിങ്ങൾ നിരീക്ഷിക്കാൻ പോകുന്നത്. ചിലപ്പോൾ നിങ്ങൾക്ക് മടുത്തു തുടങ്ങിക്കാണും. നിർത്തിയാലോ എന്ന് തോന്നിയേക്കാം. പക്ഷെ വിശ്വസിക്കൂ, ഒരാഴ്ചത്തെ ഫലങ്ങൾ നിങ്ങളെ അമ്പരപ്പിക്കും, അടുത്ത രണ്ടാഴ്ച തുടരാം എന്ന് നിങ്ങൾ സ്വയം തീരുമാനിക്കും. ഞാൻ അത്രയും ഉറപ്പോടെ പറയുന്നു.

എന്തുകൊണ്ടാണ് മൂന്ന് ആഴ്ചകൾ? മനഃശാസ്ത്രജ്ഞർ പറയുന്നത് കേട്ടിട്ടില്ലേ, മൂന്ന് ആഴ്ചകൾ സ്ഥിരമായി പിന്തുടരാതെ ഒന്നും ശീലമായി മാറുകയില്ല എന്ന്. അത് ശരിക്കും ശാസ്ത്രമല്ല, ഒരു അളവുകോലാണ്. എന്റെ ജീവിതത്തിൽ ഫലിച്ചിട്ടുമുണ്ട്. അതുകൊണ്ട്, എന്റെ യുക്തിപരമായ അഭിപ്രായത്തിൽ, നിങ്ങൾ ഇരുപത്തിയൊന്ന് ദിവസത്തേക്ക് സ്വന്തം സ്വഭാവങ്ങളും ശീലങ്ങളും നിരീക്ഷിക്കുക. നിങ്ങളതിനു വിസമ്മതിച്ചാൽ, എനിക്ക് നഷ്ടമൊന്നും ഉണ്ടാകാൻ പോകുന്നില്ല (അതെ, നിങ്ങൾ നേരിടുന്ന പ്രശ്നം എന്റെ ശരീരവണ്ണത്തെക്കുറിച്ചോ ഹൃദയാരോഗ്യത്തെക്കുറിച്ചോ സാമ്പത്തിക സ്ഥിതിയെക്കുറിച്ചോ ബന്ധങ്ങളെക്കുറിച്ചോ അല്ല!). പക്ഷെ, സത്യത്തിൽ നിങ്ങളീ പുസ്തകം വായിക്കുന്നത്, സ്വന്തം ജീവിതത്തിൽ മാറ്റങ്ങൾ വരുത്തുവാനാണ്. അല്ലേ? പതുക്കെയാണെങ്കിലും സ്ഥിരമായി പിന്തുടർന്നാൽ വിജയിക്കാമെന്ന് ഞാൻ ഉറപ്പ് തന്നിരുന്നു, അല്ലേ? ഇത് സുഖകരമായ ഒന്നല്ല, പക്ഷേ എളുപ്പവും ചെയ്യാനാകുന്നതുമാണ്. പ്രാവർത്തികമാക്കൂ.

ആരംഭിക്കുമെന്ന് സ്വയം പ്രതിജ്ഞ ചെയ്യൂ. ഇന്നു തന്നെ. അടുത്ത മൂന്ന് ആഴ്ച എന്നും ഒരു ചെറിയ പുസ്തകം കൈയിൽ കരുതുക (വലുതാണ് സൗകര്യമെങ്കിൽ അങ്ങനെ). എന്നിട്ട് ഓരോ കാര്യവും അതിൽ എഴുതിച്ചേർക്കുക.

മൂന്ന് ആഴ്ചയിൽ എന്ത് സംഭവിക്കും? നിങ്ങളുടെ പ്രവർത്തികൾ ജീവിതത്തെ രൂപപ്പെടുത്തുന്നത് കണ്ട്, ആദ്യത്തെ ആഴ്ചയിലെ അതിശയത്തെ മറികടന്ന് വിസ്മയകരമാം വിധം സന്തോഷിക്കും. നിങ്ങൾ സ്വയം ചോദിക്കും, "ആ മിഠായി ശരിക്കും എനിക്ക് ആവശ്യമുണ്ടോ? ഞാനെന്റെ പുസ്തകം എടുത്ത് എഴുതാൻ പോകുന്നു, അക്കാര്യത്തിൽ എനിക്ക് തെറ്റ് പറ്റിയിരുന്നുവെന്ന്." ഇരുന്നൂറ് കലോറികൾ ആണിപ്പോൾ നമ്മൾ നമ്മുടെ ഭക്ഷണ രീതിയിൽ നിന്നും കുറച്ചത്.

എന്നും ഇത് ആവർത്തിക്കൂ, രണ്ട് ആഴ്ചകൾക്കു ശേഷം നിങ്ങൾ ഒരു പൗണ്ട് ഭാരം കുറച്ചിട്ടുണ്ടാകും! എന്നും ജോലിക്കു പോകുംവഴി നാല് ഡോളർ മുടക്കി കുടിക്കാറുള്ള കാപ്പിയുടെ ചെലവ് കണക്ക് കൂട്ടിനോക്കിയാൽ നിങ്ങൾ മനസ്സിലാക്കും, "ഭഗവാനെ, മൂന്ന് ആഴ്ചയ്ക്കുള്ളിൽ അറുപത് ഡോളറാണ് കാപ്പിക്കു വേണ്ടി ഞാൻ ചിലവാക്കുന്നത്!" വർഷത്തിൽ ആയിരം ഡോളർ! ഒന്നുകൂടെ വിശദമാക്കിയാൽ, ഇരുപത് വർഷത്തിൽ 51,833.79 ഡോളർ! കാപ്പിക്കായി ഇനിയും പണം കളയേണ്ടതുണ്ടോ? ചിത്രം 3 നോക്കുക.

ചിത്രം 3

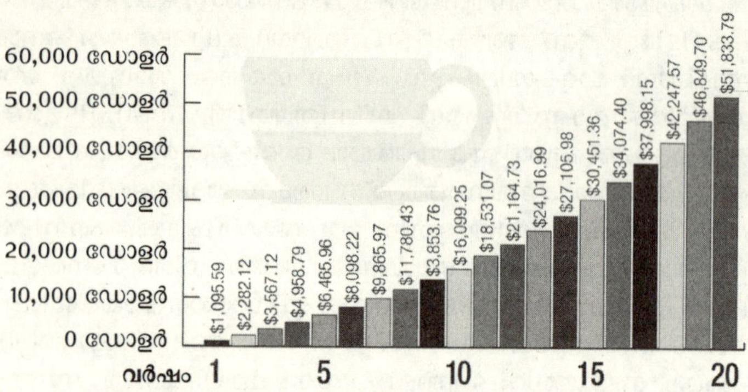

ദിനംതോറുമുള്ള നാല് ഡോളർ–കാപ്പി ശീലത്തിന്റെ ഇരുപത് വർഷത്തെ ചെലവിന്റെ ശരിയായ കണക്ക് 51,833.79 ഡോളർ. അതാണ് സംയുക്ത പ്രഭാവത്തിന്റെ ശക്തി.

എന്താ പറഞ്ഞത്? നിങ്ങളുടെ ദിവസേനയുള്ള നാല് ഡോളർ കാപ്പികുടി ശീലത്തിന്, ഇരുപത് വർഷത്തിൽ 51,833.79 ഡോളർ വിലയുണ്ടെന്നോ? അതെ, സത്യമാണ്. നിങ്ങൾക്കറിയാമോ, നിങ്ങളിപ്പോൾ ചെലവഴിക്കുന്ന ഓരോ ഡോളറും, അതെന്തിനു വേണ്ടിയോ ആയിക്കൊള്ളട്ടെ, അത് ഇരുപത് വർഷത്തിനു ശേഷമുള്ള അഞ്ച് ഡോളറിനു തുല്യമാണ് (മുപ്പത് വർഷമാണെങ്കിൽ, പത്ത് ഡോളറും). നമ്മൾ ഓരോ ഡോളറിൽ നിന്നും എട്ട് ശതമാനം ലാഭമാണ് ഉണ്ടാക്കുന്നതെങ്കിൽ, ഇരുപത് വർഷം കൊണ്ട് അത് അഞ്ച് ഡോളർ ആകും. ഇന്ന് നിങ്ങൾ ചെലവഴിക്കുന്ന ഓരോ ഡോളറും, ഭാവിയിലെ സമ്പത്തിൽ നിന്നും അഞ്ച് ഡോളറാണ് കുറയ്ക്കുന്നത്.

എനിക്കും തെറ്റ് പറ്റാറുണ്ടായിരുന്നു. അമ്പത് ഡോളറിന് ഒരു വസ്തു വാങ്ങുകയാണെങ്കിൽ ഞാൻ കരുതും, അതിന് അമ്പത് ഡോളറിന്റെ മൂല്യമുണ്ടെന്ന്. ഇന്നത്തെ ഡോളറിനെ വച്ച് നോക്കുമ്പോൾ ശരിയാണ്. പക്ഷേ ആ അമ്പത് ഡോളർ നിക്ഷേപിക്കുകയാണ് ചെയ്തിരുന്നതെങ്കിൽ (ഭാവിയിലെ വളർച്ചയ്ക്കു വേണ്ടിയാണ് വിനിയോഗിച്ചിരുന്നതെങ്കിൽ), അത് ഇന്നത്തേതിന്റെ നാലോ അഞ്ചോ ഇരട്ടി ആയിരിക്കും! മറ്റൊരു തരത്തിൽ പറഞ്ഞാൽ, ഓരോ തവണ അമ്പത് ഡോളറിന്റെ ഒരു വസ്തു നിങ്ങൾ കാണുകയാണെങ്കിൽ, സ്വയം ചോദിക്കുക, "ഇതിന് ഇരുന്നൂറ്റി അമ്പത് ഡോളറിന്റെ മൂല്യമുണ്ടോ?" അതിന് ഇന്നത്തെ ഇരുന്നൂറ്റി അമ്പത് ഡോളറിന്റെ മൂല്യമുണ്ടെങ്കിൽ, വാങ്ങാവുന്നതാണ്. അടുത്ത പ്രാവശ്യം ഒരു സൂപ്പർ മാർക്കറ്റിലേക്ക് പോകുമ്പോൾ, എന്തൊക്കെയാണ് നമ്മുടെ ആവശ്യങ്ങൾ എന്നറിഞ്ഞുവേണം പോകാൻ. നിങ്ങൾ ഇരുപത്തിയഞ്ച് ഡോളറിന്റെ അവശ്യവസ്തുക്കൾ വാങ്ങുവാനായി പോകുന്നു, തിരിച്ചു വരുന്നതോ നാന്നൂറ് ഡോളർ ചെലവഴിച്ചിട്ടും. ഇനി ഇങ്ങനെയുള്ള കടകളിൽ പോകുമ്പോൾ, ഭാവിയിലെ മൂല്യത്തെ കൂടെ പരിഗണിച്ചു വേണം കാര്യങ്ങൾ തീരുമാനിക്കാൻ. അമ്പത് ഡോളറിന്റെ ഒരു ഉപകരണം വാങ്ങുന്നില്ലെന്ന തീരുമാനത്തിലൂടെ, 'ഭാവിയിലെ' നിങ്ങൾക്ക് ഇരുന്നൂറ്റി അമ്പത് ഡോളർ ലാഭിക്കാനാവും. ഓരോ ദിവസവും, ഓരോ ആഴ്ചയും ശരിയായ തീരുമാനങ്ങൾ എടുക്കുന്നതിലൂടെ, വർഷങ്ങൾക്ക് ശേഷമുള്ള നിങ്ങളുടെ സാമ്പത്തിക ശേഷി നിങ്ങളെ അത്ഭുതപ്പെടുത്തും.

ഇത്തരത്തിലുള്ള ബോധത്തോടെയാണ് നിങ്ങൾ ജീവിതത്തെ നിരീക്ഷിക്കുന്നതെങ്കിൽ, നിങ്ങളിലെ മാറ്റങ്ങൾ വളരെ വലുതായിരിക്കും. നിങ്ങൾ സ്വയം ചോദിക്കും, "എല്ലാ ജോലിദിവസങ്ങളിലും കുടിക്കുന്ന ഒരു കാപ്പിയുടെ വിലയുടെ ഭാവിയിലെ ആകെത്തുക ഒരു ബെൻസ് കാറിന്റെ വിലയ്ക്ക് തുല്യമായിരിക്കുമോ?" കാരണം, അത്രയും പണമാണ് നിങ്ങൾ ചിലവഴിക്കുന്നത്. ചിലപ്പോൾ അതിലധികം. നിങ്ങളിപ്പോൾ ബോധവാനാണ്. നിങ്ങൾ അറിവോടെയും ബോധത്തോടെയുമാണ് പുതിയ നല്ല തീരുമാനങ്ങളിലെത്തുന്നത്. എല്ലാം ഒരു ചെറിയ പുസ്തകത്തിന്റെയും ഒരു പേനയുടെയും സഹായത്തോടെ. വിസ്മയകരം, അല്ലേ?

വാഴ്ത്തപ്പെടാത്ത, കാണപ്പെടാത്ത നായകൻ

നിങ്ങൾ സ്വന്തം ജീവിതം നിരീക്ഷിച്ച് കുറിച്ചിടാൻ ആരംഭിക്കുന്ന

തിലൂടെ, കടന്നുപോയ വളരെ ചെറിയ ശരികളിലും വളരെ ചെറിയ തെറ്റുകളിലുമാകും കൂടുതൽ ശ്രദ്ധ ചെലുത്തുക. അതിന്റെ ഫലമായി, ചെറുതാണെങ്കിലും സ്ഥിരമായ തിരുത്തലുകൾ വരുത്തുന്നതിലൂടെ, കാലക്രമേണ, ആശ്ചര്യപ്പെടുത്തുന്ന ഫലങ്ങൾ കണ്ടുതുടങ്ങും. പക്ഷേ പെട്ടെന്നുള്ള ലാഭം പ്രതീക്ഷിക്കരുത്. ഞാൻ പറഞ്ഞത് ചെറിയ തിരുത്തലുകൾ എന്നാണ്, എന്നുവെച്ചാൽ ഏറെക്കുറെ അപ്രത്യക്ഷം. ഒരാൾക്കും അത് പെട്ടെന്ന് മനസ്സിലാക്കാൻ കഴിഞ്ഞെന്നുവരില്ല. പ്രശംസകൾ ഉണ്ടാകില്ല. ഈ അച്ചടക്ക ശീലങ്ങൾ പാലിച്ചതിനായി ആരും നിങ്ങൾക്ക് ആശംസാ സന്ദേശങ്ങളോ സമ്മാനങ്ങളോ നൽകില്ല. പക്ഷേ, അന്തിമഫലമായി സംയുക്ത പ്രഭാവം നിങ്ങൾക്കായി കാത്തുവെച്ചിരിക്കുന്നത് അവിശ്വസനീയമായ പ്രതിഫലമാണ്. നിസ്സാരമായ ചിട്ടകളാണ് കാലക്രമേണ ഫലങ്ങൾ തരുന്നത്; ആരും ശ്രദ്ധിക്കാതിരിക്കുമ്പോഴാണ് നമ്മുടെ പരിശ്രമങ്ങളും തയ്യാറെടുപ്പുകളും നമ്മൾക്കായി വിജയങ്ങൾ കൊണ്ടുവരുന്നത്. ആ വിജയങ്ങൾ ആശ്ചര്യാവഹവുമായിരിക്കും. ഒരു നൂലിട വ്യത്യാസത്തിലാവും പന്തയത്തിൽ കുതിര ജയിക്കുന്നത്, പക്ഷേ സമ്മാനമായി നേടുന്നതോ, പത്തിരട്ടി പണം. മറ്റുള്ള കുതിരകളെക്കാൾ പത്തിരട്ടി വേഗത്തിലാണോ ആ കുതിര ഓടുന്നത്? അല്ല, നേരിയ തോതിലുള്ള വേഗക്കൂടുതൽ. മറ്റുള്ള കുതിരകളെക്കാൾ അധികമായി എടുത്ത പരിശീലനമോ, ഭക്ഷണത്തിലെ പോഷകക്രമമോ, കുതിര സവാരിക്കാരന്റെ കഴിവോ ആകാം സംയുക്ത സംഭാവനകളുടെ കൂടെ നിന്ന് ഈ വിജയം നേടിക്കൊടുത്തത്.

നൂറ് കണക്കിനു ടൂർണമെൻറുകളും ആയിരക്കണക്കിനു ഷോട്ടുകളും കണക്കിലെടുത്ത ശേഷം, ഗോൾഫ് കളിയിൽ ഒന്നാം സ്ഥാനത്ത് നിൽക്കുന്ന കളിക്കാരനും പത്താം സ്ഥാനത്ത് നിൽക്കുന്ന കളിക്കാരനും തമ്മിലുള്ള വ്യത്യാസം വെറും 0.32 പോയിന്റുകളാണ്. പക്ഷേ സമ്മാനത്തുകയിലെ വ്യത്യാസമോ, ഇരട്ടിയിൽ കൂടുതലും (96 ലക്ഷം ഡോളറും 46 ലക്ഷം ഡോളറും)! ഒന്നാമതുള്ള കളിക്കാരൻ അഞ്ചിരട്ടി കൂടുതൽ കഴിവുള്ളവനോ, ഇരട്ടി കഴിവുള്ളവനോ, എന്തിന് പത്ത് ശതമാനം കൂടുതൽ കഴിവുള്ളവനോ അല്ല. വാസ്തവത്തിൽ, അയാളുടെ ശരാശരി പോയിന്റ് വെറും അര ശതമാനം മാത്രമാണ് മികച്ചത്. പക്ഷെ പ്രതിഫലം, ഇരട്ടിയിലധികം! ചിത്രം 4 കാണുക.

ചിത്രം 4

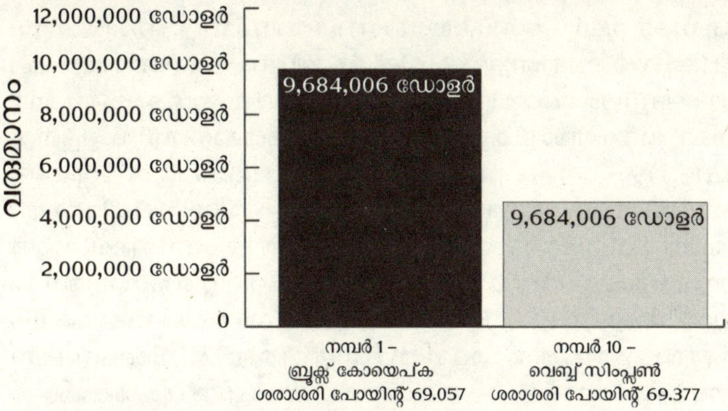

ഒന്നാം സ്ഥാനത്തും പത്താം സ്ഥാനത്തുമുള്ള ഗോൾഫ് കളിക്കാർ തമ്മിലുള്ള വ്യത്യാസം ശരാശരിയുടെ വളരെ നേരിയ ഭാഗം മാത്രമാണ്, പക്ഷേ സമ്മാനത്തുക ഇരട്ടിയിലധികവും. അതാണ് സംയുക്ത പ്രഭാവത്തിന്റെ ശക്തി.

അതാണ് ചെറിയ കാര്യങ്ങൾ ഒത്തുചേരുന്നതിന്റെ ബലം. വലിയ കാര്യങ്ങളുടെ ആകെത്തുകയല്ല അവസാനം ഫലമുണ്ടാക്കുന്നത്. നൂറ് കണക്കിന്, ആയിരക്കണക്കിന്, അല്ലെങ്കിൽ ലക്ഷക്കണക്കിന് ചെറിയ കാര്യങ്ങളാണ് സാധാരണത്തിൽ നിന്നും അസാധാരണത്തിലെത്തിക്കുന്നത്. ആരംഭഘട്ടത്തിൽ നമ്മൾ ശ്രദ്ധിക്കാത്ത അനേകം ചെറിയ കാര്യങ്ങളാണ് ഒരു മെച്ചപ്പെട്ട ഷോട്ടിന് സഹായകമാകുന്നത്.

ചെറിയ മാറ്റങ്ങൾ കുറിച്ചിടുന്നത് വലിയ പ്രതിഫലങ്ങൾ നൽകുമെന്നതിനുള്ള കുറച്ച് ഉദാഹരണങ്ങൾ കൂടെ ഞാൻ നിങ്ങൾക്ക് നൽകാം.

ഒന്ന് നടന്ന് കാണൂ

വർഷത്തിൽ പത്ത് കോടി ഡോളറിന്റെ വില്പനയുള്ള ഒരു വലിയ സ്ഥാപനത്തിന്റെ തലവന്റെ ഉപദേശകനായിരുന്നു ഞാൻ. സ്ഥാപനത്തിന്റെ തലവനും സ്ഥാപകനുമായിരുന്നു ഫിൽ. നല്ല

രീതിയിൽ തന്നെയായിരുന്നു സ്ഥാപനം പോയിക്കൊണ്ടിരുന്നത്, പക്ഷേ അവരുടെ നടത്തിപ്പിൽ വിശ്വസ്തതയുടെയും അർപ്പണ ബോധത്തിന്റെയും ഉത്സാഹത്തിന്റെയും കുറവുകൾ കാണപ്പെട്ടു. എനിക്ക് വലിയ അതിശയമൊന്നും തോന്നിയില്ല. ഞാൻ മനസ്സിലാക്കിയതെന്തെന്നാൽ, ഫിൽ തന്റെ സ്ഥാപനത്തിന്റെ പല ഭാഗങ്ങളിലും പോയിട്ട തന്നെ അഞ്ച് വർഷങ്ങൾക്കധികമായി! തന്റെ തൊഴിലാളികളിൽ എൺപത് ശതമാനത്തിൽ കൂടുതൽ പേരോടും നേരിട്ട് സംസാരിച്ചിട്ടു പോലുമില്ല! നിർവ്വഹണ സമിതിയോട് മാത്രമാണ് ഫിൽ സമയം ചെലവഴിച്ചിരുന്നത്. ഞാൻ ഫില്ലിനോട് ഒരേയൊരു മാറ്റം മാത്രം നിരീക്ഷിക്കാൻ ആവശ്യപ്പെട്ടു : ആഴ്ചയിൽ മൂന്ന് പ്രാവശ്യം തന്റെ ഓഫീസ് മുറിക്കു പുറത്തിറങ്ങി സ്ഥാപനത്തിന്റെ ചുറ്റുമൊന്ന് നടന്നു കാണുക. ലക്ഷ്യം ഇത്രമാത്രമായിരുന്നു : കാര്യങ്ങൾ നല്ല രീതിയിൽ നിർവ്വഹിക്കുന്ന മൂന്ന് പേരെയെങ്കിലും കാണുകയോ നല്ല അഭിപ്രായം കേൾക്കുകയോ വേണം. എന്നിട്ട് അവരെ നേരിട്ട് പ്രശംസിക്കുകയോ അംഗീകരിക്കുകയോ അഭിനന്ദിക്കുകയോ ചെയ്യണം. ഈ ഒരു ചെറിയ മാറ്റം കൊണ്ടുവരാൻ വേണ്ടിവന്നത് ആഴ്ചയിൽ വെറും ഒരു മണിക്കൂറിൽ താഴെ മാത്രം സമയമാണ്. പക്ഷേ, അത് കാലക്രമേണ വലിയ സ്വാധീനങ്ങൾ ഉണ്ടാക്കി. ഫില്ലിനാൽ അംഗീകരിക്കപ്പെട്ട തൊഴിലാളികൾ, കൂടുതൽ പ്രശംസ നേടാനായി അവരുടെ പരിശ്രമത്തിന്റെ തോത് വർദ്ധിപ്പിച്ച് കഠിനാധ്വാനം ചെയ്യാൻ തുടങ്ങി. അധ്വാനത്തിനുള്ള അംഗീകാരവും പ്രശംസയും ലഭിക്കുന്നുണ്ടെന്നറിഞ്ഞ മറ്റു തൊഴിലാളികളും തങ്ങളുടെ പ്രയത്നം മെച്ചപ്പെടുത്താൻ തുടങ്ങി.

അവരുടെ പുതിയ നിലപാടിന്റെ തരംഗ പ്രഭാവം ഉപഭോക്താക്കളെ തൃപ്തിപ്പെടുത്തുകയും അവരുമായുള്ള സമ്പർക്കം മെച്ചപ്പെടുത്തുകയും ചെയ്തു. തന്മൂലം കമ്പനിയുമായുള്ള ബിസിനസ്സ് നിലനിർത്താനും കൂടുതൽ ബിസിനസ്സ് കൊണ്ടുവരാനും അവർ താൽപര്യപ്പെട്ടു; ഏവരും അതിൽ അഭിമാനം കൊണ്ടു. പതിനെട്ട് മാസങ്ങൾ തുടർച്ചയായി പിന്തുടർന്ന ആ ചെറിയ മാറ്റം ആ പ്രസ്ഥാനത്തിന്റെ രീതികളെ തന്നെ കീഴ്മേൽ മറിച്ചു. അതേ തൊഴിലാളികളെ ഉപയോഗിച്ച്, അധികമായി ഒരു രൂപ പോലും മുടക്കാതെ ലാഭത്തിലുണ്ടായ വളർച്ച മുപ്പത് ശതമാനത്തിലധികമായിരുന്നു. മാസങ്ങളായി ഫിൽ പിന്തുടർന്ന ഒരു ചെറിയ, നിസ്സാരമെന്ന് തോന്നിക്കുന്ന മാറ്റമാണ് ഈ നേട്ടമുണ്ടാക്കിക്കൊടുത്തത്.

പണം കായ്ക്കുന്ന മരം

വർഷങ്ങൾക്കു മുമ്പ്, എനിക്ക് മികച്ച ഒരു സഹായി ഉണ്ടായിരുന്നു, കാതലീൻ. ആ സമയം അവൾ വർഷത്തിൽ നാല്പതിനായിരം ഡോളറായിരുന്നു സമ്പാദിച്ചിരുന്നത്. ഞാൻ സംരംഭകത്വത്തെയും സമ്പാദ്യത്തെയും കുറിച്ച് പഠിപ്പിക്കുന്ന സമയം, അവൾ മുറിയുടെ മറ്റേ അറ്റത്ത് രജിസ്ട്രേഷൻ വിഭാഗത്തിന്റെ നടത്തിപ്പിലായിരുന്നു. അതിനടുത്ത ആഴ്ച അവൾ എന്റെ ഓഫീസിലേക്ക് വന്നു. “സമ്പാദ്യം എത്രതന്നെയായാലും, അതിന്റെ പത്ത് ശതമാനം നീക്കിയിരുപ്പായി വെക്കാമെന്ന് താങ്കൾ പറയുന്നത്.” അവൾ പറഞ്ഞു കേട്ടു. “കേട്ടപ്പോൾ നന്നായി തോന്നി, പക്ഷേ, ഏത് വിധേനയും എനിക്കത് സാദ്ധ്യമാകുന്നില്ല. അത് തീർത്തും യാഥാർത്ഥ്യമല്ല!” അവൾ തന്റെ ബില്ലുകളും സാമ്പത്തിക തടസ്സങ്ങളുമെല്ലാം എനിക്ക് വിശദീകരിച്ചു തുടങ്ങി. എല്ലാം എഴുതി വിവരിച്ചു നോക്കിയപ്പോൾ, ശരിയാണ്, മാസാവസാനത്തിൽ പണമൊന്നും ബാക്കിയുണ്ടായിരുന്നില്ല. “എനിക്ക് ശമ്പളവർദ്ധനവ് വേണം.” അവൾ ആവശ്യപ്പെട്ടു.

“അതിലും നല്ലൊരു കാര്യം ഞാൻ ചെയ്യാം,” ഞാൻ പറഞ്ഞു. “എങ്ങനെ ധനികയാവാം എന്ന് ഞാൻ നിന്നെ പഠിപ്പിച്ചു തരാം.” അവൾ പ്രതീക്ഷിച്ചിരുന്ന മറുപടി അതായിരുന്നില്ല, പക്ഷേ അവൾ സമ്മതിച്ചു.

ഞാൻ കാതലീനെ അവളുടെ ചെലവുകളെ എങ്ങനെ നിരീക്ഷിക്കാമെന്ന് പഠിപ്പിച്ചു, അവൾ ഒരു പുസ്തകം കൊണ്ടുനടക്കാൻ തുടങ്ങി. നീക്കിയിരുപ്പിനു വേണ്ടി മാത്രമായി ഒരു അക്കൗണ്ട് തുറക്കാനായി ഞാനവളോട് നിർദ്ദേശിച്ചു. ഒരു മാസത്തെ ശമ്പളത്തിന്റെ ഒരു ശതമാനമായ മുപ്പത്തി മൂന്ന് ഡോളർ അതിൽ നിക്ഷേപിച്ചു. 33 ഡോളർ കുറച്ചുള്ള പണത്തിൽ എങ്ങനെ ഒരു മാസം ജീവിക്കാം എന്ന് ഞാൻ അവൾക്ക് പറഞ്ഞുകൊടുത്തു : താഴത്തെ നിലയിലെ കാന്റീനിൽ നിന്നും സാൻഡ്‌വിച്ചും ചിപ്സും കഴിക്കുന്നതിനു പകരം, ആഴ്ചയിൽ ഒരു ദിവസം ഉച്ചയൂണ് വീട്ടിൽ നിന്നും കൊണ്ടുവരാൻ പറഞ്ഞു. അടുത്ത മാസം നീക്കിയിരുപ്പ് ശമ്പളത്തിന്റെ രണ്ട് ശതമാനമാക്കി (67 ഡോളർ). വീട്ടിലെ ടി.വി. കേബിൾ പ്ലാൻ മാറ്റുന്നതിലൂടെ 33 ഡോളർ കൂടെ ലാഭിക്കാനായി.

അതിനടുത്ത മാസം മൂന്ന് ശതമാനമാക്കി ഉയർത്തി. അവൾ *'പീപ്പിൾ'* മാസിക നിർത്തി (സ്വന്തം ജീവിതം പഠിക്കാനുള്ള സമയമായിരുന്നു അത്). പിന്നെ ആഴ്ചയിൽ രണ്ട് തവണ കാപ്പി കുടിക്കാനായി സ്റ്റാർബക്ക്സിൽ പോകുന്നതിനു പകരം, സ്റ്റാർബക്ക്സിന്റെ കാപ്പിക്കുരുവും മറ്റും വാങ്ങി ഓഫീസിൽ തന്നെ കാപ്പി ഉണ്ടാക്കാൻ തുടങ്ങി (അത് അവൾ കൂടുതൽ ഇഷ്ടപ്പെടാൻ തുടങ്ങി; ഞാനും!).

വർഷാവസാനം, ജീവിതരീതിയിൽ വലിയ മാറ്റങ്ങൾ വരുത്താതെതന്നെ കാതലീൻ തന്റെ സമ്പാദ്യത്തിന്റെ പത്ത് ശതമാനം നീക്കിയിരുപ്പ് തുകയായി മാറ്റിവെക്കുന്നു. അവൾ ഞെട്ടിപ്പോയി! ആ ഒരു ചിട്ട അവളുടെ മറ്റു പല അച്ചടക്കശീലങ്ങളിലും തരംഗപ്രഭാവം സൃഷ്ടിച്ചു. അനാവശ്യ നേരമ്പോക്കുകൾക്കായി ചെലവഴിച്ചിരുന്ന തുക കണക്കാക്കി, അത് വ്യക്തിപരമായ വികസനത്തിനായി നിക്ഷേപിച്ചു. നൂറ് കണക്കിനു മണിക്കൂറുകൾ അവളുടെ മനസ്സിൽ പ്രചോദനപരവും ബോധനപരവുമായ കാര്യങ്ങൾ നിറയ്ക്കുന്നതിലൂടെ, അവളുടെ സർഗ്ഗവാസന കിളിർത്തു തുടങ്ങി. ഞങ്ങളുടെ സ്ഥാപനത്തിന്റെ വരുമാനം അധികരിപ്പിക്കുന്നതിനും കൂടുതൽ പണം ലാഭിക്കുന്നതിനുമുള്ള അനേകം ആശയങ്ങളുമായി അവൾ വന്നു. ലാഭിക്കുന്ന പണത്തിന്റെ പത്ത് ശതമാനവും, പുതിയ ആശയം പ്രാവർത്തികമാക്കുന്നതിലൂടെ നേടുന്ന ലാഭത്തിന്റെ പതിനഞ്ച് ശതമാനവും പാരിതോഷികമായി നൽകുകയാണെങ്കിൽ, അവളുടെ ഒഴിവു സമയങ്ങളിൽ തന്റെ പുതിയ ആശയം നടപ്പിലാക്കാം എന്ന് പറഞ്ഞു. രണ്ട് വർഷത്തിനു ശേഷം, ഇപ്പോൾ അവൾ തന്റെ അടിസ്ഥാന ശമ്പളമായ നാല്പതിനായിരം ഉൾപ്പെടെ, ഒരു ലക്ഷം ഡോളറാണ് സമ്പാദിക്കുന്നത്. കാലക്രമേണ കാതലീൻ സ്വന്തമായി ഒരു സ്ഥാപനം തുടങ്ങി, അതിൽ അത്യുന്നതി നേടി. ഞാൻ വർഷങ്ങൾക്കു മുമ്പ് വിമാനത്താവളത്തിൽ വച്ച് കാതലീനെ കണ്ടുമുട്ടി. അവളിപ്പോൾ രണ്ടര ലക്ഷത്തിലധികം ഡോളറാണ് വാർഷിക വരുമാനമായി നേടുന്നത്. പത്ത് ലക്ഷത്തിലധികം ഡോളറിന്റെ ആസ്തിയും. അവളിപ്പോൾ ഒരു ലക്ഷാധിപതിയാണ്! എല്ലാം ആരംഭിച്ചത് മാസത്തിൽ മുപ്പത്തി മൂന്ന് ഡോളർ നീക്കിയിരുപ്പായി വെക്കാം എന്ന ചെറിയൊരു ചുവടിൽ നിന്നും!

സർവ്വതും സമയബദ്ധിതമാണ്

നമ്മൾ എത്ര നേരത്തെ മാറ്റങ്ങൾ വരുത്തുന്നുവോ, അത്രയും ശക്തമായിട്ടാകും സംയുക്ത പ്രഭാവം നമ്മളെ അനുകൂലിക്കുന്നത്. ഉദാഹരണത്തിന്, നിങ്ങളുടെ ഒരു സുഹൃത്ത് ഡേവ് റാംസേയുടെ നിർദ്ദേശപ്രകാരം, ഇരുപത്തിമൂന്നാം വയസ്സിൽ ബിരുദമെടുത്ത ശേഷം കിട്ടിയ ആദ്യ ജോലിയിൽ നിന്നുള്ള ശമ്പളത്തിൽ നിന്നും മാസം ഇരുന്നൂറ്റി അമ്പത് ഡോളർ തന്റെ റിട്ടയർമെന്റ് ജീവിതത്തിനായി അക്കൗണ്ടിലിട്ട് മാറ്റിവെയ്ക്കുകയാണെന്ന് കരുതുക. നിങ്ങളാണെങ്കിൽ നാല്പത് വയസ്സ് വരെ, അങ്ങനെയൊന്ന് ചിന്തിക്കുന്നത് പോലുമില്ല (അല്ലെങ്കിൽ കുറച്ച് കാലം എടുത്തുവച്ച ശേഷം, അതിന് വലിയ ഉപയോഗമില്ലെന്ന് തോന്നി അത് മൊത്തം ചെലവാക്കുന്നു). സുഹൃത്തിന് നാല്പത് വയസ്സാകുന്ന സമയം, ഒരു ഡോളർ പോലും അധികമായി നിക്ഷേപിക്കാതെ, ഇത്രയും കാലം നീക്കി വെച്ചതിന്റെ എട്ട് ശതമാനം കൂട്ടുപലിശയും കൂട്ടി, തന്റെ അറുപത്തിയേഴാം വയസ്സിൽ പത്ത് ലക്ഷത്തിലധികം ഡോളറിന്റെ സമ്പാദ്യമുണ്ടാകും.

ചിത്രം 5

സുഹൃത്ത്

നിങ്ങൾ

	സംയുക്ത പ്രഭാവത്തിന്റെ ശക്തി					
	സുഹൃത്ത്			**നിങ്ങൾ**		
	വയസ്	**വർഷം**	**ആകെ നേടിയത്**	**വയസ്**	**വർഷം**	
	23	1	3,112.48 ഡോളർ	23	1	0
	24	2	64,83.30 ഡോളർ	24	2	0
	25	3	10,133.89 ഡോളർ	25	3	0
	26	4	14,087.48 ഡോളർ	26	4	0
	27	5	18,369.21 ഡോളർ	27	5	0
	28	6	23,006.33 ഡോളർ	28	6	0
	29	7	33,469.15 ഡോളർ	29	7	0
	30	8	39,357.38 ഡോളർ	30	8	0
	31	9	39,357.38 ഡോളർ	31	9	0
	32	10	45,736.51 ഡോളർ	32	10	0
	33	11	52,645.10 ഡോളർ	33	11	0
	34	12	60,127.10 ഡോളർ	34	12	0
	35	13	68,230.10 ഡോളർ	35	13	0
	36	14	77,005.48 ഡോളർ	36	14	0
	37	15	86,509.56 ഡോളർ	37	15	0
	38	16	96,802.29 ഡോളർ	38	16	0
	39	17	107,949.31 ഡോളർ	39	17	0
	40	18	120,021.53 ഡോളർ	40	18	0
	41	19	129,983.26 ഡോളർ	41	19	3,112.48 ഡോളർ
	42	20	140,771.81 ഡോളർ	42	20	64,83.30 ഡോളർ
	43	21	152,455.80 ഡോളർ	43	21	10,133.89 ഡോളർ
	44	22	165,109.55 ഡോളർ	44	22	14,087.48 ഡോളർ
	45	23	178,813.56 ഡോളർ	45	23	18,369.21 ഡോളർ
	46	24	193,655.00 ഡോളർ	46	24	23,006.33 ഡോളർ
	47	25	178,813.56 ഡോളർ	47	25	33,469.15 ഡോളർ
	48	26	193,655.00 ഡോളർ	48	26	39,357.38 ഡോളർ
	49	27	209,728.27 ഡോളർ	49	27	39,357.38 ഡോളർ
	50	28	227,135.61 ഡോളർ	50	28	45,736.51 ഡോളർ
	51	29	245,987.76 ഡോളർ	51	29	52,645.10 ഡോളർ
	52	30	312,462.77 ഡോളർ	52	30	60,127.10 ഡോളർ
	53	31	338,397.02 ഡോളർ	53	31	68,230.10 ഡോളർ
	54	32	366,483.81 ഡോളർ	54	32	77,005.48 ഡോളർ
	55	33	396,901.78 ഡോളർ	55	33	86,509.56 ഡോളർ
	56	34	429,844.43 ഡോളർ	56	34	96,802.29 ഡോളർ
	57	35	465,521.31 ഡോളർ	57	35	107,949.31 ഡോളർ
	58	36	504,159.31 ഡോളർ	58	36	120,021.53 ഡോളർ
	59	37	546,004.33 ഡോളർ	59	37	133,095.74 ഡോളർ
	60	38	591,322.42 ഡോളർ	60	38	147,255.10 ഡോളർ
	61	39	640,401.89 ഡോളർ	61	39	162,589.69 ഡോളർ
	62	40	693,554.93 ഡോളർ	62	40	179,197.03 ഡോളർ
	63	41	751,119.64 ഡോളർ	63	41	197,182.78 ഡോളർ
ആകെ	64	42	813,462.20 ഡോളർ	64	42	216,661.33 ഡോളർ
നേടിയത്=	65	43	880,979.16 ഡോളർ	65	43	237,756.60 ഡോളർ
ആകെ	66	44	954,100.00 ഡോളർ	66	44	260,602.786 ഡോളർ
നിക്ഷേ-	67	45	1,033,289.83 ഡോളർ	67	45	285,345.14 ഡോളർ
പിച്ചത്=			54,000.00 ഡോളർ			81,000.00 ഡോളർ

നിങ്ങൾ നാല്പതിനു ശേഷം അറുപത്തിയേഴാം വയസ്സു വരെ മാസം ഇരുന്നൂറ്റി അമ്പത് ഡോളർ നീക്കിയിരുപ്പായി അക്കൗണ്ടിൽ

നിക്ഷേപിക്കുന്നു. സോഷ്യൽ സെക്യൂരിറ്റി പ്രകാരം 1960-നു ശേഷം ജനിച്ചവരുടെ ഉദ്യോഗവിയോഗ വയസ്സാണത്. (അതിനർത്ഥം, സുഹൃത്തിന്റെ പതിനേഴ് വർഷത്തിനു പകരം നിങ്ങൾക്കുള്ളത് ഇരുപത്തിയേഴ് വർഷം.) നിങ്ങളുടെ റിട്ടയർമെന്റ് സമയത്ത്, കൈയിലുണ്ടാകുന്നത് മൂന്ന് ലക്ഷത്തിനു താഴെ മാത്രം ഡോളറാണ്, പക്ഷേ സുഹൃത്തിനെക്കാൾ 27000 ഡോളറാണ് കൂടുതലായി നിങ്ങൾ നിക്ഷേപിച്ചത്. കൂടുതൽ വർഷങ്ങൾ കിട്ടിയിട്ടും, കൂടുതൽ പണം നിക്ഷേപിച്ചിട്ടും, സമ്പാദിക്കാൻ കഴിയുമായിരുന്ന പണത്തിന്റെ മൂന്നിലൊന്ന് പോലും നിങ്ങൾക്ക് നേടാൻ കഴിഞ്ഞില്ല. അവശ്യ സ്വഭാവഗുണങ്ങളേയും ശീലങ്ങളേയും ചിട്ടകളേയും മാറ്റി വെക്കുന്നതിലൂടെയും അവഗണിക്കുന്നതിലൂടെയും സംഭവിക്കുന്നത് ഇതാണ്. നിങ്ങളെ ലക്ഷ്യത്തിലേക്ക് നയിക്കുന്ന ചെറിയ ചിട്ടകൾ പാലിച്ചു തുടങ്ങാനായി ഒരു ദിവസം പോലും വൈകിക്കരുത്. ചിത്രം 5 കാണുക.

ആരംഭിക്കാൻ വൈകിയതിനാൽ ഇനി സമയമില്ലെന്നും നേരെ ലക്ഷ്യത്തിലേക്കെത്താനാണ് പരിശ്രമിക്കുന്നതെന്നും നിങ്ങൾ സ്വയം പറഞ്ഞു ശീലിക്കുകയാണോ? അത് വെറും മടുപ്പിക്കുന്ന ഒരു ഉപദേശമാണ്. അത് നിർത്താനുള്ള സമയമായി. സംയുക്ത പ്രഭാവത്തിന്റെ ഫലങ്ങൾ നേടുന്നതിന് വയസ്സ് ഒരു മാനദണ്ഡമല്ല. നിങ്ങൾക്ക് എന്നും പിയാനോ പഠിക്കുന്നതിനോട് ആഗ്രഹമുണ്ട്, പക്ഷേ നാല്പതിനോടടുത്ത നിങ്ങൾ അതിന് മടിക്കുന്നു. പക്ഷേ ഇപ്പോൾ പിയാനോ പഠനം ആരംഭിച്ചാൽ, റിട്ടയർമെന്റ് സമയമാകുമ്പോഴേക്കും നിങ്ങളതിൽ പ്രാവീണ്യം നേടിയിരിക്കും, അതും ഇരുപത്തിയഞ്ച് വർഷത്തെ പരിചയസമ്പത്തോടെ! ഇപ്പോൾ തന്നെ ആരംഭിക്കുക എന്നതാണ് പ്രധാനം. എല്ലാ വലിയ പ്രവർത്തികളും, അസാധാരണമായ സാഹസങ്ങളും, തുടങ്ങുന്നത് ചെറിയ ചുവടുകളിൽ നിന്നാണ്. എന്നും ആദ്യത്തെ ചുവട് ബുദ്ധിമുട്ടായി തോന്നിയേക്കാം, പക്ഷേ പ്രാവർത്തികമാക്കുന്നത് അത്ര കഷ്ടമല്ല.

പക്ഷേ ഇരുപത്തിയഞ്ച് വർഷം എന്നത് വലിയൊരു കാലയളവായി തോന്നുന്നെങ്കിലോ? നമുക്ക് ക്ഷമയും സമയവും പത്ത് വർഷത്തേക്ക് മാത്രമേയുള്ളൂ എന്നാണെങ്കിലോ? ഏത് മേഖലയായാലും, അത് ആയിരം ശതമാനം മെച്ചപ്പെടുത്താനുള്ള വഴി ബ്രയാൻ ട്രേസി എന്നെ പഠിപ്പിച്ചിട്ടുണ്ട്. പത്ത് ശതമാനമോ നൂറ് ശതമാനമോ അല്ല, ആയിരം ശതമാനം! ഞാൻ പറഞ്ഞുതരാം.

നിങ്ങൾ ചെയ്യേണ്ടത് ഇത്രമാത്രമാണ് : സ്വയം മെച്ചപ്പെടുന്ന

തിനൊപ്പം, പ്രവൃത്തി ദിനങ്ങളിൽ നിങ്ങളുടെ പ്രകടനത്തെയും അതിന്റെ ഫലത്തെയും നേട്ടങ്ങളെയും ഒരു ശതമാനത്തിന്റെ പത്തിലൊന്ന് മെച്ചപ്പെടുത്തുക (വാരാന്ത്യങ്ങളിൽ വിശ്രമിക്കാവുന്നതാണ്). അതായത്, ആയിരത്തിൽ ഒരു അംശം. നിങ്ങളെക്കൊണ്ട് പറ്റുമെന്ന് തോന്നുന്നുണ്ടോ? തീർച്ചയായും, ആർക്കും ചെയ്യാനാവുന്നതാണ്. നിസ്സാരം. ഓരോ ദിവസവും പിന്തുടരുന്നതിലൂടെ ആഴ്ചയിൽ അര ശതമാനം മുന്നേറ്റം കാണാനാകും (വലിയ മുന്നേറ്റമല്ല), മാസത്തിൽ അത് രണ്ട് ശതമാനമാകും, കാലക്രമേണ, ഓരോ വർഷവും ഇരുപത്തിയാറ് ശതമാനത്തോളമാകും. ഓരോ 2.9 വർഷങ്ങൾ കഴിയുംതോറും, നിങ്ങളുടെ വരുമാനം ഇരട്ടിക്കും. പത്ത് വർഷങ്ങൾക്കപ്പുറം, നിങ്ങളുടെ പ്രകടനവും പ്രതിഫലവും ഇപ്പോഴത്തേതിന്റെ ആയിരം ശതമാനം കൂടുതലായിരിക്കും. അവിശ്വസനീയം, അല്ലേ? ആയിരം ശതമാനം കൂടുതൽ പ്രയത്നമോ സമയമോ ചെലവഴിക്കേണ്ടതില്ല. ഓരോ ദിവസവും ഒരു ശതമാനത്തിന്റെ പത്തിലൊന്ന് മെച്ചപ്പെടുത്തൽ മാത്രം. അത്രയേയുള്ളൂ.

വിജയം എന്നത് (പകുതി) മാരത്തണാണ്

ഞാൻ മീറ്റിംഗിനായി പോയ ഒരു വിദ്യാഭ്യാസ സംബന്ധമായ സോഫ്റ്റ്‌വെയർ കമ്പനിയിലെ വിക്രേതാവായിരുന്ന ബെവെർലി. ഒരു ദിവസം, അവളുടെ ഒരു സുഹൃത്ത് വരുന്ന ആഴ്ച ഒരു ഹാഫ്-മാരത്തണിൽ പങ്കെടുക്കുന്നതായി പറഞ്ഞു. "എനിക്ക് *ഒരിക്കലും അങ്ങനൊന്നിൽ മത്സരിക്കാനാവില്ല*." അമിതഭാരമുള്ള ബെവെർലി ഉറപ്പിച്ച് പറഞ്ഞു. "പടിക്കെട്ടിലൂടെ ഒരു നില കയറുമ്പോഴേക്കും തന്നെ ഞാൻ കിതച്ച് ഒരു വഴിക്കാകും!"

"നിങ്ങൾക്ക് ആഗ്രഹമുണ്ടങ്കിൽ, സുഹൃത്തിനെപോലെ നിങ്ങൾക്കും അതിൽ പങ്കെടുക്കാം." ഞാൻ അവളോട് പറഞ്ഞു. "എനിക്ക് ഒരുപാട് ആഗ്രഹമുണ്ട്, എന്നിരുന്നാലും ഒരിക്കലും അത് നടക്കില്ല." അവൾ എതിർത്തു.

എന്റെ ആദ്യ ചുവട് ബെവെർലിക്ക് പ്രചോദനം നൽകുക എന്നതായിരുന്നു. "ശരി പറയൂ. ബെവെർലിക്ക് ഹാഫ്-മാരത്തണിൽ പങ്കെടുക്കണമെന്ന് തോന്നാൻ കാരണമെന്താണ്?"

"എന്റെ ഹൈസ്കൂൾ കൂട്ടുകാരുമൊത്തുള്ള ഇരുപത് വർഷത്തിനു ശേഷമുള്ള ഒത്തുചേരലാണ് അടുത്ത വേനലവധി സമയത്ത്. അന്നേരം എന്റെ രൂപം പഴയതു പോലെ മെലിഞ്ഞതാവണം. പക്ഷേ അഞ്ച് വർഷം മുമ്പ് എന്റെ രണ്ടാമത്തെ പ്രസവത്തിനു

ശേഷം ഒരുപാട് ഭാരം വെച്ചിട്ടുണ്ട്. എനിക്കറിയില്ല കഴിയുമോ എന്ന്."

വളരെ നല്ലത്, നമുക്കിപ്പോൾ പ്രചോദനപരമായ ഒരു ലക്ഷ്യമുണ്ട്. പക്ഷേ ഞാൻ ജാഗ്രതയോടെയാണ് മുന്നോട്ട് നീങ്ങിയത്. എപ്പോഴെങ്കിലും ഭാരം കുറയ്ക്കണമെന്ന് തോന്നിയാൽ, നമുക്കറിയാം എന്താണ് പതിവ് എന്ന് : വലിയ ഫീസ് കൊടുത്ത് ജിമ്മിൽ ചേർന്ന്, പരിശീലകർക്കായി വീണ്ടും കൂടുതൽ പണം ചെലവഴിച്ച്, പുതിയ ഉപകരണങ്ങളും വസ്ത്രങ്ങളും ഷൂസും ഒക്കെ വാങ്ങി അതികഠിനമായി വ്യായാമം ചെയ്യുക. എന്നിട്ട് ഒരാഴ്ചയോ മറ്റോ കഴിഞ്ഞാൽ, ജിം ഉപേക്ഷിച്ച്, പുതിയ ഷൂസ് ഒരു മൂലയിലിട്ട് ചിതലരിച്ച്, വാങ്ങിയ ഉപകരണങ്ങൾ തുണി ഉണക്കാനായി ഉപയോഗിച്ച് തുടങ്ങും. ബെവെർലിക്കായി മികച്ചൊരു വഴിയാണ് ഞാൻ ഉപദേശിക്കാൻ ആഗ്രഹിച്ചത്. എനിക്കറിയാമായിരുന്നു, അവൾക്ക് ഒരേയൊരു പുതിയ ശീലമെങ്കിലും തുടങ്ങാൻ കഴിയുമെങ്കിൽ, അതവൾ പിന്തുടരുകയും അതിന്റെ ഫലമായി ബാക്കിയുള്ള ചിട്ടകളും സ്വാഭാവികമായി വരുതിയിലേക്ക് വരികയും ചെയ്യും.

ഞാൻ ബെവെർലിയോട് അവളുടെ വീട്ടിൽ നിന്നും കാറെടുത്ത് ഒരു മൈൽ ദൂരം പിന്നിട്ട് തിരിച്ച് വീട്ടിലെത്താനുള്ള വഴി കണ്ടെത്താനായി പറഞ്ഞു. എന്നിട്ട്, ആ വഴിയിലൂടെ രണ്ടാഴ്ചയിൽ മൂന്ന് തവണ എന്ന ക്രമത്തിൽ നടക്കാനാവശ്യപ്പെട്ടു. ശ്രദ്ധിക്കുക, ഞാനവളോട് ആ ദൂരം ഓടിത്തുടങ്ങാനല്ല ആവശ്യപ്പെട്ടത്. പകരം, അധികം പരിശ്രമമോ വേദനയോ ഇല്ലാത്ത ഒരു ചെറിയ, എളുപ്പമുള്ള ഉദ്യമമാണ് നൽകിയത്. പിന്നെ അടുത്ത രണ്ടാഴ്ച, ആഴ്ചയിൽ മൂന്ന് തവണ ആ ഒരു മൈൽ ദൂരം നടക്കാൻ പറഞ്ഞു. ഓരോ പ്രാവശ്യവും അവൾ അത് പിന്തുടരാൻ തന്നെ തീരുമാനിച്ചു.

അടുത്തതായി, ഞാൻ ബെവെർലിയോട് തന്നാൽ പറ്റുന്ന ദൂരം ചെറുവേഗത്തിൽ ഓടാൻ നിർദ്ദേശിച്ചു. കുറച്ച് ദൂരം പിന്നിട്ട ശേഷം കിതയ്ക്കാൻ തുടങ്ങിയപ്പോൾ, അവൾ ഓട്ടം നിർത്തി നടത്തം തുടർന്നു. ആദ്യം ദൂരത്തിന്റെ കാൽ ഭാഗം, പിന്നെ പകുതി, അതിനു ശേഷം മുക്കാൽ ഭാഗം ഓടാൻ സാധിക്കും വരെ തുടരാൻ നിർദ്ദേശിച്ചു. മൂന്നാഴ്ചകൾ എടുത്തു, അതായത് ഒമ്പത് തവണ, അവൾക്ക് മുഴുവൻ ദൂരവും ഓടാനായി. ഏഴ് ആഴ്ചകൾക്കു ശേഷം അവളിപ്പോൾ ഒരു മൈൽ ദൂരം ഓടുകയാണ്. ഈ ചെറിയ വിജയത്തിനായി ഒരുപാട് സമയം എടുത്തതായി തോന്നുന്നു, അല്ലേ? മാത്രമല്ല, ഹാൽ മാരത്തണിൽ ഓടേണ്ട ദൂരം 13.1 മൈൽ ആണ്. ഒരു മൈൽ എന്നത് ഒന്നുമല്ല. പിന്നെന്താണിവിടെ പ്രധാനം? അവളുടെ കാരണത്തിന്റെ ശക്തി,

അതായത്, കുടിച്ചേരലിനു മുമ്പായി ഭാരം കുറയ്ക്കണമെന്നുള്ള തീരുമാനം, അതാണ് അവളുടെ പുതിയ ശീലങ്ങൾ തുടങ്ങിവെച്ചത്. സംയുക്ത പ്രഭാവം അതിന്റെ അതിശയകരമായ പ്രവർത്തനം ആരംഭിക്കുക യായി.

പിന്നീട് ഞാൻ ബെവെർലിയോട് ഒരു മൈലിന്റെ എട്ടിലൊന്ന് ദൂരം കൂടെ സ്ഥിരം ഓടുന്ന ദൂരത്തിന്റെയൊപ്പം ചേർക്കാനാവശ്യ പ്പെട്ടു (അത്ര വലിയ ദൂരമൊന്നുമല്ല, ഒരു മുന്നൂറ് ചുവടുകൾ കൂടെ). ആറ് മാസങ്ങൾ കൊണ്ട്, ഒരു ബുദ്ധിമുട്ടും കൂടാതെ ഒമ്പത് മൈൽ ദൂരമാണ് അവൾ ഓടുന്നത്. ഒമ്പത് മാസങ്ങൾ കൊണ്ട്, അത് 13.5 മൈൽ ആയി (ഒരു ഹാഫ് മാരത്തണിന്റെ ദൂരത്തെക്കാൾ കൂടുതൽ). അത് മാത്രമായിരുന്നില്ല ഞെട്ടിച്ചത്, അവളുടെ ജീവിതത്തിലെ മറ്റു മേഖലകളിൽ സംഭവിച്ചതാണ് പ്രധാനം. ചോക്ലേറ്റിനോടുള്ള അവളുടെ ആർത്തി നിന്നിരിക്കുന്നു (വിട്ടുമാറില്ലെന്ന് കരുതിയതാ യിരുന്നു). അതുപോലെ തന്നെയായിരുന്നു കൊഴുപ്പ് നിറഞ്ഞതും മറ്റുമായ ഭക്ഷണങ്ങളോടും. എല്ലാം മാറി. മുടങ്ങാതെയുള്ള വ്യായാ മവും മെച്ചപ്പെട്ട ഭക്ഷണക്രമവും നൽകിയ ഊർജ്ജം, ജോലിക്കാ ര്യങ്ങളിൽ കൂടുതൽ ഉന്മേഷം കൊണ്ടുവരാൻ സഹായിച്ചു. അത് അവളുടെ ജോലിയിലെ പ്രവർത്തന ഫലത്തെ ഇരട്ടിപ്പിച്ചു (എനിക്കും നല്ലൊരു കാര്യമായിരുന്നു അത്!).

കഴിഞ്ഞ അദ്ധ്യായത്തിൽ കണ്ടതുപോലെ, ഈ മുന്നേറ്റങ്ങളുടെ തരംഗ പ്രഭാവം അവളുടെ ആത്മാഭിമാനം ഉയർത്തി, അത് ഭർത്താ വിലേക്ക് കൂടുതൽ അവളെ അടുപ്പിച്ചു. തങ്ങളുടെ കോളേജ് കാലത്തെ പ്രണയത്തിന് ശേഷം ഇപ്പോഴാണ് അവർ ഇത്രയും അടുക്കുന്നത്. കാരണം, അവളിപ്പോൾ കൂടുതൽ ഊർജ്ജസ്വലയാണ്, മക്കളുമായി വളരെ ഉത്സാഹത്തോടെയും ഉണർവോടെയും സംവദിക്കുന്നു. ജോലി സമയത്തിനു ശേഷം ഭക്ഷണം കഴിക്കാൻ മാത്രമായി കൂട്ടുകൂടുന്ന, ഏതു കാര്യത്തിലും കുറവുകൾ കണ്ടെത്തുന്ന കൂട്ടു കാർക്കായി ചെലവഴിക്കാൻ ഇപ്പോൾ അവളുടെ പക്കൽ സമയമില്ല. വ്യായാമ കൂട്ടായ്മയിൽ നിന്നും 'ആരോഗ്യവതി'കളായ പുതിയ സുഹൃ ത്തുക്കളെ കണ്ടെത്തി. അത് അവളിൽ പല പുതിയ തീരുമാനങ്ങളും സ്വഭാവങ്ങളും ശീലങ്ങളും കൊണ്ടുവരാൻ സഹായിച്ചു.

എന്റെ ഓഫീസ് മുറിയിലെ സംഭാഷണത്തിനും പുതിയ ചുവടുകൾ വെക്കാനുള്ള ബെവെർലിയുടെ തീരുമാനത്തിനും ശേഷം, അവൾ കുറച്ചത് നാല്പത് പൗണ്ടിലധികം ഭാരമാണ്. ഇപ്പോൾ ആരോഗ്യവതിയും ശക്തയുമായ അവൾ മറ്റു സ്ത്രീകൾക്കൊരു മാതൃകയാണ്. ഇപ്പോൾ ബെവെർലി മാരത്തണുകൾ ഒരു ശീലമാക്കി!

അനുനിമിഷം എടുക്കുന്ന തീരുമാനങ്ങളുടെ ഫലമാണ് നിങ്ങളുടെ ജീവിതം. ടെലിവിഷനിലെ *'ബിഗ്ഗെസ്റ്റ് ലൂസർ'* എന്ന പരിപാടിയിലൂടെ പ്രശസ്തയായ ജില്ലിയൻ മൈക്കൽസ് ഒരിക്കൽ എന്നോട് അവരുടെ ചെറുപ്പത്തിലുണ്ടായ ഒരു കഥ പങ്കുവെച്ചു. "ചെറുപ്പത്തിൽ, എന്റെ അമ്മ എനിക്കായി ഈസ്റ്റർ മുട്ടകൾ കണ്ടു പിടിക്കുന്ന മത്സരം നടത്തുമായിരുന്നു. ഞാൻ അത് തിരയാനായി വീടിനു ചുറ്റും ഓടുമായിരുന്നു. മറച്ചുവെച്ച ഒരു മുട്ടയുടെ അടുത്തെത്തിയാൽ അമ്മ പറയും, 'ചൂടായിത്തുടങ്ങി' എന്ന്. കൂടുതൽ അടുത്തെത്തുമ്പോൾ 'ചുട്ടുപൊള്ളുന്നു' എന്നും. അതുപോലെതന്നെ മുട്ടയിൽ നിന്നും അകന്നുപോകുമ്പോൾ, 'തണുത്തു തുടങ്ങി' എന്നും 'തണുത്തു മരവിച്ചു' എന്നും പറയും. ഓരോ നിമിഷവും ഞാനെന്റെ മത്സരാർത്ഥികളോട് പറയാറുണ്ട്, എന്നും സ്വന്തം സന്തോഷവും ജീവിതലക്ഷ്യവും മനസ്സിൽ കൊണ്ടുനടന്ന് പ്രവർത്തികളെ ചൂടുപിടിപ്പിക്കുക. ഈ നിമിഷം എടുക്കുന്ന ഓരോ തിരഞ്ഞെടുപ്പുകളും ഓരോ തീരുമാനങ്ങളും ലക്ഷ്യത്തിലേക്കുള്ള ദൂരത്തെ കുറയ്ക്കും."

നിമിഷംതോറുമുള്ള നിങ്ങളുടെ തീരുമാനങ്ങളാണ് നിങ്ങളെ നയിക്കുന്നത് എന്നിരിക്കെ, അതിൽ പരിവർത്തനങ്ങൾ നടത്തുന്നതിലൂടെ ജീവിതത്തെ തന്നെ മാറ്റിമറിക്കാനുള്ള അസാധാരണ ശക്തിയുണ്ട് നിങ്ങളുടെ കൈയിൽ. ഓരോ ചുവടിലും, ഓരോ ദിവസവും എടുക്കുന്ന തീരുമാനങ്ങൾ നിങ്ങളുടെ പ്രവർത്തികളെ ശീലങ്ങളാക്കി മാറ്റുന്നു. സ്ഥിര പരിശീലനത്തിലൂടെ അത് ശാശ്വതമാകുന്നു.

തോൽവികൾ ശീലമാണെങ്കിൽ, ജയിക്കുന്നതും ഒരു ശീലമാണ്. നമുക്കിനി വിജയ ശീലങ്ങളെ ജീവിതത്തിൽ സുദൃഢമാക്കുന്നതിനായി പരിശ്രമിക്കാം. നമ്മളെ തകർക്കുന്ന ശീലങ്ങളെ ഉപേക്ഷിച്ച്, നല്ല ശീലങ്ങളെ കൊണ്ടുവരുന്നതിലൂടെ, നമ്മൾ ആഗ്രഹിക്കുന്ന പാതയിലേക്ക് ജീവിതത്തെ നയിക്കാനാകും. നമ്മുടെ സങ്കല്പത്തിലുള്ള ഉയരങ്ങളിലേക്ക്. ഞാൻ കാണിച്ചുതരാം...

സംയുക്ത പ്രഭാവം അനുകൂലമായി പ്രവർത്തിപ്പിക്കൂ

നടപടിക്രമങ്ങളുടെ സംഗ്രഹം

- ജീവിതത്തിൽ നിങ്ങളെ ഏറ്റവുമധികം ബുദ്ധിമുട്ടിക്കുന്ന വ്യക്തിയോ മേഖലയോ ചുറ്റുപാടോ ഏതാണ്? ആ ഒരു സാഹചര്യത്തിന്റെ എല്ലാ നല്ലവശങ്ങളും ഒന്ന് ഓർത്തെടുക്കുക. ആ മേഖലയോടുള്ള നിങ്ങളുടെ കൃതജ്ഞതയെ ദൃഢീകരിക്കുകയും വിപുലീകരിക്കുകയും ചെയ്യുന്ന എല്ലാം കുറിച്ചിടുക.
- നിങ്ങളുടെ ഇപ്പോഴത്തെ അവസ്ഥയുടെ (വിജയമോ പരാജയമോ) പൂർണ്ണ ഉത്തരവാദിത്തം ഏറ്റെടുക്കാത്ത, ജീവിതത്തിലെ സന്ദർഭം ഏതാണ്? ഭൂതകാലത്തിൽ കാര്യങ്ങൾ ഇപ്പോൾ തിരുത്താൻ കഴിയുന്ന, ഭാവിയിലെ പരിണിത ഫലങ്ങൾക്ക് ഉത്തരവാദിത്തം ഏറ്റെടുക്കാൻ കഴിയുന്ന മൂന്ന് കാര്യങ്ങൾ എഴുതുക. വഷളാക്കാൻ കാരണമെന്ന് കരുതുന്ന നിങ്ങൾ ചെയ്ത മൂന്ന് കാര്യങ്ങൾ എഴുതിയിടുക. നിങ്ങൾ ചെയ്യാമായിരുന്ന, പക്ഷേ ചെയ്യാതിരുന്ന മൂന്ന് കാര്യങ്ങളുടെ പട്ടിക ഉണ്ടാക്കുക.
- മാറ്റണമെന്നോ മെച്ചപ്പെടുത്തണമെന്നോ നിങ്ങളാഗ്രഹിക്കുന്ന, ജീവിതത്തിലെ ഒരു മേഖലയി ലെയെങ്കിലും സ്വഭാവം നിരീക്ഷിക്കാൻ തുടങ്ങുക. നിങ്ങൾക്ക് സംഭവിക്കുകയും, അതിനോട് മോശമായി പ്രതികരിക്കുകയും ചെയ്ത മൂന്ന് കാര്യങ്ങൾ എഴു തുക. (ഉദാ: പണം, പോഷണം, ആരോഗ്യം, മറ്റുള്ളവരെ അംഗീകരി ക്കൽ, മക്കളെ പരിപാലിക്കൽ... അങ്ങനെ എന്തും.)
- മുടങ്ങാതെ ഒരു ശീലം നിരീക്ഷിക്കാൻ തുടങ്ങുന്നതിലൂടെ, *'ലിവിംഗ് യുവർ ബെസ്റ്റ് ഇയർ എവർ'* പതിപ്പിലെ *'ദി അച്ചീവ്മെന്റ് മാനേജ്മെന്റ് സിസ്റ്റം'* ഉപയോഗിച്ച് നിരീക്ഷണം വിപുലീകരിക്കാനാകും. പതിപ്പിനൊപ്പം, ദൃശ്യ-ശ്രവണ പഠന സഹായികൾക്കായി, LivingYourBestYear Ever.com സന്ദർശിക്കുക.

നിങ്ങളുടെ ഉപകരണത്തിൽ നേരിട്ട് പൂരിപ്പിക്കുവാനും സൂക്ഷിക്കുവാനും വേണ്ടിയുള്ള, നിങ്ങൾ ചെയ്യുന്ന ഈ പ്രവർത്തന ഘട്ടങ്ങളുടെ എഡിറ്റ് ചെയ്യാവുന്ന PDF ഡൗൺലോഡ് ചെയ്യാൻ, സന്ദർശിക്കുക : THECOMPOUNDEFFECT.COM/RESOURCES

അദ്ധ്യായം 3

ശീലങ്ങൾ

ഒരു ബുദ്ധിമാനായ അദ്ധ്യാപകൻ തന്റെ യുവ വിദ്യാർത്ഥിയുമായി വനത്തിൽ നടക്കുകയായിരുന്നു. ഒരു ചെറിയ മരത്തിനു മുന്നിൽ അവർ നിന്നു.

"ആ ചെടി പിഴുതെടുക്കൂ." ഭൂമിയിൽ നിന്നും തളിരിട്ടു തുടങ്ങിയ ഒരു ചെടിയെ ചൂണ്ടിക്കാണിച്ചുകൊണ്ട് വിദ്യാർത്ഥിയോട് നിർദ്ദേശിച്ചു. അവൻ അത് വിരലുകൾ കൊണ്ട് അനായാസം പിഴുതു. "ഇനി ആ ചെടി പിഴുതെടുക്കൂ." വിദ്യാർത്ഥിയുടെ മുട്ടോളം വളർന്ന കുറച്ചു കൂടി വലിയ ചെടി ചൂണ്ടി അദ്ധ്യാപകൻ പറഞ്ഞു. ചെറിയ പരിശ്രമത്തിനൊടുവിൽ, അവൻ ആ ചെടിയെ വേരോടെ പറിച്ചെടുത്തു. "ഇനി ഇത്." ശിഷ്യനോളം ഉയരമുള്ള, നല്ലവണ്ണം വേരിറങ്ങിയ ഒരു ചെറു മരത്തെ കാണിച്ച് ഗുരു പറഞ്ഞു. തന്റെ മുഴുവൻ ഭാരവും ശക്തിയും ഉപയോഗിച്ച്, വളരെ പ്രയത്നിച്ച്, കല്ലും വടിയും ഉപയോഗിച്ച് അതിന്റെ വേരുകൾ അടർത്തിയെടുത്തു.

"ഇനി..." ആ ജ്ഞാനി തുടർന്നു. "നീ ഇതൊന്ന് പറിച്ചെടുക്കൂ." യുവാവ് ഗുരു പറഞ്ഞയിടത്തേക്ക് നോക്കി. അവിടെ ഒരു വമ്പൻ ഓക്കുമരം തലയുയർത്തി നിൽക്കുന്നുണ്ടായിരുന്നു; അതിന്റെ മുകളറ്റം അവന് കാണാൻ പോലും പറ്റുന്നുണ്ടായിരുന്നില്ല. അവനോളം വളർന്ന മരത്തെ പറിച്ചെടുക്കാൻ പെട്ട കഷ്ടത്തെ ഓർത്ത അവൻ പറഞ്ഞു, "ക്ഷമിക്കണം ഗുരു, എനിക്കതിന് കഴിയില്ല."

"ശിഷ്യാ, നിന്റെ ശീലങ്ങൾ ജീവിതത്തെ എത്ര ശക്തമായാണ് സ്വാധീനിക്കാൻ പോകുന്നതെന്ന് നീയിപ്പോൾ കാണിച്ചുതന്നു!" ഗുരു പറഞ്ഞു. "അവ വർഷങ്ങൾ കടന്നുപോകുംതോറും വലുതാകുന്നു, ആഴങ്ങളിലേക്ക് വേരുകളിറങ്ങുംതോറും പിഴുതെടുക്കാൻ അസാ

ധ്യമാകുന്നു. അതുപോലെ ചിലർ അഗാധത്തിലേക്ക് വേരിറക്കി ഉയരങ്ങളിലേക്ക് വളരുന്നു, നിനക്ക് ശ്രമിക്കാൻ പോലും മടി തോന്നും."

ശീലങ്ങളുടെ സൃഷ്ടികൾ

അരിസ്റ്റോട്ടിൽ എഴുതി, "നാം എന്നത്, നമ്മൾ ആവർത്തിച്ചു ചെയ്യുന്ന കാര്യങ്ങൾ തന്നെയാണ്." മെരിയാം-വെബ്സ്റ്റർ ശീലങ്ങളെ ഇങ്ങനെ വിശദീകരിക്കുന്നു, "ഭാഗികമായോ പൂർണ്ണമായോ മനഃപൂർവ്വമല്ലാത്ത, ആർജ്ജിച്ചെടുത്ത സ്വഭാവഗുണമാണ് ശീലങ്ങൾ."

കുതിച്ചുപായുന്ന കുതിരയുടെ മേൽ സവാരി ചെയ്യുന്ന ഒരാളുടെ കഥയുണ്ട്. അത്യാവശ്യ കാര്യത്തിനായി എവിടേക്കോ പോകുകയാണെന്ന് തോന്നുന്നു. അപ്പോൾ വഴിയരികിലുള്ള ഒരാൾ ഉറക്കെ വിളിച്ചു ചോദിച്ചു, "എവിടേക്കാണ് പോകുന്നത്?" സവാരിക്കാരൻ മറുപടിയായി പറഞ്ഞു, "എനിക്കറിയില്ല, കുതിരയോട് ചോദിക്കു." ഇതാണ് നമ്മളിൽ പലരുടെയും ജീവിതത്തിൽ നടക്കുന്നത്. എവിടേക്കാണ് പോകുന്നതെന്നറിയാതെ ശീലങ്ങളാകുന്ന കുതിരയുടെ പുറത്തുകേറി സവാരി ചെയ്യുകയാണ്. കടിഞ്ഞാണിന്റെ നിയന്ത്രണമെടുത്ത്, ലക്ഷ്യത്തിലേക്കുള്ള യാത്രയാരംഭിക്കേണ്ട സമയമായി.

നിങ്ങൾ ആത്മനിയന്ത്രണമില്ലാതെ, ശീലങ്ങളെയാണ് ജീവിതം നയിക്കാൻ അനുവദിച്ചിരിക്കുന്നതെങ്കിൽ, അതിന്റെ കാരണം കൂടി നിങ്ങൾ അറിഞ്ഞിരിക്കണം. എന്നിട്ട് അതിൽ നിന്നും പുറത്തുകടക്കുക. എന്തൊക്കെയായാലും, നിങ്ങൾ നല്ലൊരു കൂട്ടുകെട്ടിലായിരുന്നു. നമ്മുടെ അനുഭവങ്ങളുടെയും, ചിന്തകളുടെയും, പ്രവർത്തികളുടെയും, നേട്ടങ്ങളുടെയും 95 ശതമാനവും, നമ്മൾ പഠിച്ചെടുത്ത ശീലങ്ങളുടെ ഫലമാണെന്നാണ് മനഃശാസ്ത്ര പഠനങ്ങൾ തെളിയിച്ചിട്ടുള്ളത്! സഹജവാസനകളുമായാണ് നമ്മൾ ജനിക്കുന്നത്, പക്ഷേ ശീലങ്ങൾ, അത് നമ്മൾ കാലക്രമേണ വികസിപ്പിച്ചെടുക്കുന്നതാണ്. ചെറുപ്പം മുതൽ, ഓരോ കാര്യങ്ങളോടും എങ്ങനെയാണ് പ്രതികരിക്കേണ്ടതെന്ന് പഠിച്ചുവെച്ച്, അത് തന്നെയാവും നമ്മൾ പല സാഹചര്യങ്ങളിലും പിന്തുടരുന്നത് (പലപ്പോഴും ചിന്തിക്കുക പോലും ചെയ്യാതെ).

ദൈനംദിന ജീവിതത്തിൽ 'സ്വയമറിയാതെ' ജീവിക്കുന്നതിനും അതിന്റേതായ നല്ല വശങ്ങളുണ്ട്. ഓരോ ലളിത പ്രവൃത്തിയും

വളരെ ആലോചിച്ച് തീരുമാനിക്കാൻ നിന്നാൽ, പ്രാതൽ ഉണ്ടാക്കാൻ, കുട്ടികളെ സ്കൂളിൽ കൊണ്ടുചെല്ലാൻ, ജോലിക്കു പോകാൻ, അങ്ങനെ എന്തുമാകട്ടെ, നിങ്ങളുടെ ജീവിതം മുന്നോട്ടു നീങ്ങുകയില്ല. നിങ്ങൾ സാധാരണഗതിയിൽ എന്നും രണ്ട് നേരം പല്ലു തേയ്ക്കുന്നു. അതിൽ താത്വികപരമായി ചിന്തിക്കാനൊന്നുമില്ല. നിങ്ങൾ ചെയ്യുന്നു, അത്രതന്നെ. കാറിൽ കേറിയിരുന്നതും സീറ്റ് ബെൽറ്റ് ധരിക്കുന്നു. സ്വാഭാവികം. നമ്മുടെ ശീലങ്ങളും ചിട്ടകളും ഇങ്ങനെയുള്ള സ്വാഭാവിക പ്രവൃത്തികളുടെ ഊർജ്ജോപയോഗം കുറയ്ക്കാൻ സഹായിക്കുന്നു. അത് പല സാഹചര്യങ്ങളെയും നല്ല രീതിയിൽ കൈകാര്യം ചെയ്യാൻ നമ്മളെ വിവേകമുള്ളവരും സജ്ജരുമാക്കുന്നു. ഇങ്ങനെയുള്ള നിസ്സാര കാര്യങ്ങളിൽ ഉപയോഗിക്കാതെ ലാഭിക്കുന്ന ഊർജ്ജം, നൈസ്സർഗ്ഗികവും ജ്ഞാനവർദ്ധകവുമായ ചിന്തകളിൽ നിക്ഷേപിക്കാം. ശീലങ്ങൾ ഗുണകരമാണ്; നല്ല ശീലങ്ങളാണെങ്കിൽ മാത്രം.

പോഷകസമ്പന്നമായ ആഹാരമാണ് കഴിക്കുന്നതെങ്കിൽ, നിങ്ങൾ വീട്ടിൽ ഉണ്ടാക്കുന്ന വിഭവങ്ങളിലും പുറത്തു നിന്നും കഴിക്കുന്ന ഭക്ഷണങ്ങളിലും ആരോഗ്യപരമായ ഒരു ശീലം വികസിപ്പിച്ചെടുക്കും. നിങ്ങൾ ആരോഗ്യവാനാണെങ്കിൽ, എന്നും വ്യായാമം ചെയ്യുന്നതു കൊണ്ടാണ്. നിങ്ങൾ ജോലിയിൽ മുന്നേറുന്നുണ്ടെങ്കിൽ, ഏത് പ്രതികൂല സാഹചര്യങ്ങളെയും ശുഭാപ്തി വിശ്വാസത്തോടെ നേരിടാൻ സ്വയം പഠിക്കുകയും തയ്യാറെടുക്കുകയും ചെയ്തത് കൊണ്ടാണ്.

ഞാൻ പല വ്യവസായ പ്രമുഖരേയും തങ്ങളുടെ മേഖലയിൽ വലിയ നേട്ടങ്ങൾ കൈവരിച്ചവരെയും 'താരങ്ങളെയും' പരിചയപ്പെട്ടിട്ടുണ്ട്, കൂടെ ജോലി ചെയ്തിട്ടുമുണ്ട്. അതുകൊണ്ട് ഒന്ന് ഞാൻ പറയാം, അവരെല്ലാവരിലും പൊതുവായ ഒരു ഗുണമുണ്ട്; അവരെല്ലാം നല്ല ശീലങ്ങൾ പിന്തുടരുന്നവരാണ്. അതിനർത്ഥം അവർക്ക് മോശം ശീലങ്ങൾ ഇല്ലെന്നല്ല; ഉണ്ട്. പക്ഷെ അധികം ഇല്ല. നല്ല ശീലങ്ങളുടെ ഒരു ചിട്ട വളർത്തിയെടുക്കുന്നതാണ്, ജീവിതവിജയം നേടിയവരിൽ നിന്നും ബാക്കിയുള്ളവരെ വേർതിരിച്ചു നിർത്തുന്നത്. ഇപ്പോൾ കാര്യങ്ങൾ വ്യക്തമാകുന്നില്ലേ? നമ്മൾ നേരത്തെ ചർച്ച ചെയ്തതിൽ നിന്നും മനസ്സിലായത് ഇതാണ്, നേട്ടങ്ങൾ കൈവരിച്ചവരെല്ലാം മറ്റുള്ളവരെക്കാൾ ബുദ്ധിമാനോ കഴിവുള്ളവനോ ആകണമെന്നില്ല. പക്ഷേ അവരുടെ ശീലങ്ങൾ അവരെ കൂടുതൽ അറിവുള്ളവനും, ജ്ഞാനമുള്ളവനും, സമർത്ഥനും, കഴിവുള്ളവനും, സജ്ജനും ആക്കുന്നു.

എന്റെ ചെറുപ്പത്തിൽ, അച്ഛൻ എന്നെ ശീലങ്ങൾ പഠിപ്പിക്കുവാൻ വേണ്ടി ഉദാഹരണത്തിനായി തെരഞ്ഞെടുത്ത ലാറി ബേർഡിനെയാണ്. 'ഐതിഹാസികനായ ലാറി' പ്രശസ്തനായ ഒരു ബാസ്കറ്റ്ബോൾ കളിക്കാരനായിരുന്നു. പക്ഷേ, കായികപരമായി കഴിവുള്ളവനായല്ല അറിയപ്പെട്ടിരുന്നത്. ലാറി കളിക്കളത്തിൽ ആരെയും അത്ഭുതപ്പെടുത്തിയിട്ടില്ല. എന്നിരുന്നാലും, അദ്ദേഹത്തിന്റെ മിതമായ കഴിവുകളുപയോഗിച്ച് ബോസ്റ്റൺ സെൽറ്റിക്ക്സിനെ മൂന്ന് തവണ ലോകചാമ്പ്യന്മാർ ആക്കുകയും എക്കാലത്തെയും മികച്ച കളിക്കാരിൽ ഒരാളാകുകയും ചെയ്തു. എങ്ങനെയാണ് അത് സാധിച്ചത്?

ലാറിയുടെ ശീലങ്ങൾ; പരിശീലനത്തിനോടുള്ള അർപ്പണബോധവും കളിയിൽ മികച്ചതാവാനുള്ള അശ്രാന്തപരിശ്രമവും. ബാസ്കറ്റ്ബോൾ ചരിത്രത്തിൽ ഫ്രീ-ത്രോകളിൽ സ്ഥിരമായി നല്ല പ്രകടനം കാഴ്ചവെക്കുന്ന ഒരാളായിരുന്നു ബേർഡ്. സ്കൂൾ കാലഘട്ടത്തിൽ, എന്നും രാവിലെ ക്ലാസ് തുടങ്ങുന്നതിനു മുമ്പ്, അഞ്ഞൂറ് ഫ്രീ-ത്രോകൾ പരിശീലിക്കുന്നത് ശീലമാക്കിയിരുന്നു. അത്തരം അച്ചടക്കത്തിലൂടെ തന്റെ ജന്മസിദ്ധമായ കഴിവുകളെ പരിപോഷിപ്പിക്കുകയും, പല അനുഗ്രഹീതരായ കളിക്കാരെ തോൽപ്പിക്കുകയും ചെയ്തിരുന്നു.

ലാറി ബേർഡിനെ പോലെ, നിങ്ങൾക്കും സ്വയമറിയാത്തതും ബോധപൂർവ്വവുമല്ലാത്ത പ്രതികരണങ്ങളെ വരുതിയിലാക്കി നേട്ടങ്ങൾ കൊയ്തെടുക്കാം. ഈ അദ്ധ്യായത്തിൽ, നിങ്ങളിലെ അച്ചടക്കത്തിലും കഠിനാദ്ധ്വാനത്തിലും നല്ല ശീലങ്ങളിലും അഭാവമായുള്ള സ്വതസിദ്ധമായ കഴിവുകളെ പരിപോഷിപ്പിക്കാൻ തീരുമാനിക്കുകയാണ്.

തുടർച്ചയായുള്ള പരിശീലനത്തിലൂടെ, ഏത് സ്വഭാവവും (നല്ലതോ മോശമോ) തന്നെത്താനെ പ്രാവർത്തികമാകും. അതിനർത്ഥം, നമ്മളിലെ ഭൂരിഭാഗം ശീലങ്ങളും മനഃപ്പൂർവ്വമല്ല വികസിപ്പിച്ചത് (മാതാപിതാക്കളിൽ നിന്നോ, ചുറ്റുപാടിൽ നിന്നോ, പാരമ്പര്യത്തിൽ നിന്നോ, സാഹചര്യങ്ങളാലോ), എന്നിരുന്നാലും നമുക്കത് ബോധപൂർവ്വമുള്ള പ്രവൃത്തികൾ മൂലം മാറ്റുവാൻ സാധിക്കും. കാരണം, നമ്മളിപ്പോൾ പിന്തുടരുന്ന എല്ലാ ശീലങ്ങളും നമ്മൾ പഠിച്ചെടുത്തവയാണ്. അതിനാൽത്തന്നെ, നമുക്കാവശ്യമില്ലാത്തവ ഒഴിവാക്കുവാനും സാധിക്കും. തയ്യാറാണോ? ഇതാ നോക്കൂ...

ഉടനടി സംതൃപ്തി എന്ന തട്ടിപ്പിൽ നിന്നും പുറത്തുകടക്കുന്നതിലൂടെ ചിന്തിച്ചു തുടങ്ങൂ

നമുക്കറിയാം, കഴിക്കുന്ന കേക്കുകളുടെ എണ്ണം കുറയ്ക്കുന്നത് കൊണ്ട് വണ്ണം കുറയുകയില്ലെന്ന്. രാത്രിയിൽ നമ്മൾ നെറ്റ്ഫ്ലിക്സ് കാണാനോ സമൂഹ മാദ്ധ്യമങ്ങളിൽ കളയാനോ ചെലവഴിക്കുന്ന മൂന്ന് മണിക്കൂർ സമയമുണ്ടെങ്കിൽ, നല്ലൊരു പുസ്തകം വായിക്കാനോ ഓഡിയോ പരിപാടി കേൾക്കാനോ ഉപയോഗപ്പെടുത്താമെന്നറിയാം. വില കൂടിയ ഷൂസ് വാങ്ങുന്നതുകൊണ്ട്, നമ്മൾ മാരത്തണിൽ പങ്കെടുക്കാൻ യോഗ്യനായി എന്നർത്ഥമാവില്ല. നമ്മൾ യുക്തിബോധമുള്ള ഇനമാണ്; അല്ലെങ്കിൽ അങ്ങനെയാണ് ധരിച്ചുവെച്ചിരിക്കുന്നത്. പിന്നെന്തുകൊണ്ടാണ് നമ്മൾ ഒരു യുക്തിയുമില്ലാത്ത മോശം ശീലങ്ങൾക്കടിമപ്പെടുന്നത്? ഉടനടിയുള്ള ആഗ്രഹസാഫല്യത്തിനായി നാം, ഏറ്റവും കൂടുതൽ പ്രതികരണശേഷിയും ഏറ്റവും കുറവ് ബോധവുമുള്ള ജീവികളായി മാറുകയാണ്.

ഒരു കഷണം ബർഗർ കഴിച്ചതും ഹൃദയസ്തംഭനം മൂലം താഴെ വീഴുകയാണെങ്കിൽ, അടുത്ത കഷണം നിങ്ങൾ തൊടുകയില്ല. ഒരു തവണ സിഗരറ്റ് വലിക്കുമ്പോഴേക്കും നിങ്ങളുടെ മുഖം ജീർണ്ണിച്ച ഒരു എൺപത്തഞ്ച് വയസുകാരന്റേതുപോലെ ആവുകയാണെങ്കിൽ, പിന്നീട് നിങ്ങൾ അതിലേക്ക് തിരിച്ചുപോവുകയില്ല. പത്താമത്തെ ഫോൺ കോൾ ചെയ്യാതിരുന്നാൽ നിങ്ങളുടെ ജോലി പോവുകയും പാപ്പരാവുകയും ചെയ്യുമെന്നറിഞ്ഞാൽ, നിങ്ങൾ തീർച്ചയായും ആ കോൾ ചെയ്തിരിക്കും. ഒരു കഷണം കേക്ക് നിങ്ങളുടെ ഭാരത്തെ അമ്പത് പൗണ്ട് കൂട്ടുമെങ്കിൽ, കേക്ക് കഴിക്കാതിരിക്കുന്നതല്ലേ യുക്തി.

പ്രശ്നമെന്തെന്നാൽ, മോശം ശീലങ്ങളുടെ അനന്തരഫലങ്ങൾ ഉടനടി ഉണ്ടാകില്ലെന്നതും, മാത്രമല്ല, അത് വളരെ കാലങ്ങൾക്കു ശേഷമേ പ്രകടമാവുകയുള്ളൂ എന്നതും നമ്മുടെ മനസ്സിൽ പതിഞ്ഞിട്ടുള്ള കാര്യമാണ്. ദുശ്ശീലങ്ങൾ പിന്തുടരുന്നത് ഇപ്പോഴുള്ള നമ്മുടെ അവസ്ഥയെ ബാധിക്കില്ല എന്നതാണ് നമ്മുടെ യുക്തി. നിങ്ങൾക്കിപ്പോൾ ഹൃദയസ്തംഭനം സംഭവിച്ചിട്ടില്ല, നിങ്ങളുടെ മുഖം ചുക്കിച്ചുളിഞ്ഞിട്ടില്ല, നിങ്ങളിപ്പോൾ തൊഴിൽരഹിതനല്ല, നിങ്ങളിപ്പോൾ അമിതഭാരമുള്ളവനല്ല. പക്ഷേ, ഇതൊന്നും, നിങ്ങൾ സംയുക്ത പ്രഭാവത്തെ പ്രവർത്തനക്ഷമമാക്കിയില്ല എന്നർത്ഥമാക്കുന്നില്ല.

തിരിച്ചറിവിനുള്ള സമയമായി; നിങ്ങളിപ്പോൾ പിന്തുടർന്നു കൊണ്ടിരിക്കുന്ന ശീലങ്ങൾ ഒത്തുചേർന്ന് നിങ്ങളുടെ ജീവിതത്തിൽ തുടരെത്തുടരെയുള്ള തകർച്ചകൾക്ക് കാരണമായേക്കാം.

നിങ്ങളുടെ ദിനചര്യകളിൽ വരുത്തുന്ന നിസ്സാരമായ ക്രമീകരണങ്ങൾ, ജീവിതത്തിലെ വളരെ വലിയ മാറ്റങ്ങൾക്ക് വഴിയൊരുക്കും. ഒന്നുകൂടെ ഓർമ്മിപ്പിക്കാം, ഞാൻ നിങ്ങളോട് വലിയ മാറ്റങ്ങൾ വരുത്താനോ, നിങ്ങളുടെ വ്യക്തിത്വത്തെയോ സ്വഭാവത്തെയോ ജീവിതത്തെ തന്നെയോ അഴിച്ചുപണിയാനോ അല്ല പറയുന്നത്. വളരെ ചെറിയ, കാഴ്ചയിൽ അപ്രസക്തമായ ക്രമീകരണങ്ങൾ, എല്ലാത്തിനെയും അടിമുടി മാറ്റിയേക്കും. തീർച്ചയായും.

ചെറിയ ക്രമീകരണങ്ങളുടെ ശക്തി മനസ്സിലാക്കിത്തരാൻ എന്റെ കൈയിലുള്ള മികച്ച ഒരു ചിത്രം, ലോസ് ഏഞ്ചലസിൽ നിന്നും ന്യൂ യോർക്ക് നഗരത്തിലേക്ക് പറക്കുന്ന ഒരു വിമാനത്തിന്റേതാണ്. വിമാനത്തിന്റെ അഗ്രഭാഗം പറക്കേണ്ട ദിശയിൽ നിന്നും വെറും ഒരു ശതമാനം മാറിയാൽ പോലും (ലോസ് ഏഞ്ചലസിലെ റൺവേയിൽ ഇരിക്കുമ്പോൾ ആരും ശ്രദ്ധിക്കാൻ പോലും പോകുന്നില്ല), അതിന്റെ ലക്ഷ്യസ്ഥാനത്തു നിന്നും 150 മൈലുകൾ മാറി അൽബാനിയിലോ ഡെലവേറിലെ ഡോവറിലോ എത്തിച്ചേരും. അതുപോലെ തന്നെയാണ് നിങ്ങളുടെ ശീലങ്ങളുടെ കാര്യവും. ഇപ്പോൾ നിസ്സാരമായി തോന്നിയേക്കാവുന്ന ഒരൊറ്റ മോശം ശീലം, നിങ്ങളുടെ ലക്ഷ്യങ്ങളിൽ നിന്നും ജീവിതാഭിലാഷങ്ങളിൽ നിന്നും ബഹുദൂരം വഴിതിരിച്ചുവിട്ടേക്കാം. ചിത്രം 6 കാണുക.

ചിത്രം 6

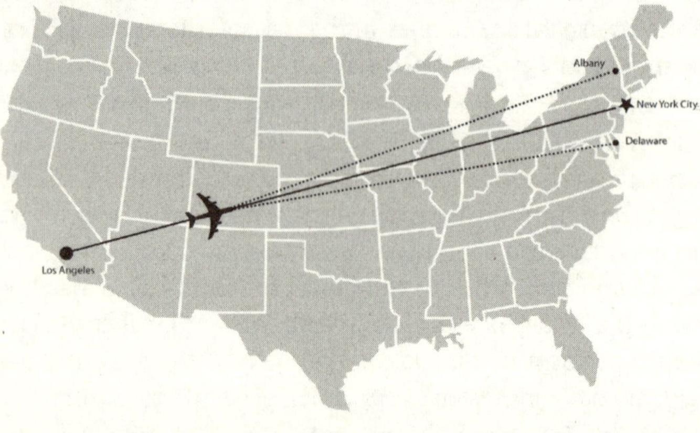

നിസ്സാര ക്രമീകരണങ്ങളുടെ ശക്തി : ഗതിയിലെ ഒരു ശതമാനം വ്യതിചലനം ലക്ഷ്യത്തിൽ നിന്നും 150 മൈൽ ദൂരെയെത്തിക്കും.

മിക്ക മനുഷ്യരും തനിക്കെന്താണ് വേണ്ടതെന്നോ തനിക്ക് വേണ്ടത് എങ്ങനെയാണ് നേടേണ്ടതെന്നോ അറിയാൻ വേണ്ടത്ര മെനക്കെടാതെ വെറുതെ ജീവിച്ച തീർക്കുകയാണ്. നിങ്ങളുടെ അഭിനിവേശത്തെ എങ്ങനെയാണ് ഊർജ്ജിതപ്പെടുത്തുക എന്നും, നിങ്ങളുടെ അടങ്ങാത്ത സർഗ്ഗശക്തി ഉപയോഗിച്ച് സ്വപ്നങ്ങളും ആഗ്രഹങ്ങളും എങ്ങനെ നേടിയെടുക്കാമെന്നും ഞാൻ കാണിച്ചതരാം. വലിയ ഓക്കുമരങ്ങൾ പോലെ വേരുറപ്പിച്ച നിൽക്കുന്ന ദുശ്ശീലങ്ങളെ പിഴുതെടുക്കുക എന്നത് ദുഷ്കരവും ബുദ്ധിമുട്ടേറിയതുമായ ജോലിയാണ്. ഇച്ഛാശക്തി മാത്രം കൊണ്ട് അത് സാധിക്കില്ല; ആ പ്രക്രിയയിലൂടെ കടന്ന പോകാൻ ദൃഢനിശ്ചയത്തേക്കാൾ മികച്ചതെന്തെങ്കിലും വേണം.

നിങ്ങളുടെ ആത്മവിശ്വാസം കണ്ടെത്തുക – നിങ്ങളുടെ പ്രേരകശക്തി

വിശന്നു വലയുന്ന കരടിയെ അകറ്റിനിർത്താൻ ഭക്ഷണപാത്രത്തെ ഒരു തുണി കൊണ്ട് മൂടിവെക്കുന്നതു പോലെയാണ്, നമ്മുടെ ശീലങ്ങളെ മാറ്റാൻ ഇച്ഛാശക്തി മാത്രം മതിയെന്ന് കരുതുന്നത്. മോശം ശീലങ്ങളെന്ന കരടിയോട് പൊരുതാൻ, അതിലും ശക്തമായ എന്തെങ്കിലും വേണം.

നമ്മുടെ ലക്ഷ്യത്തിലേക്കെത്താൻ കഠിനമായി അദ്ധ്വാനിക്കുന്നതിൽ എന്തെങ്കിലും ബുദ്ധിമുട്ടുണ്ടായാൽ, ആദ്യം കരുതുന്നത് ഇച്ഛാശക്തിയില്ല എന്നാണ്. ഞാൻ അതിനോട് യോജിക്കുന്നില്ല. വിജയിക്കാൻ തീരുമാനിച്ചത് കൊണ്ട് കാര്യമില്ല. നിങ്ങളെടുക്കാൻ പോകുന്ന നല്ല തീരുമാനങ്ങൾ ശാശ്വതമായിരിക്കാൻ ഉതകുന്നത് എന്താണ്? നിങ്ങളെ ബുദ്ധിഹീനമായ പഴയ ദുശ്ശീലങ്ങളിലേക്ക് തിരിച്ചപോകാതിരിക്കാൻ സഹായിക്കുന്നത് എന്താണ്? നിങ്ങൾ മുമ്പ് ശ്രമിച്ച പരാജയപ്പെട്ട അവസരങ്ങളിൽ നിന്നും ഇപ്പോഴത്തെ അവസരത്തെ വേർതിരിക്കുന്നത് എന്താണ്? നിങ്ങൾക്ക് ചെറിയൊരു ബുദ്ധിമുട്ട് തോന്നിയാൽപോലും, ആ പഴയ സുരക്ഷിത ചര്യകളിലേക്ക് തിരിച്ച പോകും.

നിങ്ങൾ മുമ്പും ഇച്ഛാശക്തി ഉപയോഗിച്ചിട്ടുണ്ട്, പക്ഷേ വിജയിക്കാനായില്ല. നിങ്ങൾ പ്രതിജ്ഞകൾ എടുത്തിട്ടുണ്ട്, പക്ഷേ നിറവേറ്റിയില്ല. നിങ്ങൾ ഭാരം കുറയ്ക്കുമെന്ന് കഴിഞ്ഞ തവണ ഉറച്ച വിശ്വസിച്ചിരുന്നു. കഴിഞ്ഞ വർഷം ജോലി സംബന്ധമായ ഫോൺ കോളുകളെല്ലാം വിളിച്ച തീർക്കുമെന്ന് നിങ്ങൾ കരുതിയിരുന്നു. നമുക്ക് "ഈ ഭ്രാന്തൻ ചിന്താഗതി ഒഴിവാക്കാം", എന്നിട്ട് പുതിയൊരു വഴി കണ്ടെത്തി വ്യത്യസ്തവും *മികച്ചതുമായ* ഫലങ്ങൾ നേടാം.

ഇച്ഛാശക്തിയെക്കുറിച്ച് മറന്നേക്കൂ. *പ്രേരകശക്തിയുടെ* സമയമാണ് ഇനി. നിങ്ങളുടെ തീരുമാനങ്ങൾ അർത്ഥവത്താകുന്നത്, അവയെ നിങ്ങളുടെ ആഗ്രഹങ്ങളോടും സ്വപ്നങ്ങളോടും കൂട്ടിക്കെട്ടുമ്പോഴാണ്. യുക്തിപൂർവ്വവും പ്രചോദനവുമായ തീരുമാനങ്ങളാണ്, നിങ്ങളുടെ ഉദ്ദേശ്യത്തോടും കാതലായ മൂല്യങ്ങളോടും അണിനിരത്തേണ്ടത്. നിങ്ങൾ എന്തെങ്കിലും ആഗ്രഹിക്കുന്നുണ്ടെങ്കിൽ, *എന്തുകൊണ്ടാണ്* അത് ആഗ്രഹിക്കുന്നത് എന്ന് അറിഞ്ഞിരിക്കണം. ഇല്ലെങ്കിൽ, വളരെ വേഗം നിങ്ങളത് ഉപേക്ഷിച്ച് പിന്മാറും.

എന്തുകൊണ്ടാണ് നിങ്ങൾ ആഗ്രഹിക്കുന്നത്? ജീവിതത്തിൽ അർത്ഥവത്തായ അഭിവൃദ്ധിയുണ്ടാകണമെങ്കിൽ, നമുക്കതിന് *പ്രേരകങ്ങൾ* ആവശ്യമാണ്. ആ ലക്ഷ്യം നിങ്ങളുടെ മാറ്റങ്ങൾക്ക് പ്രചോദനമാകണമെങ്കിൽ, നിങ്ങളുടെ *പ്രേരകങ്ങൾ* അത്രയും ശക്തമായിരിക്കണം. നിങ്ങളിപ്പോഴുള്ള സാഹചര്യത്തിൽ നിന്നും മുന്നോട്ട് പോകണം, ഓടണം, അതിവേഗം ഓടണം; *വർഷങ്ങൾ* സഞ്ചരിക്കണം! ശരി, നിങ്ങളെ മുന്നോട്ട് പോകാൻ സ്വാധീനിക്കുന്ന ഘടകം എന്താണ്? പ്രേരകശക്തിയെ കണ്ടെത്തുന്നത് നിർണ്ണായകമായ ഒന്നാണ്. നിങ്ങളുടെ അഭിനിവേശത്തെ *ഉത്തേജിപ്പിക്കുന്നതെന്താണോ*, ഉന്മേഷത്തിന്റെ ഉറവിടം ഏതാണോ, ദൃഢനിശ്ചയത്തിന്റെ ഇന്ധനം എന്താണോ, അതാണ് നിങ്ങളുടെ പ്രചോദനം. ഇത് അത്രയും പ്രാധാന്യമർഹിക്കുന്നതാണ്. ഞാനെന്റെ മറ്റൊരു പുസ്തകമായ *ലിവിംഗ് യുവർ ബെസ്റ്റ് ഇയർ: എ പ്രോവെൻ സിസ്റ്റം ഫോർ അചീവിങ് ബിഗ് ഗോൾസ്* (Living YourBestYearEver.com) എഴുതാൻ അടിസ്ഥാനമാക്കിയത് ഇതാണ്. നിങ്ങൾ നിങ്ങളുടെ *പ്രേരകങ്ങളെ* തീർച്ചയായും അറിഞ്ഞിരിക്കണം.

എന്തുകൊണ്ടാണ് എല്ലാം സാദ്ധ്യമാകുന്നത്

നിങ്ങളുടെ പ്രേരകങ്ങളുടെ ശക്തിയാണ്, കഠിനമായ മുഷിപ്പിക്കുന്ന അദ്ധ്വാനത്തിൽ നിന്നും നിങ്ങളെ പിന്തിരിയാൻ അനുവദിക്കാതിരിക്കുന്നത്. ലക്ഷ്യങ്ങൾ എത്രത്തോളം ശക്തമാകുന്നുവോ, മാർഗ്ഗം അത്രത്തോളം സാധൂകരിക്കപ്പെടും. പ്രചോദനവും ആഗ്രഹങ്ങളും നിശ്ചയിക്കപ്പെടുന്നതുവരെ, എത്ര നല്ല പുതിയ ജീവിതപാതകൾ കണ്ടെത്തിയാലും നിങ്ങളതിനെ അവഗണിക്കും. നിങ്ങളുടെ പ്രേരകശക്തിയും ആഗ്രഹങ്ങളും മികച്ചതല്ലെങ്കിൽ, ചുമതലാബോധവും മനക്കരുത്തും ശക്തമല്ലായെങ്കിൽ, പലരും ചെയ്യുന്നത് പോലെ പുതുവർഷ പ്രതിജ്ഞകൾ എടുക്കുകയും, കുറച്ച് ദിവസങ്ങൾക്കു

ശേഷം അതുപേക്ഷിച്ച് പഴയ ദുശ്ശീലങ്ങളിലേക്ക് തിരിച്ചുപോകും. ഇതിന് സമാനമായ ഒരു ഉദാഹരണം ഇതാ.

പത്ത് ഇഞ്ച് വീതിയും മുപ്പത് അടി നീളവുമുള്ള ഒരു മരപ്പലക തറയിൽ വെച്ച് ഞാൻ പറയുന്നു, "നിങ്ങൾ ഇതിലൂടെ നടക്കുകയാണെങ്കിൽ, ഞാൻ ഇരുപത് ഡോളർ തരാം." നിങ്ങളത് ചെയ്യുമോ? തീർച്ചയായും, ഈ അനായാസ കാര്യത്തിന് ഇരുപത് ഡോളർ. പക്ഷേ, അതേ മരപ്പലകയെടുത്ത് നൂറ് നിലകളുള്ള രണ്ട് കെട്ടിടങ്ങൾക്കു കുറുകെ വയ്ക്കുകയാണെങ്കിലോ? നേരത്തെ പറഞ്ഞ ഉദ്യമവുമായി താരതമ്യം ചെയ്യുമ്പോൾ, ഇപ്പോഴത്തേതിന് ഇരുപത് ഡോളർ അത്ര ആകർഷണീയമായ വാഗ്ദാനമല്ല. അല്ലെങ്കിൽ, തീർത്തും അസാധ്യം , അല്ലേ? നിങ്ങൾ എന്നെ നോക്കി പറയും, "ഒരിക്കലും നടക്കില്ല." ചിത്രം 7 കാണുക.

ചിത്രം 7

നിങ്ങളുടെ പ്രേരകശക്തി അത്രയും മികച്ചതാണോ?

എന്നാൽ, എതിരെയുള്ള ആ കെട്ടിടത്തിൽ നിങ്ങളുടെ കുഞ്ഞ് നിൽക്കുകയാണെങ്കിൽ, ആ കെട്ടിടത്തിന് തീപിടുത്തം സംഭവി

ച്ചിരിക്കുകയാണെങ്കിൽ, നിങ്ങളാ പലകയിലൂടെ അത്രയും ദൂരം പോവുകയില്ലേ? മറുചോദ്യങ്ങളൊന്നുമില്ലാതെ നിങ്ങൾ ഉടനടി ചെയ്തിരിക്കും, ഇരുപത് ഡോളറോ മറ്റോ ഒന്നും വിഷയമല്ല.

എന്തുകൊണ്ടാണ് ഞാൻ ആദ്യത്തെ തവണ അത്രയും ഉയരത്തിൽ ആ പലകയിലൂടെ നടക്കാൻ പറഞ്ഞിട്ട് സമ്മതിക്കാതിരുന്നത്, പക്ഷേ രണ്ടാമത്തെ സാഹചര്യത്തിൽ മറിച്ചൊന്നും ചിന്തിക്കാതെ തന്നെ അത് ചെയ്യാൻ തീരുമാനിച്ചത്? അപായങ്ങളും അപകട സാദ്ധ്യതകളും ഒന്നുതന്നെ. പിന്നെന്താണ് വ്യത്യാസം? നിങ്ങളുടെ പ്രേരകം മാറി, അത് ചെയ്യാനുള്ള കാരണത്തിൽ ഉണ്ടായ മാറ്റം. ശ്രദ്ധിച്ചോ, പ്രേരകം ശക്തമാണെങ്കിൽ, നിങ്ങൾ എങ്ങനെയും അത് ചെയ്യാനുള്ള വഴിയും ധൈര്യവും കണ്ടെത്തും.

നിങ്ങളുടെ സർഗ്ഗശക്തിയേയും പ്രേരകശക്തിയേയും ജ്വലിപ്പിക്കണമെങ്കിൽ, സാമ്പത്തികപരമായും വസ്തുവുമായുള്ള ആനുകൂല്യങ്ങൾക്കുമപ്പുറം കാണാൻ പഠിക്കണം. അങ്ങനെയുള്ള ആനുകൂല്യങ്ങൾ മോശമാണെന്നല്ല. സത്യത്തിൽ, അവയും വേണ്ടതു തന്നെയാണ്. ഞാൻ നല്ല കാര്യങ്ങളെ വിലയിരുത്തുന്നവനാണ്. പക്ഷേ, ഭൗതികമായ ആനുകൂല്യങ്ങൾ നിങ്ങളുടെ മനസ്സിനെയും ആത്മാവിനെയും ധൈര്യത്തെയും മുഴുവനായും പ്രവർത്തിയിലേക്ക് നയിക്കാൻ പ്രചോദിപ്പിക്കുകയില്ല. ആ ഒരു ത്വര ഇനിയും ആഴങ്ങളിൽ നിന്നും ഉണ്ടാവേണ്ടതാണ്. മാത്രമല്ല, അങ്ങനെ സംഭവിച്ചാൽ തന്നെ തിളക്കമേറിയ വസ്തുക്കൾ നിങ്ങൾ നേടിയേക്കാം, പക്ഷേ ശരിക്കുമുള്ള സമ്മാനങ്ങൾ നിങ്ങൾക്ക് കൈവരിക്കാനാകില്ല : സന്തോഷവും ആത്മസംതൃപ്തിയും. പീക്ക് പെർഫോർമൻസ് വിദഗ്ധനായ ടോണി റോബിൻസുമായുള്ള അഭിമുഖ സംഭാഷണത്തിനിടയിൽ, അദ്ദേഹം പറഞ്ഞു, "പല വ്യവസായ പ്രമുഖരും വിജയത്തിന്റെ പാരമ്യതയിൽ എത്തി ഞാൻ കണ്ടിട്ടുണ്ട്. പക്ഷേ, അപ്പോഴും അവരിൽ നിരാശയും വിഷമവും ഭയവും നിറഞ്ഞിരിക്കുന്നത് കാണാം. എന്താണ് ഇത്രയും നേട്ടങ്ങൾ കണ്ട ഇവരെ സന്തോഷമായി ജീവിക്കുന്നതിൽ നിന്നും തടയുന്നത്? ഉത്തരം ലളിതമാണ്, അവർ നേട്ടങ്ങളിൽ മാത്രമാണ് ശ്രദ്ധയൂന്നിയത്, ആത്മസംതൃപ്തിയിലല്ല. അസാധാരണമായ നേട്ടങ്ങൾ, അസാധാരണമായ ഉല്ലാസത്തിനും സന്തോഷത്തിനും സ്നേഹത്തിനും അർത്ഥങ്ങൾക്കും കാരണമാകണമെന്നില്ല. കഴിവുകളുടെ ഈ രണ്ട് ശേഖരങ്ങളും പരസ്പര പൂരകങ്ങളാണ്. അതുകൊണ്ടുതന്നെ, സംതൃപ്തിയില്ലാത്ത വിജയം, പരാജയം തന്നെയാണെന്നാണ് ഞാൻ കരുതുന്നത്."

വളരെ ശരിയാണ്. അതുകൊണ്ടാണ്, വിജയിക്കണം എന്ന

തീരുമാനം മാത്രം മതിയാകുന്നില്ല. ഇനിയും ആഴങ്ങളിൽ ചെന്ന്, നിങ്ങളുടെ കാതലായ പ്രചോദനങ്ങളെ കണ്ടെത്തിയാലേ അതീത ശക്തിയെ പുറത്തു കൊണ്ടുവരാനാകൂ. നിങ്ങളുടെ പ്രേരകശക്തി.

കാതലായ പ്രചോദനം

പ്രേരകശക്തിയെ കണ്ടെത്താനുള്ള മാർഗ്ഗം, ഒരാളുടെ *മൂല്യങ്ങളാണ്*. അതാണ് നിങ്ങൾ ആരാണെന്നതും നിങ്ങളുടെ നിലനിൽപ്പിന്റെ കാരണവും വിശദീകരിക്കുന്നത്. മൂല്യങ്ങളാണ് ഒരാളെ നയിക്കുന്നത്; അയാളുടെ വഴികാട്ടിയും, ദിശ നിയന്ത്രിക്കുന്നതും അവയാണ്. ജീവിതത്തിൽ നിങ്ങൾ ആഗ്രഹിക്കുന്നതും അഭ്യർത്ഥിക്കുന്നതും ആകർഷിക്കപ്പെടുന്നതുമായ കാര്യങ്ങളെ തരം തിരിച്ച്, അതിലൂടെ നിങ്ങൾ ലക്ഷ്യസ്ഥാനത്തേക്കാണ് സഞ്ചരിക്കുന്നതെന്ന് ഉറപ്പ് വരുത്തുന്നു. നമ്മുടെ കാതലായ മൂല്യങ്ങളെ അറിയുകയും കൃത്യമായി നിർണ്ണയിക്കുകയും ചെയ്യുകയാണ്, ജീവിതത്തെ ഉദ്ദേശിച്ച വഴിയിലേക്ക് തിരിച്ചുവിടാനുള്ള പ്രധാനപ്പെട്ട ചുവടുകളിൽ ഒന്ന്.

നിങ്ങളിനിയും മൂല്യങ്ങളെ വ്യക്തമായി നിശ്ചയിച്ചിട്ടില്ലായെങ്കിൽ, നിങ്ങളുടെ ആവശ്യങ്ങളും തീരുമാനങ്ങളും തമ്മിൽ പൊരുത്തപ്പെടാതെ പോയേക്കാം. ഉദാഹരണത്തിന്, സത്യസന്ധത നിങ്ങൾക്ക് വളരെ പ്രധാനമാണെന്നിരിക്കെ, കൂട്ടുകാരൊക്കെ കള്ളം പറയുന്നവരാണെങ്കിലോ; അവിടെ പ്രശ്നമുണ്ടാകും. പ്രവൃത്തികളും മൂല്യങ്ങളും ഒത്തുപോകാതെ വരുമ്പോൾ, അവിടെ അസന്തുഷ്ടിയും നിരാശയും വിഷണ്ണതയുമുണ്ടാകും. വാസ്തവത്തിൽ, മനഃശാസ്ത്രജ്ഞർ പറയുന്നത്, നമ്മുടെ പ്രവർത്തികളും സ്വഭാവവുമായി മൂല്യങ്ങൾ യോജിക്കാതെ വരുമ്പോഴുണ്ടാകുന്നതിനേക്കാൾ കൂടുതൽ മാനസിക പിരിമുറുക്കം വേറെയില്ലെന്നാണ്.

മൂല്യങ്ങളെ നിശ്ചയിക്കുന്നത് നമ്മുടെ ജീവിതത്തെ ലളിതവും കാര്യക്ഷമവുമാക്കാൻ സഹായിക്കുന്നു. മൂല്യങ്ങളെ തിരിച്ചറിയുന്നതിലൂടെ തീരുമാനങ്ങളിലേക്കെത്തുന്നതും വളരെ എളുപ്പമാകുന്നു. ഒരിക്കൽ ഞാനെന്റെ മൂല്യങ്ങളെ തിരിച്ചറിയാനുള്ള പരിശീലനത്തിലേർപ്പെടുകയും അതിൽ വിജയിക്കുകയും ചെയ്തു; വളർച്ച, മേന്മ, പ്രഭാവം. അത് എന്റെ തീരുമാനങ്ങളെ, ചെറുതോ വലുതോ ആയിക്കൊള്ളട്ടെ, കൂടുതൽ വ്യക്തതയുള്ളതും പ്രയോജനപരവുമാക്കി. ഓരോ തീരുമാനത്തിലെത്തുന്നതിനു മുമ്പും സ്വയം ചോദിക്കുക, "ഇത് എന്റെ മൂല്യങ്ങളുമായി ഒത്തുപോകുന്നുണ്ടോ?" ഉണ്ടെങ്കിൽ, തുടരുക. ഇല്ലെങ്കിൽ, ഒഴിവാക്കുക, പിന്നെ അതിനെക്കുറിച്ച്

ചിന്തിക്കരുത്. നമ്മളെ അലട്ടുന്നതും സന്ദേഹത്തിലാഴ്ത്തുന്നതുമായ എല്ലാം ഒഴിവാക്കുക.

നിങ്ങളുടെ മൂല്യങ്ങളെ തിരിച്ചറിയുവാനും നിർണ്ണയിക്കുവാനുമുള്ള വർക്ക്ഷീറ്റ് ഡൌൺലോഡ് ചെയ്യുവാനായി, THECOMPOUNDEFFECT.COM/RESOURCES സന്ദർശിക്കുക

പ്രതിയോഗിയെ കണ്ടെത്തുക

മനുഷ്യരെ പ്രചോദിപ്പിക്കുന്നത്, ഒന്നുകിൽ അവർക്കു വേണ്ടുന്ന കാര്യങ്ങളാണ്; അല്ലെങ്കിൽ, അവർക്ക് ആവശ്യമില്ലാത്തതും. സ്നേഹം എന്നത് വളരെ ശക്തമായ ഒരു പ്രചോദനമാണ്. അതു പോലെ തന്നെയാണ് വെറുപ്പും. സമൂഹത്തിലെ ശരികൾക്ക് വിപരീതമായി ചിന്തിക്കുകയാണെങ്കിൽ, വെറുക്കുന്നതും ഒരുവിധത്തിൽ നല്ലതാണ്. രോഗത്തെ വെറുക്കുക, അധർമ്മത്തെ വെറുക്കുക, അജ്ഞതയെ വെറുക്കുക, അമിതവിശ്വാസത്തെ വെറുക്കുക, അങ്ങനെ പലതിനേയും. ചിലപ്പോൾ ഒരു ശത്രുവിനെ കണ്ടെത്തുന്നതും നിങ്ങളിലെ ജ്യോതിയെ ശോഭിപ്പിക്കും. പലപ്പോഴും ഞാനൾക്കൊണ്ട മികച്ച പ്രചോദനങ്ങളും നിശ്ചയദാർഢ്യവും ഉറച്ച തീരുമാനങ്ങളും ഉണ്ടായിട്ടുള്ളത്, എനിക്കെതിരെ ഒരു ശത്രു നിൽക്കുമ്പോഴാണ്. പല രാഷ്ട്രീയ വിപ്ലവങ്ങളും രൂപാന്തരീകരണങ്ങളും സംഭവിച്ചിട്ടുള്ളത് എതിരാളികളോട് പൊരുതുമ്പോഴാണെന്ന് ചരിത്രങ്ങൾ പറയുന്നുണ്ട്. ഡേവിഡിന് ഗോലിയാത്ത്. അമേരിക്കയ്ക്ക് ബ്രിട്ടൺ. ലൂക്കിന് ഡാർത്ത് വേഡർ. റോക്കിക്ക് അപ്പോളോ ക്രീഡ്. പെപ്സിക്ക് കൊക്കക്കോള. ഡി സി കോമിക്സിന് മാർവെൽ. ടെയ്‌ലർ സ്വിഫ്റ്റിന് കാന്യെ വെസ്റ്റ്. അങ്ങനെ പറയുകയാണെങ്കിൽ ഒരുപാടുണ്ട്, കാര്യം പിടികിട്ടിയല്ലോ അല്ലെ.

എതിരാളികൾ നമ്മളെ ധൈര്യത്തോടെ തലയുയർത്തി നിൽക്കാൻ പ്രേരിപ്പിക്കുന്നു. അവർ നമ്മുടെ കഴിവുകളേയും വ്യക്തിത്വത്തേയും തീരുമാനങ്ങളേയും മികച്ചതാക്കാൻ നിർബന്ധിതരാക്കുന്നു. നമ്മുടെ പാടവത്തെയും സാമർത്ഥ്യത്തെയും വിലയിരുത്തി, നല്ല രീതിയിൽ നിർവഹിക്കാൻ ഊർജ്ജം നൽകുന്നു. പ്രചോദനപരമായ ഒരു സ്പർദ്ധയില്ലെങ്കിൽ, നമ്മൾ അലസരാകും; നമ്മളിലെ ആശയവും ബലവും നഷ്ടപ്പെടും.

എന്നെ ഉപദേഷ്ടാവായി കാണുന്ന ചില കക്ഷികൾ വിഷമിക്കുന്നത്, അവരുടെ പ്രേരകശക്തികൾ ആവിഷ്കരിക്കപ്പെട്ടത് അത്ര മഹത്തായ ലക്ഷ്യങ്ങൾ കാരണമല്ല എന്നതാണ്. നിഷേധിക്കുന്നവരുടെ വാക്കുകൾ തെറ്റാണെന്ന് തെളിയിക്കാൻ വേണ്ടിയാണ് അങ്ങനെ ചെയ്യുന്നതെന്ന കുറ്റബോധം അവരെ വിഷമിപ്പിക്കുന്നു. ഒന്നിനും കൊള്ളാത്തവരാണ് എന്നു പഴിച്ച ആളുകൾക്കു നേരെ തലയുയർത്തി നിൽക്കാൻ, അല്ലെങ്കിൽ മത്സരങ്ങളിൽ ജയിക്കാൻ, അതുമല്ലെങ്കിൽ കൂടെപ്പിറപ്പുകളിൽ താനാണ് ഒരു പടിയെങ്കിലും മികച്ചതെന്ന് കാണിക്കാൻ. പക്ഷേ സത്യത്തിൽ, പ്രചോദനം എന്തുതന്നെയായാലും കുഴപ്പമില്ല (നിയമത്തിനു വിധേയവും ധാർമ്മികവും ആയിരിക്കണം എന്നേയുള്ളൂ). നിങ്ങളുടെ പ്രചോദനം മഹത്തായ മനുഷ്യത്വത്തിന് പര്യായമാവണമെന്നൊന്നുമില്ല. ഇവിടെ പ്രധാനം, അത് നിങ്ങളെ പ്രോത്സാഹിപ്പിക്കുന്നുണ്ടോ എന്നതാണ്. ചിലപ്പോൾ നിങ്ങൾ നേരിട്ട ഒരു മോശം സംഭവമോ, നിങ്ങളിലെ ഒരു മോശം വികാരമോ, നിങ്ങളെ വളരെ നല്ലതും വിജയകരവുമായ ലക്ഷ്യത്തിൽ എത്തിച്ചേക്കാം.

റഗ്ബി ചരിത്രത്തിൽ ഏറ്റവും പ്രകീർത്തിക്കപ്പെടുന്ന പരിശീലകരിൽ ഒരാളായ പീറ്റ് കാരൊളിന്റെ കാര്യത്തിൽ ഇത് വളരെ സത്യമാണ്. പീറ്റ് തന്റെ പ്രചോദനത്തിന്റെ രഹസ്യം എന്നോട് വെളിപ്പെടുത്തി, "ചെറുപ്പത്തിൽ, ഞാനത്ര പോരായിരുന്നു. ഞാൻ ചെറുതായിരുന്നതിനാൽ എനിക്കൊന്നും ചെയ്യാനും കഴിയുമായിരുന്നില്ല. എന്റെ കഴിവുകൾ പുറത്തു കൊണ്ടുവരാൻ പോന്ന മത്സരങ്ങളിൽ അവസരം കിട്ടാൻ, കുറച്ച് വർഷങ്ങൾ കാത്തിരിക്കേണ്ടിവന്നു. അതുവരെ, ചെയ്യുന്ന കാര്യത്തിൽ ഞാൻ വളരെ മികച്ചതാണെന്നും അത് തെളിയിക്കാൻ പൊരുതേണ്ടിയിരിക്കുന്നു എന്നുമാണ് ഞാൻ വിശ്വസിച്ചിരുന്നത്. ഞാൻ അസാധാരണ കഴിവുകൾ അവതരിപ്പിക്കാൻ പറ്റാത്തതിൽ നിരാശനായിരുന്നു." കരോളിന്റെ അടങ്ങാത്ത മത്സരബുദ്ധി അദ്ദേഹത്തെ ഉന്നതങ്ങളിൽ എത്തിച്ചു.

പ്രശസ്ത നടൻ ആന്റണി ഹോപ്കിൻസുമായുള്ള അഭിമുഖത്തിൽ, അദ്ദേഹത്തിന്റെ അസാമാന്യ കഴിവും അർപ്പണബോധവും ഉണ്ടായത് ദേഷ്യത്തിൽ നിന്നാണെന്ന് പറഞ്ഞത് എന്നെ അത്ഭുതപ്പെടുത്തി. ഒരു മോശം വിദ്യാർത്ഥിയായിരുന്നുവെന്ന് അദ്ദേഹം തന്നെ സമ്മതിച്ചു; അന്നുകാലത്ത് കണ്ടെത്താൻ കഴിയാതിരുന്ന പഠനവൈകല്യമായ പദാന്ധതയും മാനസിക വൈകല്യമായ എ.ഡി.എച്ച്.ഡി. മൂലമുള്ള ശ്രദ്ധക്കുറവും ഉണ്ടായിരുന്നു. 'പ്രശ്നക്കാരനായ കുട്ടി' എന്ന പേര് അദ്ദേഹത്തിന്റെ ഒപ്പം കൂടി.

"ഞാൻ കാരണം എന്റെ മാതാപിതാക്കൾ എന്നും വിഷമിച്ചിരുന്നു," ഹോപ്കിൻസ് വെളിപ്പെടുത്തി. "സ്കൂളും പഠനവും അത്യാവശ്യമാണെങ്കിലും, എന്നെ പഠിപ്പിക്കുന്നത് ഗ്രഹിക്കാനുള്ള കഴിവില്ലാത്തതിനാൽ, എന്റെ മുന്നിൽ വ്യക്തമായ ഒരു ഭാവി ഇല്ലായിരുന്നു. എന്റെ സമപ്രായക്കാരായ ബന്ധുക്കളൊക്കെ സമർത്ഥരായിരുന്നു. എന്റെ മുൻകോപം സമൂഹത്തിൽ നിന്നും എന്നെ അകറ്റിനിർത്തി, അതെന്നെ വളരെയധികം വിഷണ്ണനാക്കി."

ഹോപ്കിൻസ് ദേഷ്യത്തെ നിയന്ത്രിക്കാൻ തുടങ്ങി. അത് ആദ്യം അദ്ദേഹത്തെ പഠനവും കായികപരവുമല്ലാത്ത മേഖലയിൽ വിജയം കൈവരിക്കാൻ സഹായിച്ചു. അദ്ദേഹത്തിനുള്ളിലെ അഭിനയകലയെ അദ്ദേഹം തിരിച്ചറിഞ്ഞു. അതുകൊണ്ട്, ഉള്ളിലെ ദേഷ്യത്തെ അദ്ദേഹത്തിനെതിരെ വന്ന താഴ്ത്തിക്കെട്ടലുകൾക്കു നേരെ തിരിച്ചുവിട്ട്, സ്വയം കണ്ടെത്തിയ കലയോടുള്ള അർപ്പണബോധത്തിന് ഇന്ധനമാക്കി. ഇന്ന്, ജീവിക്കുന്ന വളരെ മികച്ച നടന്മാരിൽ ഒരാളായി മാറി ഹോപ്കിൻസ്. അദ്ദേഹം നേടിയെടുത്ത പണവും പ്രശസ്തിയും ഉപയോഗിച്ച്, ലഹരിവസ്തുക്കളാൽ അടിമപ്പെട്ട നിരവധി മനുഷ്യരെ ജീവിതത്തിലേക്ക് കൊണ്ടുവരാൻ സഹായിക്കുകയാണ്; പരിസ്ഥിതി സംബന്ധമായ കാര്യങ്ങളിലും അദ്ദേഹം സജീവമാണ്. തുടക്കത്തിൽ അദ്ദേഹത്തിന്റെ പ്രചോദനം നല്ലൊരു കാര്യത്താൽ ഉണ്ടായതല്ല, പക്ഷേ പോരാട്ടവും വിജയവും മഹത്തായതാണ്.

നമുക്കെല്ലാം ശക്തമായ തീരുമാനങ്ങൾ എടുക്കാൻ സാധിക്കും. നമ്മുടെ തോൽവികളെ വിധിയിലോ അവസരങ്ങളിലോ മറ്റുള്ളവരിലോ ചുമത്താതെ, തിരികെ നിയന്ത്രണത്തിൽ കൊണ്ടുവരാൻ കഴിയും. മാറ്റങ്ങൾ വരുത്താനുള്ള കഴിവ് നമ്മളോരോരുത്തരുടെയും ഉള്ളിലുണ്ട്. നമ്മുടെ കഴിഞ്ഞകാല തിക്താനുഭവങ്ങളെ ഊർജ്ജം ഊറ്റാനും വിജയസാദ്ധ്യതകളെ നശിപ്പിക്കാനും സമ്മതിക്കാതെ, രചനാത്മകവും ഉത്തേജിപ്പിക്കുന്നതുമായ മാറ്റങ്ങൾ കൊണ്ടുവരാൻ പ്രയോജനപ്പെടുത്താം.

ലക്ഷ്യങ്ങൾ

ഞാൻ നേരത്തെ പറഞ്ഞതുപോലെ, സംയുക്ത പ്രഭാവം എപ്പോഴും അത്ഭുതങ്ങൾ സൃഷ്ടിക്കും, എങ്ങനെയും നിങ്ങളെ എവിടെയെങ്കിലും എത്തിക്കും. ചോദ്യമിതാണ് : എവിടേക്ക്? നിങ്ങൾക്ക് ആ കരുത്തിനെ വരുതിയിലാക്കാനാകും, അത് പുതിയ ഉയരങ്ങളിലേക്ക് നിങ്ങളെ എത്തിക്കും. പക്ഷേ, എവിടെയാണ് പോകേണ്ട

തെന്ന് നിങ്ങൾ അറിഞ്ഞിരിക്കണം. നിങ്ങളുടെ ഉദ്ദേശ്യവും സ്വപ്നങ്ങളും ലക്ഷ്യസ്ഥാനവും ഏതൊക്കെയാണ്?

എന്റെ മറ്റൊരു മാർഗ്ഗദർശിയായ പോൾ ജെ. മേയറിന്റെ മരണാനന്തര ചടങ്ങിൽ പങ്കെടുക്കാനായി വന്നപ്പോൾ, അദ്ദേഹത്തിന്റെ വൈവിധ്യവും സമൃദ്ധവുമാർന്ന ജീവിതത്തെ ഞാൻ അനുസ്മരിച്ചു. ഒരു ഡസൻ മനുഷ്യർ ഒന്നിച്ചു ചേർന്നാൽ മാത്രം കഴിയുന്നത്ര നേട്ടങ്ങളും അനുഭവങ്ങളും സംഭാവനകളും അദ്ദേഹം കൈമുതലാക്കി. അദ്ദേഹത്തിന്റെ മരണം ഞാൻ എനിക്കായി നിശ്ചയിച്ച ലക്ഷ്യത്തിന്റെ മൂല്യത്തെയും വലുപ്പത്തെയും പുനർനിർണ്ണയിക്കാൻ പ്രേരിപ്പിച്ചു. പോൾ ഇപ്പോൾ ജീവിച്ചിരിപ്പുണ്ടായിരുന്നെങ്കിൽ, നമ്മളോട് ഇങ്ങനെ പറയുമായിരുന്നു, "നിങ്ങളെക്കൊണ്ട് പറ്റുമായിരുന്നിട്ടും നിങ്ങളുദ്ദേശിച്ച മാറ്റങ്ങൾ ഉണ്ടാക്കാൻ ശ്രമിക്കുന്നില്ല എങ്കിൽ, നിങ്ങളുടെ ലക്ഷ്യങ്ങൾ വ്യക്തമായി നിശ്ചയിക്കപ്പെട്ടിട്ടില്ല." പോളിന്റെ പ്രശസ്ത വാചകങ്ങളിലൊന്നിൽ, ലക്ഷ്യങ്ങളുടെ പ്രാധാന്യത്തെക്കുറിച്ച് പറയുന്നുണ്ട് : "നിങ്ങളെന്താണോ സ്പഷ്ടമായി സങ്കല്പിക്കുന്നത്, തീക്ഷ്ണമായി ആഗ്രഹിക്കുന്നത്, ആത്മാർത്ഥതയോടെ വിശ്വസിക്കുന്നത്, ഉത്സാഹത്തോടെ പ്രവർത്തിക്കുന്നത്... അത് തീർച്ചയായും നേടും!"

എന്റെ ജീവിതത്തിലെ സമൃദ്ധിക്കു കാരണമായ ഏറ്റവും മികച്ച കഴിവായി ഞാൻ കരുതുന്ന ഒന്നാണ്, ലക്ഷ്യങ്ങളെ എങ്ങനെ നിർണ്ണയിക്കണമെന്നും നേടണമെന്നും പഠിച്ചത്. വ്യക്തമായ ഒരു ലക്ഷ്യത്തിലേക്ക് നമ്മുടെ സർഗ്ഗശക്തിയെ കേന്ദ്രീകരിക്കുകയും നയിക്കുകയും ചെയ്താൽ, മാന്ത്രികങ്ങൾ സംഭവിക്കും. ഞാൻ ഒരുപാട് തവണ സാക്ഷിയായിട്ടുണ്ട് : വലിയ നേട്ടങ്ങൾ കൈവരിച്ചവരെല്ലാം അവരുടെ വീക്ഷണങ്ങളെ കൃത്യമായി ചിത്രീകരിച്ചവരാണ്. ഒരു കർത്തവ്യം *'എങ്ങനെ'* പൂർത്തീകരിക്കണം എന്ന് ചിന്തിക്കുന്നവരിൽ ഏറ്റവും വിദഗ്ധനായ ഒരാളെക്കാളും എത്രയോ മുന്നിലാണ്, ആ കർത്തവ്യം *'എന്തുകൊണ്ട്'* ചെയ്യുന്നു എന്ന് വ്യക്തമായും നിർബന്ധമായും തീക്ഷ്ണമായും മനസ്സിൽ കൊണ്ട് നടക്കുന്ന ഒരാൾ.

നിങ്ങളുടെ ലക്ഷ്യങ്ങളെ എങ്ങനെ ക്രമീകരിക്കണം എന്ന് മനസ്സിലാക്കുവാനുള്ള, ജീവിത മൂല്യനിർണ്ണയ വർക്ക്ഷീറ്റ് ഡൌൺലോഡ് ചെയ്യുവാനായി, THECOMPOUNDEFFECT.COM/RESOURCES സന്ദർശിക്കുക

എങ്ങനെയാണ് ലക്ഷ്യം നിശ്ചയിക്കുന്നത് : അജ്ഞാത "രഹസ്യം" വെളിപ്പെടുകയാണ്

നമ്മൾ ഉദ്ദേശിക്കുന്ന കാര്യം കാണുകയും അനുഭവിക്കുകയും നേടുകയുമാണ് ചെയ്യുന്നത്. നമ്മളെന്താണ് തിരയുന്നതെന്നറിയാതിരുന്നാൽ, അതൊരിക്കലും കണ്ടെത്തുവാനാകില്ല. ലക്ഷ്യങ്ങൾ തേടുന്ന ജീവികളായാണ് നമ്മളെ പ്രകൃതി സൃഷ്ടിച്ചിട്ടുള്ളത്. നമ്മുടെ അന്തഃസ്ഥിതമായ ലോകത്ത് കാണുന്നതും പ്രതീക്ഷിക്കുന്നതുമായ കാര്യങ്ങളെ, പുറംലോകവുമായി ഇണക്കിച്ചേർക്കാനാണ് നമ്മുടെ ബുദ്ധി എപ്പോഴും ശ്രമിക്കുന്നത്. അപ്പോൾ, നിങ്ങൾ തിരയുന്നത് എന്താണെന്ന് തലച്ചോറിനെ അറിയിച്ചാൽ, നിങ്ങൾ അത് കാണുവാൻ തുടങ്ങും. വാസ്തവത്തിൽ, നിങ്ങൾ ആഗ്രഹിക്കുന്നതെല്ലാം മിക്കവാറും നിങ്ങളുടെ ചുറ്റിലും തന്നെയുണ്ട്. പക്ഷേ, അവ 'കാണുന്നതിനായി' നിങ്ങളുടെ കണ്ണും മനസ്സും തുറക്കപ്പെട്ടിരുന്നില്ല.

യാഥാർത്ഥ്യത്തിൽ, ഇങ്ങനെയാണ് *'ആകർഷണ നിയമം'* പ്രവർത്തിക്കുന്നത്. കേൾക്കുന്നത് പോലെ നിഗൂഢമായി മറഞ്ഞിരിക്കുന്ന ഒന്നല്ല അത്. അതിനെക്കാൾ എത്രയോ എളുപ്പവും പ്രായോഗികവുമാണ്.

ഓരോ ദിവസവും നമ്മളിലൂടെ കടന്നുപോകുന്നത് ഇന്ദ്രിയങ്ങളെ ഉണർത്തുന്ന ലക്ഷക്കണക്കിനു വിവരങ്ങളാണ് (ദൃശ്യങ്ങളും ശ്രവണങ്ങളും ഭൗതികവും). സമനില തെറ്റാതിരിക്കാനായി, അതിന്റെ 99.9 ശതമാനവും നമ്മൾ അവഗണിക്കുകയാണ്. നമ്മൾ ശരിക്കും കേൾക്കുന്നതിനെയും കാണുന്നതിനെയും അനുഭവിക്കുന്നതിനെയും മാത്രമാണ് ശ്രദ്ധിക്കുന്നത്. അതുകൊണ്ടാണ്, നമ്മൾ ഒന്നിനെക്കുറിച്ച് 'ചിന്തിക്കുക'യാണെങ്കിൽ, ജീവിതം അതിനെ അത്ഭുതകരമായി നമ്മളിലേക്ക് ആകർഷിക്കുന്നത്. സത്യത്തിൽ, നിങ്ങൾ കാണുന്നത് അവിടെ നേരത്തെ ഉണ്ടായിരുന്ന ഒന്നിനെ തന്നെയാണ്. നിങ്ങൾ ശരിക്കും അതിനെ ജീവിതത്തിലേക്ക് 'ആകർഷിക്കുക'യാണ്. നിങ്ങളുടെ ചിന്തകൾ അതിൽ ശ്രദ്ധ കേന്ദ്രീകരിക്കുന്നതുവരെ, കാണണമെന്ന് മനസ്സിനെ നിർദ്ദേശിക്കുന്നതുവരെ, അത് നിങ്ങൾക്ക് കാണാവുന്നതോ പ്രാപ്യമായതോ അല്ലായിരുന്നു.

മനസ്സിലാവുന്നുണ്ടോ? ഇതിൽ നിഗൂഢതകൾ ഒന്നും തന്നെയില്ല. ഇത് തികച്ചും യുക്തിപരമാണ്. ഇനി, ആ ഒരു പുതിയ അവബോധത്തോടെ നോക്കൂ. നിങ്ങളുടെ ഉപബോധ മനസ്സ് എന്താണോ ചിന്തിക്കുന്നത്, അതിലേക്കാവും നിങ്ങളുടെ ശ്രദ്ധ. നമ്മൾ നേരത്തെ അവഗണിച്ച ആ 99.9 ശതമാനം ചുറ്റുപാടിൽ, നമുക്കത് 'കാണാൻ' സാധിക്കും.

ഇതാ കേട്ടുമടുത്ത ഒരു ഉദാഹരണം (അത്രത്തോളം സത്യവു മാണ്!) : നിങ്ങൾ ഒരു കാർ വാങ്ങിക്കാൻ തീരുമാനിക്കുകയാണെ ങ്കിൽ, വാങ്ങാനുദ്ദേശിച്ച മോഡൽ ആവും നിങ്ങൾ നോക്കുന്നിട ത്തെല്ലാം. ശരിയല്ലേ? ഇന്നലെ വരെ കാണാതിരുന്ന മോഡൽ, ഇന്ന് വീഥികളിൽ നിറഞ്ഞുനിൽക്കുന്നത്. വാസ്തവത്തിൽ അങ്ങനെ യാണോ? ഒരിക്കലുമല്ല. അവയെല്ലാം മുമ്പും ഉണ്ടായിരുന്നു, നിങ്ങൾ ശ്രദ്ധിച്ചിരുന്നില്ലെന്ന് മാത്രം. എന്നുവെച്ചാൽ, നിങ്ങൾ ആഗ്രഹിക്കും വരെ, അത് അവിടെ 'നിലവിലുണ്ടായിരുന്നില്ല'.

നിങ്ങൾ ഒരു ലക്ഷ്യം നിശ്ചയിക്കുമ്പോൾ, നിങ്ങളുടെ തല ച്ചോറിനെ പുതിയ ഒന്ന് തേടുവാനും, അതിൽ ശ്രദ്ധ കേന്ദ്രീകരി ക്കുവാനും നിർദ്ദേശിക്കുകയാണ്. മറ്റൊരു തരത്തിൽ പറഞ്ഞാൽ, ചുറ്റുമുള്ള ആളുകളേയും സാഹചര്യങ്ങളേയും സംഭാഷണങ്ങളേയും ഉറവിടങ്ങളേയും ആശയങ്ങളേയും സൃഷ്ടികളേയും കാണുന്നതിനായി, നിങ്ങളുടെ മനസ്സിനു പുതിയ ജോഡി കണ്ണുകൾ നൽകുകയാണ്. ഈ പുതിയ കാഴ്ചപ്പാടിലൂടെ (ഉൾക്കാഴ്ച), നിങ്ങളുടെ മനസ്സ്, പുറം ലോകത്തെ നിങ്ങളുടെ ആഗ്രഹവുമായി പൊരുത്തപ്പെടുത്താൻ ആരംഭിക്കുകയാണ്; അതായത്, നിങ്ങളുടെ ലക്ഷ്യവുമായി. എത്ര എളുപ്പം. വ്യത്യാസമെന്തെന്നാൽ, വ്യക്തമായ ലക്ഷ്യം നിശ്ചയിച്ച ശേഷം, നിങ്ങളെങ്ങനെ ലോകത്തെയും അതിലെ മനുഷ്യരെയും ആശയങ്ങളെയും അവസരങ്ങളെയും കണ്ടെത്തി അവയെ ജീവി തത്തിലേക്ക് വശീകരിക്കുന്നു എന്നതാണ്.

ബ്രയാൻ ട്രേസിയുമായുള്ള ഒരു അഭിമുഖത്തിൽ, അദ്ദേഹം പറഞ്ഞു, "മുന്നേറിയവർക്കൊക്കെ വ്യക്തമായ ലക്ഷ്യങ്ങളുണ്ടായി രുന്നു. അവർക്കെല്ലാം സ്വയം ആരാണെന്നും എന്താണ് വേണ്ടതെന്നും അറിഞ്ഞിരുന്നു. അവരത് എഴുതി വെയ്ക്കുകയും, അവ നേടാനുള്ള ഉപായങ്ങൾ ഉണ്ടാക്കുകയും ചെയ്തിരുന്നു. പരാജിതരുടെ കാര്യ ത്തിലോ, അവർ ലക്ഷ്യങ്ങളെ, ഗോലികളെ പാത്രത്തിലിട്ട് കൊണ്ടുന ടക്കുന്നതുപോലെ അലക്ഷ്യമായി കൊണ്ടുനടന്നു. എഴുതിവെയ്ക്കാത്ത ലക്ഷ്യം നടക്കാത്ത സ്വപ്നം മാത്രമാണെന്ന് പറയാം. എല്ലാവരിലും സ്വപ്നങ്ങളുണ്ട്, പക്ഷേ അത് വെടിമരുന്നില്ലാത്ത വെടിയുണ്ട പോലെയാണ്. അതുപയോഗിക്കുന്നതു പോലെയാണ് എഴുതിവെ യ്ക്കാത്ത സ്വപ്നങ്ങളെ പിന്തുടരുന്നത്; അത് വെറും തുടക്കം മാത്രമാണ്."

എന്റെ അഭിപ്രായത്തിൽ, നിങ്ങൾ *ഇന്നു* തന്നെ കുറച്ച് സമയമെടുത്ത് നിങ്ങളുടെ ഏറ്റവും പ്രധാനപ്പെട്ട ലക്ഷ്യങ്ങളുടെ ഒരു പട്ടിക തയ്യാറാക്കുന്നത് നല്ലതായിരിക്കും എന്നാണ്. അതിനായി, നിങ്ങളുടെ ബിസിനസ്സോ സാമ്പത്തികമോ ആയി ബന്ധപ്പെട്ടത്

മാത്രമല്ലാതെ, ജീവിതത്തിന്റെ എല്ലാ വശങ്ങളും പരിഗണിക്കുന്നത് ഗുണം ചെയ്യും. മറ്റു വശങ്ങളൊന്നും കണക്കിലെടുക്കാതെ ഒന്നിൽ മാത്രം വളരെയധികം ശ്രദ്ധയൂന്നുന്നത്, നിങ്ങളിൽ നിന്നും വലിയ വില ഈടാക്കുമെന്നതിൽ മുൻകരുതൽ വേണം. സമ്പൂർണ്ണ ജീവിതവിജയത്തിനായി പരിശ്രമിക്കു, ജീവിതത്തിലെ എല്ലാ ഭാഗങ്ങളും സന്തുലിതാവസ്ഥയിൽ പ്രവർത്തിക്കുന്നത് പ്രധാനമാണ് : വ്യവസായം, സാമ്പത്തികം, ആരോഗ്യം, ക്ഷേമം, ആത്മീയത, കുടുംബം, ബന്ധങ്ങൾ, ജീവിതശൈലി... അങ്ങനെ എല്ലാം.

വലിയ ലക്ഷ്യങ്ങൾ നിശ്ചയിക്കാനും നേടാനുമായി ഞാൻ തിരഞ്ഞെടുത്ത മാർഗ്ഗം അറിയുവാനായി LIVINGYOURBESTYEAREVER.COM സന്ദർശിക്കുക.

നിങ്ങൾക്ക് ആരായിത്തീരണം

പലരും പുതിയ ലക്ഷ്യങ്ങൾ നിശ്ചയിച്ച കഴിഞ്ഞ് ചോദിക്കുന്നത്, “ശരി, എനിക്കൊരു ലക്ഷ്യമുണ്ട്; അത് നേടാൻ ഞാനിനി *എന്താണ് ചെയ്യേണ്ടത്?*” അത് നല്ലൊരു ചോദ്യമാണ്, പക്ഷേ ആദ്യം ചോദിക്കേണ്ട ചോദ്യമല്ല അത്. നമ്മൾ സ്വയം ചോദിക്കേണ്ട ചോദ്യമിതാണ് : “ഞാൻ ആരായിത്തീരണം?” നിങ്ങൾക്കറിയാമായിരിക്കാം, ചിലർ ചെയ്യുന്ന കാര്യമൊക്കെ ശരിയാണെന്ന് തോന്നിയേക്കാം, പക്ഷേ അവർക്ക് വിചാരിച്ച ഇടത്തെത്താൻ കഴിയില്ല, ശരിയല്ലേ? എന്തുകൊണ്ടാണത്? ജിം റോൺ എന്നെ പഠിപ്പിച്ച ഒരു തത്വമിതാണ് : “നിങ്ങളുടെ ആഗ്രഹം വലുതാണെങ്കിൽ, നിങ്ങളും അതിനനുസരിച്ച് *ഉയരണം*. നിങ്ങൾ പിന്തുടരുന്ന ഒന്നല്ല വിജയം. പിന്തുടരാൻ ശ്രമിക്കുന്നത് നിങ്ങളിൽ നിന്നും ഒഴിഞ്ഞുമാറിപ്പോകും; ശലഭങ്ങളെ പിടിക്കാൻ ശ്രമിക്കുന്നത് പോലെയാണത്. വിജയമെന്ന് പറയുന്നത് നിങ്ങൾ ആയിത്തീരുന്ന വ്യക്തി ആകർഷിക്കുന്നതാണ്.”

ആ തത്വശാസ്ത്രം എന്നെ ഞെട്ടിച്ചു! അതെന്റെ വ്യക്തിത്വ വളർച്ചയിലും ജീവിതത്തിലും വിപ്ലവം സൃഷ്ടിച്ചു. ഞാൻ അവിവാഹിതനായിരിക്കുന്ന സമയത്ത്, എന്റെ പങ്കാളിയാകാൻ പോകുന്ന സ്ത്രീയിൽ ഞാൻ ആഗ്രഹിക്കുന്ന സ്വഭാവസവിശേഷതകളുടെ ഒരു പട്ടിക തയ്യാറാക്കി. നാല്പത് പേജുള്ള ഒരു പുസ്തകം മുഴുവൻ ഞാൻ

എന്റെ സ്ത്രീ സങ്കല്പത്തെ അടിമുടി വിശദീകരിക്കാനായി ഉപയോഗിച്ചു. അവളുടെ വ്യക്തിത്വം, സ്വഭാവം, കാഴ്ചപ്പാട്, ജീവിതതത്വങ്ങൾ, കുടുംബ പാരമ്പര്യം, സംസ്കാരം, ശാരീരിക സൗന്ദര്യം, ഉപയോഗിക്കുന്ന സൗന്ദര്യ വർദ്ധക വസ്തുക്കൾ, തലമുടിയുടെ ഗുണം വരെ. ഞങ്ങൾ ഒരുമിച്ചുള്ള ജീവിതം എങ്ങനെയായിരിക്കുമെന്നും എന്തൊക്കെ ചെയ്യുമെന്നും ഞാൻ പുസ്തകത്തിൽ വിവരിച്ചിട്ടുണ്ട്. "ഒരു സ്ത്രീയെ കണ്ടെത്തി വിവാഹം കഴിക്കാൻ ഞാനെന്താണ് ചെയ്യേണ്ടത്?" എന്ന് ചോദിച്ചാൽ, ഞാനിപ്പോഴും ആ ശലഭത്തെ പിന്തുടരുന്ന അവസ്ഥയിലായിരിക്കും. പകരം, ഞാൻ ആ പട്ടികയിലേക്ക് നോക്കി അതിൽ കുറിച്ചിട്ടതെല്ലാം എന്റെ ജീവിതത്തിലും കൊണ്ടുവന്നിട്ടില്ലേ എന്നും കൂടെ ഉറപ്പു വരുത്തും. ഞാൻ അവളിൽ ആഗ്രഹിക്കുന്ന ഗുണങ്ങളൊക്കെ എന്നിലുമുണ്ടോ? ഞാൻ സ്വയം ചോദിച്ചു, "ഇങ്ങനെയുള്ള ഒരു സ്ത്രീയുടെ സങ്കല്പത്തിലുള്ള പുരുഷൻ എങ്ങനെയായിരിക്കും? നിലവാരം പുലർത്തുന്ന ആ സ്ത്രീയുടെ ഇഷ്ടം നേടാൻ ഞാൻ എന്തായിത്തീരണം?"

ഞാൻ എന്നിൽ ഉണ്ടാക്കിയെടുക്കേണ്ട ഗുണങ്ങളെയും യോഗ്യതയെയും സ്വഭാവത്തെയും കാഴ്ചപ്പാടിനെയും സവിശേഷതകളെയും വിവരിച്ചുകൊണ്ട് ഒരു നാല്പത് പേജുകൾ കൂടെ എഴുതിത്തീർത്തു. പിന്നെ ഞാൻ അവയൊക്കെ നേടാനും അങ്ങനെയുള്ളൊരു വ്യക്തിയാവാനും പ്രയത്നിച്ചു തുടങ്ങി. ഊഹിക്കാൻ കഴിയുമോ? അത് സാധിച്ചു! ഞാൻ എഴുതി നിറച്ച പുസ്തകത്തിലെ ഏടുകൾ ഒരു സ്ത്രീയായി മാറി വന്നതുപോലെയായിരുന്നു എന്റെ ഭാര്യ, ജോർജിയ. ഞാൻ ആഗ്രഹിച്ച് എഴുതിയ ഓരോ സൂക്ഷ്മമായ ആശയങ്ങളും അവളിൽ കാണാനായി. പ്രധാനപ്പെട്ട കാര്യമെന്തെന്നാൽ, അവളെപ്പോലൊരു സ്ത്രീയെ ആകർഷിക്കുകയും ജീവിതത്തിൽ നിലനിർത്തുകയും ചെയ്യുവാനായി എന്നിൽ എന്ത് മാറ്റങ്ങൾ വരുത്തണമെന്ന് വ്യക്തമായി മനസ്സിലാക്കുക എന്നതാണ്. ശേഷം, ആ മാറ്റങ്ങൾ പ്രാവർത്തികമാക്കാൻ പരിശ്രമിക്കുക.

ആഗ്രഹിച്ച വ്യക്തിത്വവും സ്വപ്നങ്ങളും നേടിയെടുക്കാനായി ദുശ്ശീലങ്ങൾ കണ്ടെത്തുവാനും പുതിയ ശീലങ്ങൾ കൊണ്ടുവരുവാനും, ശീലങ്ങൾ നിർണ്ണയിക്കാനുമുള്ള വർക്ക്ഷീറ്റ് ഡൌൺലോഡ് ചെയ്യുവാനായി, THECOMPOUNDEFFECT.COM/RESOURCES സന്ദർശിക്കുക

നന്നായി പെരുമാറുക

ശരി, നിങ്ങൾ തീരുമാനിച്ച ലക്ഷ്യങ്ങൾ കൈവരിക്കുവാനുള്ള നടപടിക്രമങ്ങൾ ആരംഭിക്കാം. ഇത് പ്രാവർത്തികമാക്കുന്ന പ്രക്രിയയാണ്; ചില സന്ദർഭങ്ങളിൽ, പ്രവൃത്തികളെ ചര്യകളിൽ നിന്നും *ഒഴിവാക്കുന്നതും.*

നിങ്ങൾക്കും നിങ്ങളുടെ ലക്ഷ്യത്തിനുമിടയിൽ നിൽക്കുന്നത് നിങ്ങളുടെ സ്വഭാവമാണ്. സംയുക്ത പ്രഭാവം നിങ്ങളെ താഴ്ചയിലേക്ക് കൊണ്ടുവരാതിരിക്കാൻ, നിങ്ങളുടെ ഏതെങ്കിലും പ്രവൃത്തികൾ നിർത്തേണ്ടതുണ്ടോ? അതുപോലെതന്നെ, നിങ്ങളുടെ യാത്ര ഫലപ്രദമായ ഗതിയിലേക്ക് തിരിയാൻ, എന്തെങ്കിലും ചെയ്തു തുടങ്ങേണ്ടതുണ്ടോ? മറ്റൊരു തരത്തിൽ പറയുകയാണെങ്കിൽ, നിങ്ങളുടെ ഏതൊക്കെ സ്വഭാവങ്ങളും ശീലങ്ങളും ജീവിതത്തിൽ നിന്നും ഒഴിവാക്കണം? അതുപോലെ ഏതൊക്കെയാണ് ഉൾച്ചേർക്കേണ്ടത്?

ഇങ്ങനെയാവും നിങ്ങളുടെ ജീവിത നിയമം :

നിങ്ങൾ → തിരഞ്ഞെടുപ്പ് (തീരുമാനം) + സ്വഭാവം (പ്രവൃത്തി) + ശീലം (സ്ഥിരമായുള്ള പ്രവൃത്തി) + സംയുക്തം (സമയം) = ലക്ഷ്യം

അതുകൊണ്ടാണ് ലക്ഷ്യസ്ഥാനത്തേക്കുള്ള യാത്രയിൽ നിങ്ങളെ തടസ്സപ്പെടുത്തുന്നതും സഹായിക്കുന്നതുമായ സ്വഭാവങ്ങളെ കണ്ടെത്തുന്നത് അനിവാര്യമാണെന്ന് പറയുന്നത്.

നിങ്ങൾ വിചാരിക്കുന്നുണ്ടാകാം, എല്ലാ ദുശ്ശീലങ്ങളെയും തുരത്തിയെന്ന്. പക്ഷേ, ഞാൻ വെല്ലുവിളിക്കുന്നു, ആ ചിന്ത തെറ്റാണ്. പിന്നെയും പറയുന്നു, അവിടെയാണ് നിരീക്ഷണം ഫലവത്താകുന്നത്. സത്യത്തിൽ, ഒരു ദിവസം എത്ര മണിക്കൂർ നിങ്ങൾ ടി.വി.ക്കു മുന്നിൽ ചെലവഴിക്കും? എത്ര മണിക്കൂർ വാർത്താ ചാനലുകൾ കണ്ടിരിക്കും, അല്ലെങ്കിൽ കായിക മേഖലയിലോ മറ്റു മേഖലകളിലോ നേട്ടമുണ്ടാക്കിയവരെയും ലക്ഷ്യങ്ങൾ കൈവരിച്ചവരെയും പിന്തുടർന്നുകൊണ്ടിരിക്കും? എത്ര കുപ്പി സോഡയാണ് നിങ്ങൾ കുടിച്ചുതീർക്കുന്നതെന്ന് അറിയാമോ? അല്ലെങ്കിൽ, സമൂഹമാധ്യമങ്ങളിൽ കയറി, എത്ര സമയമാണ് കമ്പ്യൂട്ടറിനു മുന്നിൽ കളയുന്നതെന്നറിയാമോ? കഴിഞ്ഞ അദ്ധ്യായത്തിൽ പറഞ്ഞതു പോലെ, നമ്മുടെ പെരുമാറ്റത്തെക്കുറിച്ച് ബോധവാനാകുന്നതാണ്

നമ്മുടെ ആദ്യ ജോലി. ജോലി സമയത്ത് എവിടെവെച്ചാണ് നിങ്ങളുടെ ശ്രദ്ധ തെറ്റി, അബോധമായ ദുശ്ശീലം ആരംഭിച്ച് അല ഞ്ഞുതിരിയാൻ തുടങ്ങിയത്?

ഈയടുത്ത കാലത്ത്, ലാഭേച്ഛയില്ലാതെ പ്രവർത്തിക്കുന്ന ഒരു സമിതിയിൽ സേവനം ചെയ്യുമ്പോൾ, തൊഴിൽപരമായി വിജയം കണ്ട എന്റെയൊരു സഹപ്രവർത്തകൻ, തന്റെ ഉൽപാദനക്ഷമത വർദ്ധിപ്പിക്കാനായി എന്നെ ഉപദേശകനായി നിയമിച്ചു. നല്ല രീതിയിലാണ് അയാൾ പോയിക്കൊണ്ടിരുന്നത്, എങ്കിലും നല്ലൊരു പരിശീലകനിലൂടെ തന്റെ സമയം നല്ല രീതിയിൽ ക്രമീകരിച്ച്, കുറച്ചുകൂടെ നല്ല ഫലങ്ങൾ നേടാനാകുമെന്ന് അയാൾ കരുതി. ഞാൻ ഒരാഴ്ച അയാളുടെ പ്രവൃത്തികൾ നിരീക്ഷിച്ചു, അതിൽ ഇടയ്ക്കിടെ സംഭവിക്കുന്ന ഒന്ന് എന്റെ ശ്രദ്ധ പിടിച്ചുപറ്റി; ഒരുപാട് സമയം അയാൾ വാർത്തകൾ അറിയുന്നതിനായി ചെലവഴിക്കുന്നു. രാവിലെ നാല്പത്തിയഞ്ച് മിനിറ്റ് പത്രം വായിക്കുന്നു, പിന്നെ ജോലിക്കു പോകുന്ന സമയം മുപ്പത് മിനിറ്റ്, ശേഷം അത്രയും തന്നെ സമയം തിരിച്ചു വീട്ടിലേക്ക് വരുമ്പോഴും. ജോലിദിവസങ്ങളിൽ, ഓൺലൈനിൽ സമകാലിക വിവരങ്ങൾ അറിയുന്നതിനായി ഒരുപാട് സമയം പിന്നെയും കളയുന്നു, മൊത്തം നോക്കിയാൽ ഇരുപത് മിനിറ്റിൽ കുറയില്ല. വീട്ടിലെത്തിയ ശേഷം, കുടുംബവുമായി ഇരിക്കുന്ന നേരത്ത് പ്രാദേശിക വാർത്തകൾ കേൾക്കുന്നതിനായി പതിനഞ്ച് മിനിറ്റ്. പിന്നെ ഉറങ്ങുന്നതിനു മുമ്പായി, മുപ്പത് മിനിറ്റ് കായിക വാർത്തകളും, മുപ്പത് മിനിറ്റ് പത്ത് മണി വാർത്തയും. ആകെമൊത്തം, ദിവസത്തിൽ മൂന്നര മണിക്കൂറാണ് വാർത്ത കൾക്കായി അയാൾ പാഴാക്കുന്നത്! അയാൾ ഒരു സാമ്പത്തിക വിദഗ്ധനോ വ്യാപാരിയോ അല്ല, എന്തിന്, പുതിയ വാർത്തകൾ ഉപകാരപ്പെടുന്ന ജോലി പോലുമായിരുന്നില്ല അയാളുടെ. ഒരു വിവേകമുള്ള സമ്മതിദായകനോ, സമൂഹത്തിനായി സംഭാവന ചെയ്യുന്നവനായോ, ഉയർന്ന വ്യക്തിതാൽപര്യങ്ങളുള്ളവനോ ആയിത്തീരാൻ വിനിയോഗിക്കേണ്ട സമയമാണ് അയാൾ പത്ര ത്തിലൂടെയും ടി.വി.യിലൂടെയും റേഡിയോയിലൂടെയുമുള്ള വാർത്ത കൾക്കായി കളയുന്നത്. സത്യത്തിൽ, അയാളുടെ തീരുമാനങ്ങളി ലൂടെ വളരെ കുറഞ്ഞ മൂല്യമുള്ള അറിവുകളാണ് അയാളിലേക്കെ ത്തുന്നത്; അല്ലെങ്കിൽ, *തീരുമാനങ്ങളില്ലാത്തത് കൊണ്ട്.* പിന്നെന്തിനാണ് അയാൾ എന്നും നാല് മണിക്കൂറോളം അതിനായി കളയുന്നത്? അത് ശീലമായത് കൊണ്ട്.

അയാളുടെ ടി.വി.യും റേഡിയോയും നിർത്തി, പത്രവും

ഒഴിവാക്കി, തന്റെ തൊഴിൽ മേഖലയിലെ വാർത്തകൾ മാത്രം സംഗ്രഹിച്ചു കിട്ടുന്ന ഒരു മാദ്ധ്യമം ഉപയോഗിക്കാൻ ഞാൻ നിർദ്ദേശിച്ചു. തന്റെ വ്യക്തിപരവും വാണിജ്യപരവുമായ താൽപര്യങ്ങൾക്ക് മുൻഗണന കൊടുക്കാൻ അത് സഹായിച്ചു. അതുമൂലം, മനസ്സിനെ അലങ്കോലപ്പെടുത്തുന്ന, സമയത്തെ കാർന്നുതിന്നുന്ന, അനാവശ്യ കാര്യങ്ങളുടെ 95 ശതമാനവും ഇല്ലാതായി. ഇപ്പോൾ അയാൾക്ക് ആവശ്യമായത് മാത്രം അവലോകനം ചെയ്യാൻ ഇരുപത് മിനിറ്റിൽ താഴെ മാത്രം മതിയായിരുന്നു. അതിൽനിന്നും രാവിലെയും വൈകിട്ടും ലാഭിച്ച സമയത്ത് ഉപകാരപ്രദമായവ ചെയ്യാം : വ്യായാമം, പ്രബോധനവും പ്രചോദനപരവുമായ വാചകങ്ങൾ ശ്രദ്ധിക്കാം, വായന, ആസൂത്രണം, തയ്യാറെടുപ്പ്, കുടുംബവുമായി നല്ല നിമിഷങ്ങൾ. മനസ്സ് ഇത്രയും ശാന്തമായി കണ്ടിട്ടില്ലെന്ന് അയാൾ പറയും (അനാവശ്യ വാർത്തകൾ സ്ഥിരമായി കേൾക്കുന്നത് ഉൽകണ്ഠ വർദ്ധിപ്പിക്കും); ഇത്രയും ശ്രദ്ധയും ആവേശവും. ശീലത്തിൽ വരുത്തിയ ഒരു ചെറിയ, ലളിതമായ മാറ്റം, ഉൽപാദനക്ഷമതയുടെയും സന്തുലിതാവസ്ഥയുടെയും കാര്യത്തിൽ എത്ര വലിയ മുന്നേറ്റമാണ് വരുത്തിയത്!

നിങ്ങൾക്ക് വാർത്തകളോട് ഇത്രത്തോളം ആസക്തിയില്ലാത്തത് കൊണ്ട്, ഈ ഉദാഹരണം അധികം സ്വാധീനിച്ചു കാണില്ല. ഒന്നുകൂടെ നോക്കാം. ഇനി പറയാൻ പോകുന്ന ഉദാഹരണത്തിന് നമ്മൾ ഓരോരുത്തരുമായും ബന്ധമുണ്ടാകുമെന്ന് എനിക്കുറപ്പുണ്ട്, കാരണം, ഇന്നത്തെ ലോകം അത്രത്തോളം ബന്ധിക്കപ്പെട്ടു കിടക്കുകയാണ്. ഈയൊരു പ്രതിഭാസത്തെ മനഃശാസ്ത്രജ്ഞർ വിളിക്കുന്നത്, "ഡിജിഫ്രീനിയ" എന്നാണ്. ഡിജിറ്റൽ വിവരങ്ങൾ ഉള്ളിൽ കുത്തിനിറയ്ക്കുന്നത് കൊണ്ടുണ്ടാകുന്ന മാനസികാവസ്ഥയാണത്. ഈ പ്രതിഭാസത്തെക്കുറിച്ചും, ഈ ദുശ്ശീലത്തിനെതിരെ പൊരുതുന്നതിന്റെ പ്രാധാന്യത്തെക്കുറിച്ചും ഞാനെന്റെ അസാമാന്യ ഉൽപാദനക്ഷമത (Insane Productivity) പാഠ്യപദ്ധതിയിൽ ഉൾപ്പെടുത്തിയിട്ടുണ്ട് (InsaneProductivity.com).

സാങ്കേതിക വിദ്യയുടെ അമിതോപയോഗത്തെ ചുറ്റിപ്പറ്റിയുള്ള ശീലങ്ങൾ ഇപ്പോൾ സാധാരണമാണ്. അതെത്രത്തോളം തങ്ങളുടെ ശ്രദ്ധയേയും പാതയേയും വ്യതിചലിപ്പിച്ച് ലക്ഷ്യത്തിൽ നിന്നും ദൂരീകരിക്കുമെന്ന് പലരും അറിയുന്നതുപോലുമില്ല. എന്നും തുറന്നു കിടക്കുന്ന, സദാസമയവും നമ്മുടെ ശ്രദ്ധയെ ആകർഷിക്കുന്ന ഇതാണ് പലർക്കും എങ്ങനെ കൈകാര്യം ചെയ്യണമെന്നു പോലുമറിയാത്ത പുതിയ ലോകം. ഞങ്ങൾ വികസിപ്പിച്ചെടുത്ത സാങ്കേ

തികവിദ്യ ഇതിന് നേർവിപരീതമായാണ് പ്രവർത്തിക്കുന്നത്; അതും ജീവിതത്തെ വളരെ ലളിതവും കാര്യക്ഷമവും ആക്കുന്ന രീതിയിൽ. സാങ്കേതികത നല്ലൊരു ആയുധമാണ്, അതേസമയം, ഭയങ്കരനായ അധിപനും. നമ്മൾ എത്ര പെട്ടെന്നാണ് അതിന് അടിമപ്പെട്ടത്.

'അസാമാന്യ ഉൽപാദനക്ഷമത'യുടെ ഒരു അംഗമായ സെർജിയോ ഇങ്ങനെയാണ് അതിനെ വിശദീകരിച്ചത്, "ഡിജിഫ്രീനിയ എന്റെ ഉൽപാദനക്ഷമതയെ വലിയ രീതിയിലാണ് സ്വാധീനിച്ചത്. അത് എത്രത്തോളം സമയമാണ് എന്റെ ജീവിതത്തിൽ നിന്നും മോഷ്ടിച്ചിരുന്നതെന്ന് ഞാൻ മനസ്സിലാക്കിയിരുന്നില്ല. ദൗർഭാഗ്യകരമെന്ന് പറയട്ടെ, ഞാൻ എത്ര തവണയാണ് അല്ലെങ്കിൽ എത്ര നേരമാണ് മൊബൈൽ ഫോൺ ഉപയോഗിച്ചുകൊണ്ടിരുന്നതെന്ന് എനിക്ക് നിരീക്ഷിക്കാൻ കഴിഞ്ഞിരുന്നില്ല. അവസാനമായി, എത്ര നേരമാണ് എന്റെ മൊബൈൽ സ്ക്രീൻ തെളിഞ്ഞു നിന്നിരുന്നതെന്ന് അളക്കുന്ന ഒരു ആപ്പ് ഞാൻ ഉപയോഗിച്ചു തുടങ്ങി. ദിവസത്തിൽ നാല് മുതൽ അഞ്ച് വരെ മണിക്കൂറുകൾ ഞാനതിനായി ചിലവഴിച്ചിരുന്നു; നൂറ്റിയമ്പത് തവണയെങ്കിലും ഞാൻ മൊബൈൽ എടുത്തുനോക്കും. ഞാൻ ശരിക്കും *ഞെട്ടിപ്പോയി.*"

മറ്റൊരു അംഗമായ പീറ്റ് വെളിപ്പെടുത്തി, "എന്റെ സ്വഭാവം സാധാരണ ഗതിയിലാണെന്നാണ് ഞാൻ ധരിച്ചിരുന്നത്, പക്ഷേ എന്നെ ഭരിച്ചിരുന്നത് ഐഫോണും കമ്പ്യൂട്ടറുമായിരുന്നു. ഓരോ രണ്ട് മിനിറ്റ് തോറും ഞാൻ മെയിലുകൾ നോക്കുമായിരുന്നു (ഉറങ്ങുന്നതിനു മുമ്പുവരെയും, എഴുന്നേറ്റ ഉടനെയും ഉൾപ്പെടെ). സന്ദേശങ്ങൾ അയക്കുക, ഓരോ മണിക്കൂർ കൂടുമ്പോഴും പുതിയ വാർത്തകൾക്കായി പരതുക, ലോക്കുകളും മറ്റും പരിശോധിക്കുക, അങ്ങനെ പലതും. ഇവയൊക്കെ എന്റെ ശ്രദ്ധയെ ഉപഭോക്താക്കളിൽ നിന്നും കുടുംബത്തിൽ നിന്നും വ്യതിചലിപ്പിച്ച് മോശമായ ഫലങ്ങൾ കൊണ്ടു തന്നു. എന്റെ കമ്പ്യൂട്ടറിൽ ഒരേ സമയം അഞ്ച് ആപ്പുകൾ എങ്കിലും എല്ലാ സമയവും പ്രവർത്തിച്ചുകൊണ്ടിരുന്നു. ഫോൺകോളുകൾക്കിടയിൽ പോലും ഞാൻ സമൂഹമാധ്യമങ്ങളിൽ കയറുകയും മെയിൽ അയക്കുകയും വാണിജ്യ സൈറ്റുകൾ ഉപയോഗിക്കുകയും ചെയ്തു."

35,000-ൽപരം അംഗങ്ങളിൽ രണ്ട് പേരായ സെർജിയോയും പീറ്റും സാങ്കേതികതയുടെ മേലുള്ള നിയന്ത്രണം വീണ്ടെടുത്ത്, ഡിജിഫ്രീനിയയെ തുരത്തിയോടിച്ച എന്ന കാര്യം ഞാനീ

അവസരത്തിൽ വെളിപ്പെടുത്തുന്നതിൽ സന്തോഷിക്കുന്നു. പോഷകക്കുറവുള്ള ആഹാരം കൂടുതൽ കഴിക്കുന്നത് എങ്ങനെയാണോ നിങ്ങളെ പൊണ്ണത്തടിയനാക്കുന്നത്, അതുപോലെതന്നെ അനാവശ്യ വാർത്തകൾ നിറഞ്ഞ വസ്തുതകളുടെ ആധിക്യം നിങ്ങളുടെ തലച്ചോറിനെയും ബാധിക്കും. സാങ്കേതികതയെ നിങ്ങളുടെ മനസ്സിനെ കൂടുതൽ വ്യതിചലിപ്പിക്കാൻ അനുവദിച്ചാൽ, അത് നിങ്ങളുടെ മനസ്സിനെ പ്രമേഹ രോഗിയാക്കും.

ശരി, ഇനി നിങ്ങളുടെ ഊഴമാണ്. ചെറിയൊരു പുസ്തകമെടുത്ത്, നിങ്ങളുടെ ഏറ്റവും പ്രധാനപ്പെട്ട മൂന്ന് ലക്ഷ്യങ്ങൾ എഴുതു. ഇനി ഓരോ മേഖലയിലെയും നിങ്ങളുടെ മുന്നേറ്റത്തെ തടസ്സപ്പെടുത്തുന്ന ദുശ്ശീലങ്ങളുടെ ഒരു പട്ടികയുണ്ടാക്കൂ. *ഓരോന്നും എഴുതിവെക്കൂ.*

ശീലങ്ങളും സ്വഭാവവും ഒരിക്കലും കള്ളം പറയുകയില്ല. നിങ്ങൾ പറയുന്നതും ചെയ്യുന്നതും തമ്മിൽ വൈരുദ്ധ്യമുണ്ടെങ്കിൽ, നിങ്ങൾ എന്നും ചെയ്യുന്നതാവും ഞാൻ വിശ്വസിക്കാൻ പോകുന്നത്. ആരോഗ്യവാൻ ആവണമെന്ന് പറഞ്ഞിട്ട് കൈയിൽ ബേക്കറി ഭക്ഷണത്തിന്റെ അവശിഷ്ടമാണ് കാണുന്നതെങ്കിൽ, കണ്ടതിനെയാണ് ഞാൻ വിശ്വസിക്കാൻ പോകുന്നത്. സ്വയം മെച്ചപ്പെടുന്നതിനാണ് പ്രാമുഖ്യം കൊടുക്കുന്നതെന്ന് പറഞ്ഞിട്ട് വായനശാലകളെക്കാളും വീഡിയോ ഗെയിമാണ് നിങ്ങളെ ആകർഷിക്കുന്നതെങ്കിൽ, എനിക്കങ്ങനെ കരുതേണ്ടിവരും. തൊഴിലിൽ അർപ്പണബോധമുള്ളവനാണെന്ന് പറഞ്ഞിട്ട് തയ്യാറെടുക്കാതെയും വൈകിയുമാണ് വരുന്നതെങ്കിൽ, നിങ്ങളുടെ സ്വഭാവം നിങ്ങളെ കാട്ടിക്കൊടുക്കും. കുടുംബത്തിനാണ് മുൻഗണന എന്ന് പറഞ്ഞിട്ട് അവർക്കുവേണ്ടി ചെലവിടാൻ നിങ്ങളുടെ പക്കൽ സമയമില്ലെങ്കിൽ, അവരല്ല നിങ്ങൾക്ക് വലുതെന്ന് മനസ്സിലാകും. നിങ്ങൾ പട്ടിക ചേർത്ത ദുശ്ശീലങ്ങൾ ഒന്നു നോക്കൂ. അവയാണ് സത്യത്തിൽ നിങ്ങൾ. ഇനി നിങ്ങൾ തീരുമാനിക്കൂ, ഇങ്ങനെ പോയാൽ മതിയോ അതോ മാറ്റങ്ങൾ വരുത്തണമോ എന്ന്.

അടുത്തതായി, പിന്തുടരുകയും ഭാവിയിൽ ഒരുമിപ്പിക്കുകയും ചെയ്താൽ നിങ്ങൾ ശോഭയാർന്ന ലക്ഷ്യങ്ങളിലേക്കെത്തിക്കുമെന്ന് വിശ്വസിക്കുന്ന, നിങ്ങളിൽ കൊണ്ടുവരാൻ ആഗ്രഹിക്കുന്ന ശീലങ്ങളെ അതിൽ ഉൾച്ചേർക്കൂ.

പട്ടിക തയ്യാറാക്കുന്നത് ആത്മനിർണ്ണയത്തിനോ കുറ്റബോധം തോന്നാനോ അല്ല. എവിടെയാണ് നിങ്ങൾ മെച്ചപ്പെടേണ്ടത് എന്ന് വ്യക്തമായി മനസ്സിലാക്കാൻ വേണ്ടിയാണ്. എന്തായാലും,

അവിടംകൊണ്ട് നിർത്താൻ ഞാൻ ആഗ്രഹിക്കുന്നില്ല. നമ്മളെ തകർച്ചയിലേക്ക് നയിക്കുന്ന ആ ദുശ്ശീലങ്ങളെ പറിച്ചെടുത്ത്, അവിടെ പുതിയ നല്ല ആരോഗ്യമുള്ള ശീലങ്ങൾ നടാം.

സ്വാധീനശക്തികൾ : ദുശ്ശീലങ്ങളെ ദൂരീകരിക്കാനുള്ള അഞ്ച് മാർഗ്ഗങ്ങൾ

ശീലങ്ങൾ നിങ്ങൾ പഠിച്ചെടുത്തവയാണ്. അതുകൊണ്ടുതന്നെ, അവയെ ഒഴിവാക്കാനും കഴിയും. നിങ്ങൾക്ക് പുതിയൊരു പാതയിലൂടെ സഞ്ചരിച്ചു തുടങ്ങണമെങ്കിൽ, നിങ്ങളുടെ ചലനത്തെ തടസ്സപ്പെടുത്തുന്ന ദുശ്ശീലങ്ങളെന്ന നങ്കൂരത്തെ എടുത്തുമാറ്റുകയാണ് ആദ്യം ചെയ്യേണ്ടത്. മുഖ്യമായി, നിങ്ങളുടെ പ്രേരകങ്ങളുടെ ശക്തിക്ക്, ഉടനടി സംതൃപ്തിയോടുള്ള നിങ്ങളുടെ ത്വരയെ അടിച്ച മർത്താൻ സാധിക്കണം. അതിനായി പുതിയൊരു ഉപായം കണ്ടെത്തണം. എന്റെ എക്കാലത്തെയും പ്രിയപ്പെട്ട ഉപായങ്ങൾ താഴെ കൊടുക്കുന്നു.

1. പ്രേരകശക്തിയെ കണ്ടെത്തുക

നിങ്ങളുടെ ദുശ്ശീലങ്ങളുടെ പട്ടിക നോക്കുക. അതിൽ ഓരോന്നിനെയും ഉത്തേജിപ്പിക്കുന്നതെന്താണെന്ന് കണ്ടെത്തു. ഓരോന്നിന്റെയും പ്രധാനപ്പെട്ട “നാലെ”ന്ന് ഞാൻ വിളിക്കുന്ന “ആര്”, “എന്ത്”, “എവിടെ”, “എപ്പോൾ” കണ്ടെത്തു. ഉദാഹരണത്തിന് :

- ഒരു നിശ്ചിത സംഘത്തിന്റെ കൂടെയുള്ളപ്പോൾ നിങ്ങൾ അധികമായി മദ്യപിക്കാൻ സാദ്ധ്യതയുണ്ടോ?
- നിങ്ങൾക്ക് മധുരപലഹാരം കഴിക്കാൻ തോന്നാൻ, ദിവസത്തിൽ പ്രത്യേക നേരം വല്ലതുമുണ്ടോ?
- ഏത് വികാരമാണ് നിങ്ങളിലെ ദുശ്ശീലങ്ങളെ പ്രകോപിപ്പിക്കുന്നത്; മനഃക്ലേശം, ക്ഷീണം, പരിഭ്രമം, വിരസത?
- എപ്പോഴാണ് അത്തരം വികാരങ്ങൾ ഉണ്ടാകുന്നത്? നിങ്ങൾ ആരുടെ കൂടെയാണ്, എവിടെയാണ്, അല്ലെങ്കിൽ എന്ത് ചെയ്യുകയാണ്?
- ഏത് സാഹചര്യങ്ങളാണ് ദുശ്ശീലങ്ങളെ താമസിയാതെ പുറത്തുവരാൻ പ്രേരിപ്പിക്കുന്നത്; കാറിൽ കയറുമ്പോൾ, ജോലിയിലെ അവലോകന മീറ്റിംഗിനോ, ഭാര്യയുടെ

ബന്ധുക്കളുമായുള്ള കൂടിക്കാഴ്ചയ്ക്കോ മുമ്പ്, സമ്മേളനങ്ങൾ, സാമൂഹിക പരിപാടികൾ, അരക്ഷിതാവസ്ഥ, സമയ പരിധികൾ?

- നിങ്ങളുടെ ചര്യകളെ സൂക്ഷ്മമായി പരിശോധിക്കുക. സാധാരണയായി ഉറങ്ങി എഴുന്നേറ്റതും നിങ്ങൾ പറയുന്നതെന്താണ്? അല്ലെങ്കിൽ കാപ്പി കുടിക്കുമ്പോഴോ ഉച്ചഭക്ഷണം കഴിക്കുമ്പോഴോ? ജോലിയിൽ നിന്നും ക്ഷീണിച്ച് തളർന്ന് വീട്ടിലേക്ക് വരുമ്പോൾ?

ഒന്നുകൂടെ പുസ്തകം പുറത്തെടുക്കു അല്ലെങ്കിൽ ദുശ്ശീലങ്ങളെ തുരത്താനുള്ള (Bad Habit Killer) വർക്ക്ഷീറ്റ് തുറക്കു (TheCompound Effect.com/Resources സൈറ്റിൽ നിന്നും സൗജന്യമായി ഡൌൺലോഡ് ചെയ്യാവുന്നതാണ്). നിങ്ങളുടെ പ്രേരകശക്തികൾ എഴുതിയിടൂ. ഈ ചെറിയ പ്രവൃത്തി നിങ്ങളിലെ അവബോധത്തെ ക്രമാതീതമായി ഉയർത്തും. പക്ഷേ, അതുകൊണ്ട് തീരുന്നില്ല. നമ്മൾ നേരത്തെ ചർച്ച ചെയ്തതുപോലെ, ദുശ്ശീലങ്ങളെക്കുറിച്ചുള്ള അവബോധം കൊണ്ട് മാത്രം അത് ഇല്ലാതാകുകയില്ല.

2. വൃത്തിയുള്ള വീട്

വൃത്തിയാക്കിത്തുടങ്ങൂ. ഞാൻ ഉദ്ദേശിച്ചത് അനലംകൃതമായും ആലങ്കാരികമായും ആണ്. മദ്യപാനം നിർത്താനാണ് ഉദ്ദേശിക്കുന്നതെങ്കിൽ, ഒരു തുള്ളി മദ്യം പോലും വീട്ടിൽ വെക്കരുത്. മദ്യപിക്കാൻ ഉപയോഗിക്കുന്ന ഗ്ലാസ്സുകൾ, അലങ്കരിച്ച പാത്രങ്ങൾ, ആ സമയം കൂടെ ഉണ്ടാകാറുള്ള ഉപകരണങ്ങൾ, അലങ്കാര വസ്തുക്കൾ, എല്ലാം. രാത്രി ഏറെനേരം ടി.വി.ക്കു മുന്നിൽ ചെലവഴിക്കുന്നത് നിർത്തണമെങ്കിൽ, കേബിൾ, നെറ്റ്ഫ്ലിക്സ് പോലെയുള്ളതൊക്കെ ഒഴിവാക്കുക. ചെലവ് ചുരുക്കാനാണ് ഒരുങ്ങുന്നതെങ്കിൽ, വിലക്കുറവുണ്ടെന്ന് പറഞ്ഞ് വന്ന വിജ്ഞാപന പത്രങ്ങളും, മെയിലുകളും സന്ദേശങ്ങളുമെല്ലാം എടുത്തുകളയുക. ആരോഗ്യപരമായ ഭക്ഷണമാണ് വേണ്ടതെങ്കിൽ, അടുക്കള വൃത്തിയാക്കുക, ബേക്കറി ഭക്ഷണങ്ങൾ ഒഴിവാക്കുക, കൂടാതെ 'നീ കാരണം മറ്റുള്ളവരും ഭക്ഷണശീലം മാറ്റണോ' എന്ന ചോദ്യത്തിൽ വീഴാതിരിക്കുക. കുടുംബത്തിലെ എല്ലാവർക്കും നല്ലത് അതൊഴിവാക്കുന്നതാണ്. വീട്ടിനകത്തേക്ക് കൊണ്ടുവരരുത്, അത്രയേയുള്ളൂ. നിങ്ങളുടെ ദുശ്ശീലങ്ങളെ സജ്ജമാക്കുന്ന എല്ലാത്തിനേയും ഒഴിവാക്കുക.

3. പകരം വെക്കുക

ദുശ്ശീലങ്ങളുടെ പട്ടികയിലേക്ക് ഒരിക്കൽകൂടി നോക്കൂ. അവയെ നിർദ്ദോഷകരമായ രീതിയിലേക്ക് എങ്ങനെയാണ് മാറ്റാൻ കഴിയുക? ആരോഗ്യപരമായ ശീലങ്ങൾ കൊണ്ട് ഇവയെ പകരം വെക്കാനാകുമോ, അതോ മൊത്തത്തിൽ ഒഴിവാക്കണോ? നല്ലതിനായി.

എന്നെ പരിചയമുള്ളവർക്കറിയാം, ഭക്ഷണത്തിനു ശേഷം എന്തെങ്കിലും മധുരമുള്ളത് കഴിക്കുന്നത് എനിക്കിഷ്ടമാണ്. വീട്ടിൽ ഐസ്-ക്രീം ഉണ്ടെങ്കിൽ, ആ 'എന്തെങ്കിലും' എന്നുള്ളത് മൂന്ന് സ്കൂപ് ബനാനാ സ്പ്ലിറ്റ് (1255 കലോറി) ആയി മാറും. പകരം, ഞാനതിനെ രണ്ട് ചെറിയ മിഠായികളായി മാറ്റി (50 കലോറി). പിന്നീട് ഈ അടുത്ത കാലത്തായി, പകരം വെക്കുന്ന ശീലത്തെ ഒന്നുകൂടെ മുന്നോട്ടാക്കി മിഠായിക്കു പകരം വീട്ടിൽ നിർമ്മിച്ച മുഗക്കൊഴുപ്പും വിപ്പ്ഡ് ക്രീമും കഴിക്കാൻ തുടങ്ങി. ഒരു മണിക്കൂർ അധികം വ്യായാമം ചെയ്യാതെ തന്നെ ശരീരം സൂക്ഷിക്കാനും ഒപ്പം മധുരത്തോടുള്ള ഇഷ്ടം നിലനിർത്താനും ശീലിച്ചു.

എന്റെ ഭാര്യാസഹോദരിക്ക് ടി.വി. കാണുമ്പോൾ എന്തെങ്കിലും കൊറിക്കണമെന്നുള്ളത് ശീലമായി മാറി. അവളറിയാതെ തന്നെ ഒരു പായ്ക്കറ്റ് ചോള ചിപ്സ് കഴിച്ചുതീർക്കും. പിന്നീടാണ് അവൾ മനസ്സിലാക്കിയത്, അത് ചവയ്ക്കുമ്പോഴുള്ള സുഖമാണ് അവൾ ആസ്വദിച്ചിരുന്നതെന്ന്. അതിനുശേഷം അവൾ ചിപ്സ് ഒഴിവാക്കി, പകരം കാരറ്റും ബ്രൊക്കോളിയും മുള്ളങ്കിയും ചവയ്ക്കാൻ തുടങ്ങി. അതേ തരത്തിലുള്ള ആസ്വാദനമാണ് അവൾക്ക് ലഭിച്ചിരുന്നത്; പോരാത്തതിന്, ആരോഗ്യ മന്ത്രാലയം നിർദ്ദേശിച്ച പോഷകങ്ങളും.

എനിക്കു കീഴിൽ ജോലി ചെയ്തിരുന്ന ഒരാൾക്ക് ദിവസത്തിൽ എട്ട് മുതൽ പത്ത് ടിൻ ഡയറ്റ് കോക്ക് കുടിക്കുന്ന ശീലമുണ്ടായിരുന്നു (വളരെ മോശം ശീലം!). അതിനു പകരമായി, സോഡിയം കുറഞ്ഞ സോഡയിൽ നാരങ്ങയുടെയും ഓറഞ്ചിന്റെയും നീര് ചേർത്ത് കുടിക്കാൻ ഞാൻ നിർദ്ദേശിച്ചു. ഒരു മാസം പിന്നിട്ട ശേഷം അവന് മനസ്സിലായി, സോഡ പോലും തനിക്കാവശ്യമില്ല, വെള്ളം മതിയെന്ന്.

ഇങ്ങനെ ശ്രമിച്ചുനോക്കൂ, എന്നിട്ട് കണ്ടറിയൂ നിങ്ങളുടെ ഏതൊക്കെ ശീലങ്ങളെ മാറ്റാനും പകരം വെക്കാനും ഒഴിവാക്കാനും കഴിയുമെന്ന്.

4. അനായാസമാക്കുക

പസിഫിക് സമുദ്രത്തിനടുത്താണ് ഞാൻ താമസിക്കുന്നത്. ഞാൻ എപ്പോൾ വെള്ളത്തിലിറങ്ങുമ്പോഴും, ആദ്യം പാദം നനയ്ക്കും, പിന്നീട് മുട്ട് വരെ, ശേഷം ഇടുപ്പ്, എന്നിട്ട് മാറിടം, അവസാനമേ മുങ്ങുകയുള്ളൂ. ചിലർ നേരെ ഓടിവന്ന് ചാടാറുണ്ട്, അവർക്കത് നല്ലതായിരിക്കും. പക്ഷേ, എനിക്കു പറ്റില്ല. ഞാൻ പതിയെ ഇഴുകിച്ചേരാനാണ് ആഗ്രഹിക്കുന്നത് (ചെറുപ്പം മുതൽ ഉള്ളിൽ അവശേഷിക്കുന്ന ആഘാതം കൊണ്ടാവാം, അടുത്ത ഉപായത്തിൽ കാണാം). നിങ്ങളിൽ വേരിറങ്ങിയ, ചില ദീർഘകാല ശീലങ്ങളുടെ കാര്യത്തിൽ, ചെറിയ ചുവടുകൾ എടുത്തുവെച്ച് പതിയെ മാറ്റങ്ങൾ വരുത്തുന്നത് ഫലപ്രദമായേക്കാം. നിങ്ങൾ ദശാബ്ദങ്ങളോളം ആവർത്തിച്ച്, ഉറപ്പിച്ച്, ബലപ്പെടുത്തിയ ശീലങ്ങളാവാം. അതുകൊണ്ടുതന്നെ അവ മാറ്റുന്നതിനും കുറച്ച് സമയം കൊടുക്കുന്നത് നല്ലതാണ്, ചെറിയ ചുവടുകൾ വെച്ച്.

കുറച്ച് വർഷങ്ങൾക്ക് മുമ്പ്, ഭാര്യയുടെ ഡോക്ടർ അവളോട് അടുത്ത കുറെ മാസങ്ങൾക്ക്, ഭക്ഷണക്രമത്തിൽ നിന്നും കാപ്പി ഒഴിവാക്കാൻ പറഞ്ഞു. ഞങ്ങൾ രണ്ട് പേർക്കും കാപ്പി വലിയ ഇഷ്ടമാണ്. അവളെ ഒറ്റയ്ക്ക് വേദനിപ്പിക്കാൻ എനിക്കു മനസ്സ് വന്നില്ല, അതുകൊണ്ട് ഞാനും കാപ്പികുടി കുറയ്ക്കാം എന്ന് നിശ്ചയിച്ചു. ഞങ്ങൾ ആദ്യ ചുവടായി, ഒരാഴ്ച കുടിക്കുന്ന കാപ്പിയുടെ പകുതി കഫീൻ നീക്കിയതും ബാക്കി സാധാരണ കാപ്പിയും ആക്കി. അടുത്ത ആഴ്ച, നൂറ് ശതമാനം കഫീൻ-രഹിത കാപ്പി. അടുത്ത ആഴ്ച ഏൾ ഗ്രേ കഫീൻ-രഹിത ചായ. ശേഷം, കഫീൻ നീക്കിയ ഗ്രീൻ ടീ. ഒരു മാസമെടുത്തു ഞങ്ങൾക്ക് അവിടെയെത്താൻ, പക്ഷേ ഒരു നിമിഷം പോലും കഫീൻ ഉപേക്ഷിച്ചതിന്റെ പ്രശ്നങ്ങളെ നേരിടേണ്ടി വന്നിട്ടില്ല. തലവേദനയോ ഉറക്കച്ചടവോ ഓർമ്മക്കുറവോ അങ്ങനെ ഒന്നുമുണ്ടായില്ല. ഞങ്ങൾ ഈ ശീലം ഒറ്റയടിക്ക് നിർത്താൻ ശ്രമിച്ചിരുന്നുവെങ്കിലോ, ഹോ... എനിക്ക് ആലോചിക്കാൻപോലുമാവുന്നില്ല.

5. മാറ്റം വരുത്തുക

എല്ലാ മനുഷ്യരും ഒരുപോലെ പ്രതികരിക്കുന്നവരല്ല. വൈരുദ്ധ്യമെന്ന് പറയട്ടെ, ചില ഗവേഷകർ കണ്ടെത്തിയിരിക്കുന്നത്, ചിലർക്ക് പല ദുശ്ശീലങ്ങളും ഒറ്റയടിക്ക് മാറ്റുന്നത് അവരുടെ

ജീവിതശൈലിയെ തന്നെ പുനഃക്രമീകരിക്കാൻ എളുപ്പത്തിൽ സഹായിക്കുമെന്നാണ്. ഉദാഹരണത്തിന്, മരുന്നോ ശസ്ത്രക്രിയയോ ഇല്ലാതെ, ജീവിതരീതിയിൽ മാറ്റങ്ങൾ വരുത്തുന്നതിലൂടെ മാത്രം മനുഷ്യനിലെ ഹൃദയ സംബന്ധിയായ രോഗങ്ങൾ ഇല്ലാതാക്കുവാൻ കഴിയുമെന്നാണ് പ്രശസ്ത ഹൃദ്രോഗ വിദഗ്ധനായ ഡോ. ഡീൻ ഓർണിഷ് തെളിയിച്ചിരിക്കുന്നത്. അവർക്ക് പലപ്പോഴും അവരുടെ ഒട്ടുമിക്ക ദുശ്ശീലങ്ങളോടെല്ലാം ഒറ്റയടിക്ക് വിടപറയാൻ എളുപ്പമാണെന്ന് അദ്ദേഹം കണ്ടെത്തി. അവരെയെല്ലാം ഒരു പരിശീലന പദ്ധതിയിൽ അംഗമാക്കി, കൊഴുപ്പും കൊളസ്ട്രോളും അടങ്ങിയ അവരുടെ ഭക്ഷണക്രമത്തിനു പകരം വളരെ കൊഴുപ്പ് കുറഞ്ഞ ഭക്ഷണക്രമമാക്കി മാറ്റി. പദ്ധതിയിൽ വ്യായാമവും ഉൾപ്പെടുത്തി. അവരുടെ അലസത മാറ്റി നടക്കുകയോ ഓടുകയോ ചെയ്യിക്കുക, അതുപോലെ തന്നെ മാനസിക പിരിമുറുക്കം കുറയ്ക്കുന്ന വിദ്യകളും ഹൃദയാരോഗ്യകരമായ മറ്റ് ശീലങ്ങളും ഉൾപ്പെടുത്തി. അത്ഭുതകരമായി, ഒരു മാസത്തിനകം തന്നെ ആ രോഗികൾ ഇത്രയും കാലം പിന്തുടർന്ന ദുശ്ശീലങ്ങളെ ഒഴിവാക്കാൻ പഠിച്ച്, പകരം പുതിയ ശീലങ്ങൾ കൊണ്ടുവന്നു. ഒരു വർഷത്തിനു ശേഷം, അവരുടെ ആരോഗ്യത്തിൽ നാടകീയമായ അനുകൂല മാറ്റങ്ങളാണ് അവർ അനുഭവിച്ചറിഞ്ഞത്. വ്യക്തിപരമായി, ഇതിനെ ഒരു ഒറ്റപ്പെട്ട സംഭവമായാണ് കാണുന്നത്. ഇങ്ങനയേ പാലിക്കാവൂ എന്നൊന്നുമില്ല, അതുകൊണ്ട് നിങ്ങൾക്ക് യോജിക്കുന്ന രീതി തിരഞ്ഞെടുക്കാം.

ചെറുപ്പത്തിൽ, എന്റെ കുടുംബം അധികം പ്രശസ്തമല്ലാത്ത റോളിൻസ് നദിക്കരയിൽ തമ്പടിച്ചു. വടക്കൻ കാലിഫോർണിയയിലെ സിയെറാസിൽ നിന്നും അകലെയല്ലാതെ ഒഴുകിയിരുന്ന നദിയെ പരിപോഷിപ്പിച്ചിരുന്നത്, മലയ്ക്കു മുകളിൽ ഒഴുകിയിരുന്ന ടാഹോ നദിയിലെ മഞ്ഞുകട്ടകൾ ഉരുകിയിറങ്ങിയായിരുന്നു. അതുകൊണ്ടുതന്നെ വെള്ളത്തിന് അത്രത്തോളം തണുപ്പായിരുന്നു. എന്നും ഞങ്ങൾ അവിടെ പോയിരുന്നു. അച്ഛൻ എന്നോട് ധ്രുവീകരിച്ച കുളത്തിൽ സ്കീയിങ് ചെയ്യാൻ പറഞ്ഞു. എന്നും അവിടെ പോകുമ്പോൾ ആ വിളി കേൾക്കുമോ എന്നുള്ള ഭീതിയായിരുന്നു ഉള്ളിൽ. എനിക്ക് സ്കീയിങ് ഇഷ്ടമാണ്, അതേസമയം വെള്ളത്തിലിറങ്ങുന്നതിന് താൽപര്യവുമില്ല. താൽപര്യങ്ങൾ തമ്മിലുള്ള ചെറിയൊരു ചേർച്ചക്കുറവ്, പക്ഷേ ഒന്നിനെ മറ്റൊന്നിൽ നിന്നും മാറ്റിനിർത്തുക അസാദ്ധ്യമാണ്.

ഞാൻ എന്റെ അവസരം ഒരിക്കലും നഷ്ടപ്പെടുത്തുന്നില്ലെന്ന് അച്ഛൻ ഉറപ്പ് വരുത്തി; ചില സമയത്ത് എന്നെ എടുത്ത് വെള്ളത്തി

ലേക്കെറിയുക പോലും ചെയ്തു. ആദ്യത്തെ കുറച്ച് നേരത്തെ കഠാര കണക്കെ കുത്തിയിറങ്ങുന്ന തണുപ്പനുഭവിച്ച ശേഷം ഞാൻ അറിഞ്ഞു, ആ വെള്ളം ഉന്മേഷവും പുനരുജ്ജീവനവും നൽകുന്നു വെന്ന്. വെള്ളത്തിൽ ഇറങ്ങുന്നതിനെക്കുറിച്ച് ഞാൻ ചിന്തിച്ചുകൂട്ടിയത്, വെള്ളത്തിൽ ഇറങ്ങുന്നതിനെക്കാൾ മോശമായിരുന്നു. ശരീരം മൊത്തം നനഞ്ഞ ശേഷം, സ്കീയിങ് വളരെ ആവേശകരമായിരുന്നു. അതുപോലെതന്നെ, ഓരോ തവണയും ഭയവും ആശ്വാസവും മാറി മാറി എന്നിൽ വന്നുപോയി.

ആ അനുഭവവും ദുശ്ശീലങ്ങളെ ഒഴിവാക്കുകയോ മാറ്റുകയോ ചെയ്യുന്നതും തമ്മിൽ സാമ്യമുണ്ട്. കുറച്ച് നേരത്തേക്ക്, ഭയവും അസ്വസ്ഥതയും തോന്നിയേക്കാം. പക്ഷേ ഹോമിയോസ്റ്റേസിസ് എന്ന പ്രക്രിയയിലൂടെ ശരീരം പുതിയ ചുറ്റുപാടുകളുമായി പൊരുത്തപ്പെടുന്നത് പോലെ, അപരിചിതമായ സ്വഭാവത്തിലെ മാറ്റങ്ങളെ ഉൾക്കൊള്ളാനുള്ള കഴിവും നമ്മിലുണ്ട്. പൊതുവെ, നമ്മളെ സ്വയവും പുതിയ ചുറ്റുപാടുകളുമായും പെട്ടെന്നുതന്നെ ക്രമീകരിക്കാൻ സാധിക്കും.

ചിലപ്പോൾ പടിപടിയായി പോകുന്നത് ലക്ഷ്യത്തിലേക്കെത്തിക്കില്ല. ചിലപ്പോൾ മുഴുവൻ ശക്തിയുമെടുത്ത് അതിലേക്ക് എടുത്തുചാടുക തന്നെ വേണം. ഇപ്പോൾ സ്വയം ചോദിക്കൂ, "എവിടെയാണ് ഞാൻ പക്വതയോടെയും ഉത്തരവാദിത്തത്തോടുകൂടിയും തുടങ്ങേണ്ടത്?" പിന്നെ, "എവിടെയാണ് ഞാൻ എടുത്തുചാടേണ്ടത്? ഏത് സാഹചര്യത്തിലാണ് ഉടനടി പൊരുത്തപ്പെട്ട് കാര്യത്തിലേക്ക് കടക്കുന്നതിന് പകരം വേദനയും അസ്വസ്ഥതയും സഹിച്ച് മെല്ലെ സഞ്ചരിക്കുന്നത്?"

എന്റെ പഴയ സഹപ്രവർത്തകരിൽ ഒരാൾക്ക് പാർട്ടിയും ആഘോഷങ്ങളുമായി നടക്കുന്ന മദ്യപാനിയായ ഒരു സഹോദരനുണ്ടായിരുന്നു. അവൻ ഉച്ചഭക്ഷണ സമയത്തും, അത്താഴ സമയവും, ഭക്ഷണത്തിനു ശേഷവും, മുഴുവൻ വാരാന്ത്യവും മദ്യപിച്ചുകൊണ്ടിരുന്നു. ഒരു ദിവസം തന്റെ കോളേജ് കാലത്തിൽ കൂടെ താമസിച്ചിരുന്ന സുഹൃത്തിന്റെ കല്യാണം കൂടാൻ പോയി. അവിടെ വെച്ച് അവരെക്കാൾ പത്ത് വയസ്സ് കൂടുതലുള്ള സുഹൃത്തിന്റെ സഹോദരനെ കണ്ടു; പക്ഷേ, കാഴ്ചയിൽ അയാൾക്ക് ഇവരെക്കാൾ പത്ത് വയസ്സ് കുറവായാണ് തോന്നിയത്! അയാൾ വിവാഹവേദിയിൽ വെച്ച് ചിരിക്കുന്നതും നൃത്തം ചെയ്യുന്നതും കളിക്കുന്നതുമൊക്കെ കണ്ടപ്പോൾ ഇവനിൽ പല വർഷങ്ങളായി പ്രകടമാകാതിരുന്ന ഒരു ഓജസ്സ് അനുഭവപ്പെട്ടു. ഇനി മുതൽ ഒരു തുള്ളി മദ്യം പോലും കഴിക്കില്ലെന്ന്

അവിടെ വെച്ചുതന്നെ പ്രതിജ്ഞയെടുത്തു. ഉടനടി തീരുമാനം, അതായിരുന്നു, ഒരിക്കലും മദ്യം തൊടില്ല. ഇന്നേക്ക് പതിനഞ്ച് വർഷത്തോളമായി, അവൻ വാക്ക് മാറ്റിയിട്ടില്ല.

വ്യക്തിപരമായ ദുശ്ശീലങ്ങൾ മാറ്റുന്നതിൽ ഞാൻ പരാജിതനാണ്. പക്ഷേ, ജോലിസംബന്ധമായ കാര്യങ്ങളിൽ, വലിയ മാറ്റങ്ങൾ ഉൾക്കൊള്ളുന്നതാണ് എനിക്ക് ഫലപ്രദമായി തോന്നിയിട്ടുള്ളത്. പുതിയ ബിസിനസ്സിന്റെ ചുമതലയേൽക്കുന്നതോ, പുതിയ കക്ഷികളോ പങ്കാളികളോ നിക്ഷേപകരോ ആയ വ്യക്തികളോട് ഇടപഴകുന്നതോ എന്നെ ബുദ്ധിമുട്ടിക്കാറില്ല. ഓരോ തവണയും ഞാൻ റോളിൻസ് നദിയിലെ അനുഭവം ഓർക്കും; ആദ്യം വേദന അനുഭവിക്കേണ്ടി വരും, പക്ഷേ വളരെ ചെറിയ സമയത്തിനുള്ളിൽ തന്നെ അത്യാനന്ദം നൽകും. കുറച്ച് നേരത്തെ അസ്വസ്ഥതയ്ക്ക് പകരമായി, വളരെ വലിയ സന്തോഷം.

ദുശ്ശീലങ്ങളെ പരിശോധിക്കുക

നിങ്ങളുടെ ജീവിതത്തിലെ എല്ലാ "മോശമായ" കാര്യങ്ങളെയും ഒഴിവാക്കണമെന്ന് ഞാൻ പറയില്ല. എല്ലാ കാര്യങ്ങളിലും മിതത്വം പാലിച്ചാൽ മതിയാകും. പക്ഷേ, ഒരു ദുശ്ശീലം നിങ്ങളെ കീഴ്പ്പെടുത്തുന്നുണ്ടോ എന്ന് എങ്ങനെ പറയാനാകും? സ്വന്തം ദുശ്ശീലങ്ങളെ വിലയിരുത്തുന്നതിൽ ഞാൻ വിശ്വസിക്കുന്നു. ഞാൻ ഇടയ്ക്ക് ചെയ്യാറുമുണ്ട്. ഒരു ദുശ്ശീലം തിരഞ്ഞെടുത്ത്, അത് എന്റെ നിയന്ത്രണത്തിലാണെന്ന് ഞാൻ ഉറപ്പ് വരുത്തും. കാപ്പി, ഐസ്-ക്രീം, വൈൻ, ചലച്ചിത്രങ്ങൾ എന്നിവയാണ് എന്റെ ദുശ്ശീലങ്ങൾ. ഐസ്-ക്രീമിനോടുള്ള എന്റെ അടുപ്പത്തെക്കുറിച്ച് ഞാൻ നേരത്തെ പറഞ്ഞിട്ടുണ്ട്. വൈനിന്റെ കാര്യത്തിൽ, ഞാൻ അത് ആസ്വദിക്കുന്നതും ആ ദിവസം ആഘോഷിക്കുന്നതും എനിക്ക് നിർബന്ധമാണ്; അല്ലാതെ അതിന്റെ ലഹരിയിൽ സ്വയമറിയാതെ ആറാടി നടക്കുകയല്ല.

ഓരോ മൂന്ന് മാസം കൂടുമ്പോഴും, ഒരു ദുശ്ശീലം തിരഞ്ഞെടുത്ത് മുപ്പത് ദിവസത്തേക്ക് ഞാനതിനെ ഒഴിവാക്കും (ഈ ശീലം ക്രൈസ്തവ പാരമ്പര്യത്തിലെ നൊയമ്പുകളിൽ നിന്നും ഉത്ഭവിച്ചതാണ്). ഞാനാണ് അധികാരത്തിൽ എന്ന് സ്വയം തെളിയിക്കാൻ എനിക്ക് വളരെ ഇഷ്ടമാണ്. മിതത്വത്തോടെയാണ് പിന്തുടരുന്നതെങ്കിലും, നിങ്ങളുടെ നല്ലതിനായി സംഭാവന ചെയ്യാത്ത ഒരു ദുശ്ശീലത്തെ തിരഞ്ഞെടുക്കുക. എന്നിട്ട് ആ ശീലത്തെ മുപ്പത് ദിവസം

അകറ്റി നിർത്താൻ ശ്രമിക്കുക. അത്രയും നാൾ ഒഴിവാക്കുന്നതിൽ വലിയ ബുദ്ധിമുട്ടാണ് നിങ്ങൾ അനുഭവിക്കുന്നതെങ്കിൽ, നിങ്ങൾ എന്നെന്നേക്കുമായി ഒഴിവാക്കേണ്ട ഒരു ശീലത്തെ കണ്ടെത്തിയിരിക്കുന്നു.

സ്വാധീനശക്തികൾ : നല്ല ശീലങ്ങൾ കൊണ്ടുവരാനുള്ള ആറ് തന്ത്രങ്ങൾ

ഇപ്പോൾ നിങ്ങളെ തെറ്റായ വഴിയിലേക്ക് കൊണ്ടുപോകുന്ന മോശം ശീലങ്ങളെ ഒഴിവാക്കാൻ ഞങ്ങൾ സഹായിച്ചു. ഇനി നിങ്ങളുടെ ഏറ്റവും വലിയ ആഗ്രഹസാഫല്യങ്ങളുടെ അരികിലേക്ക് നയിക്കുന്ന പുതിയ തീരുമാനങ്ങളും, സ്വഭാവങ്ങളും, പ്രധാനമായും ശീലങ്ങളും തിരഞ്ഞെടുക്കേണ്ട സമയമാണ്. ഒരു ദുശ്ശീലം ഒഴിവാക്കുക എന്നാൽ, നിങ്ങളുടെ ചര്യയിൽ നിന്നും ഒന്ന് എടുത്തുമാറ്റുക എന്നാണ്. ഒരു പുതിയ കാര്യക്ഷമമായ ശീലം ഉൾചേർക്കുകയെന്നത് മറ്റൊരു തരം കഴിവുകൾ ആവശ്യമുള്ള ഒന്നാണ്. നിങ്ങളൊരു തൈ നട്ട്, വെള്ളമൊഴിച്ച്, വളമിട്ട്, വേരിറങ്ങിയെന്ന് ഉറപ്പ് വരുത്തുകയാണ്. അത് ചെയ്യാൻ പ്രയത്നവും സമയവും പരിശീലനവും വേണം. നല്ല ശീലങ്ങൾ കൃത്യ സ്ഥലത്ത് പ്രതിഷ്ഠിക്കുന്നതിനായി ഞാൻ പിന്തുടരുന്ന എന്റെ പ്രിയപ്പെട്ട വഴികളിതാ.

നേതൃത്വത്തിൽ വിദഗ്ധനായ ജോൺ സി. മാക്സ്‌വെൽ പറയുന്നു, “ദിനചര്യയിൽ മാറ്റം വരുത്താതെ, നിങ്ങൾക്കൊരിക്കലും ജീവിതത്തിൽ മാറ്റം കൊണ്ടുവരാൻ സാധിക്കില്ല. നിങ്ങളുടെ വിജയത്തിന്റെ രഹസ്യം ഒളിഞ്ഞു കിടക്കുന്നത് നിങ്ങളുടെ ദിനചര്യകളിലാണ്.” പരീക്ഷണങ്ങളിൽ തെളിഞ്ഞിട്ടുള്ളത്, ഒരു പുതിയ ശീലം നമ്മുടെ ഉപബോധമനസ്സിൽ പതിയണമെങ്കിൽ മുന്നൂറ് തവണയെങ്കിലും ആവർത്തിക്കപ്പെടണം എന്നാണ്. അതായത്, ഒരു വർഷത്തോളം എന്നും മുടങ്ങാതെ പിന്തുടരണം! ഭാഗ്യവശാൽ, നമ്മൾ നേരത്തെ പറഞ്ഞത് പോലെ, മൂന്ന് ആഴ്ചയിലെ ശ്രദ്ധയോടെയുള്ള പ്രയത്നത്തിലൂടെ, ഒരു പുതിയ ശീലം ജീവിതത്തിൽ ദൃഢപ്പെടുത്താൻ കഴിഞ്ഞേക്കാം. എന്നുവെച്ചാൽ, ആദ്യത്തെ മൂന്ന് ആഴ്ച ഒരു പുതിയ ശീലം പിന്തുടരുന്നതിൽ അധിക ശ്രദ്ധ കൊടുത്താൽ, അത് ജീവിതകാലം മുഴുവൻ പിന്തുടരാൻ സാധിക്കുന്ന ഒന്നാക്കി മാറ്റാൻ കഴിഞ്ഞേക്കാം.

സത്യമിതാണ്, ഒരു സെക്കന്റിൽ ഒരു ശീലം മാറ്റാൻ കഴിയും, ഇല്ലെങ്കിൽ, പത്ത് വർഷം കഴിഞ്ഞാലും നിങ്ങളത് മാറ്റാൻ ശ്രമിച്ചു

കൊണ്ടിരിക്കുകയായിരിക്കും. നിങ്ങൾ ഒരു തവണ ചുട്ടുപൊള്ളുന്ന അടുപ്പിൽ തൊട്ടാൽ, ഉടനെ തീരുമാനിക്കും അതൊരു ശീലമാക്കില്ല എന്ന്! ആ വേദനയുടെയും ഞെട്ടലിന്റെയും കാഠിന്യം, നിങ്ങളുടെ ബോധത്തെ തന്നെ എന്നെന്നേക്കുമായി മാറ്റി. നിങ്ങൾ മനസ്സിലാക്കി ഇനിയുള്ള കാലം ചൂടുള്ള അടുപ്പിനടുത്തേക്ക് പോകുമ്പോൾ നിങ്ങൾ ബോധവാനായിരിക്കും.

ബോധത്തോടെ ഇരിക്കുന്നതാണ് പ്രധാനം. ഒരു നല്ല ശീലം തുടർന്നു കൊണ്ടുപോകണമെങ്കിൽ, എന്നും ഒരിക്കലെങ്കിലും അതിൽ ശ്രദ്ധയൂന്നുമെന്ന് ഉറപ്പ് വരുത്തണം. എന്നാലേ നിങ്ങളുടെ വിജയസാധ്യത അതികരിക്കുകയുള്ളൂ.

1. വിജയത്തിലേക്ക് സ്വയം തയ്യാറെടുക്കുക

ഏത് പുതിയ ശീലം തുടങ്ങിയാലും അത് നിങ്ങളുടെ ജീവിതത്തിലും ജീവിതശൈലിക്കകത്തും ചേർന്നുനിൽക്കണം. ഇരുപത് മൈൽ ദൂരത്തുള്ള ജിമ്മിൽ ചേർന്നാൽ, നിങ്ങൾ പോവുകയില്ല. നിങ്ങൾ രാത്രിയാണ് വ്യായാമം ചെയ്യാൻ ആഗ്രഹിക്കുന്നത്, പക്ഷേ ജിം വൈകിട്ട് ആറ് മണിക്ക് അടയ്ക്കുമെങ്കിൽ, പോകാൻ കഴിയില്ല. അടുത്തും, പോകാൻ സൗകര്യമുള്ളതും, നമ്മുടെ സമയക്രമത്തോട് ചേർന്നതും ആയിരിക്കണം. നിങ്ങൾക്ക് ഭാരം കുറയ്ക്കുകയും ആരോഗ്യ മുള്ള ഭക്ഷണം ശീലമാക്കുകയും വേണമെങ്കിൽ, അടുക്കളയിലും ഫ്രിഡ്ജിലും അങ്ങനെയുള്ള ഭക്ഷണങ്ങൾ കരുതുക. ഇടനേരങ്ങ ളിൽ വിശപ്പ് തോന്നിയാലും ബേക്കറി ഭക്ഷണങ്ങൾ കഴിക്കില്ലെന്ന് ഉറപ്പ് വരുത്തണോ? ഓഫീസിലെ മേശവലിപ്പിൽ പോഷകസമ്പു ഷ്ടമായ ലഘുഭക്ഷണ സാധനങ്ങൾ കരുതുക. വിശക്കുമ്പോൾ നമ്മൾക്ക് കൂടുതലും കഴിക്കാൻ തോന്നുന്നത് കൊഴുപ്പ് നിറഞ്ഞതോ എണ്ണമയമായതോ ആയ ഭക്ഷണമാണ്. അതിന് ഒരു പോംവഴി യായി ഞാൻ കണ്ടിരുന്നത് കൈയിൽ പ്രോട്ടീൻ ഭക്ഷണം കൊണ്ടു നടക്കുക എന്നതാണ്. ഞായറാഴ്ചകളിൽ ഒരാഴ്ചത്തേക്ക് വേണ്ട പ്രോട്ടീൻ ഭക്ഷ്യവസ്തുക്കൾ ഞാൻ തയ്യാറാക്കി വെക്കും.

എന്റെ ഏറ്റവും വലിയ വ്യതിചലിപ്പിക്കുന്നതും മോശവുമായ ശീലങ്ങളിൽ ഒന്നാണ് മെയിൽ ഇടയ്ക്കിടെ നോക്കാനുള്ള പ്രവണത. സത്യമാണ്, തമാശയായി പറഞ്ഞതല്ല. സമയം ക്രമീകരിക്കാതെയും ശ്രദ്ധ കേന്ദ്രീകരിക്കാതെയും ഇരുന്നാൽ, ഒരു ദിവസം വന്നു കുമി ഞ്ഞുകൂടുന്ന മെയിലുകൾ നോക്കി മണിക്കൂറുകൾ കളയും ഞാൻ. ദിവസത്തിൽ മൂന്ന് തവണ മാത്രം മെയിൽ നോക്കിയാൽ മതി

എന്നുള്ള ശീലം തുടങ്ങാനായി, എല്ലാ അറിയിപ്പുകളും ഓഫ് ചെയ്തു, മെയിൽ വന്നതും തനിയെ തുറന്ന് വായിക്കുന്ന പരിപാടി നിർത്തി, നിശ്ചയിച്ച സമയത്തിൽ അല്ലാതെ കമ്പ്യൂട്ടർ ഓൺ ചെയ്യുക പോലും ചെയ്യില്ല. ഞാൻ ആ സമയപരിധിക്കു ചുറ്റും വലിയൊരു മതിൽ പണിതുയർത്തി, അല്ലെങ്കിൽ ഇടയ്ക്കിടെ ഞാൻ അതിന് പുറത്തേക്ക് വീണുപോകും.

2. ചേർക്കാൻ ആലോചിക്കൂ, കിഴിക്കാനല്ല

പ്രശസ്ത അവതാരകനായിരുന്ന മോന്റെൽ വില്യംസുമായി സംസാരിച്ചിരിക്കുമ്പോൾ, അദ്ദേഹത്തിൽ നിന്നും ഒരു നിർദ്ദേശം കൈക്കൊണ്ടു. പ്രതിരോധശേഷിയെ കാർന്നു തിന്നുന്ന അസുഖമായ മൾട്ടിപ്പിൾ സ്ക്ലിറോസിസ് ഉള്ളതിനാൽ, അദ്ദേഹം കൃത്യമായ ഒരു ഭക്ഷണക്രമം പാലിച്ചിരുന്നു. മോന്റെൽ ഉൾചേർക്കൽ പദ്ധതി (The Add-in Principle) എന്നൊന്ന് സ്വീകരിച്ചു. എനിക്ക് തോന്നുന്നു, ഒരു ലക്ഷ്യവുമായി നടക്കുന്ന ഏതൊരാൾക്കും നല്ല ഫലങ്ങൾ തരുന്ന രീതിയാണ് അതെന്ന്.

"നിങ്ങൾ ഭക്ഷണക്രമത്തിൽ നിന്നും ഒഴിവാക്കാൻ ശ്രമിക്കുന്നത് അത്ര വലിയ കാര്യമൊന്നുമല്ല." അദ്ദേഹം വിശദീകരിച്ചു. "പ്രധാനം, നിങ്ങൾ അതിൽ എന്താണ് ചേർക്കുന്നതെന്നതാണ്." ഇത് അദ്ദേഹം ജീവിതധർമ്മമായി പിന്തുടർന്നു. തന്നെത്തന്നെ ശീലങ്ങളിൽ നിന്നും പുറത്തുകൊണ്ടുവരുന്നതിന്, അല്ലെങ്കിൽ, ഭക്ഷണക്രമീകരണങ്ങളിൽ മാറ്റം വരുത്തുന്നതിന് (ഉദാ. : എനിക്ക് ബർഗർ, മിഠായി, പാലുൽപന്നങ്ങൾ എന്നിവയൊന്നും കഴിക്കാനാവില്ല) പകരം, അതിന് ബദലായി എന്ത് *കഴിക്കാം* എന്ന് ചിന്തിച്ചു (ഉദാ. : ഇന്ന് ഞാൻ വേവിച്ച പച്ചക്കറികൾ, സാലഡ്, പഴങ്ങൾ കഴിക്കും). എന്തൊക്കെ കഴിക്കാനാവുമോ, അവകൊണ്ട് അദ്ദേഹം തന്റെ മനസ്സും വയറും നിറച്ചു. അതിനാൽ, കഴിക്കാൻ പാടില്ലാത്ത കാര്യങ്ങളെക്കുറിച്ച് ഓർക്കേണ്ടി വന്നില്ല. എന്തൊക്കെ ത്യജിക്കണം എന്നതിനു പകരമായി, എന്തൊക്കെ ഉൾചേർക്കണം എന്ന് മോന്റെൽ ചിന്തിച്ചു. അതിന്റെ ഫലം വളരെ ശക്തമായിരുന്നു.

എന്റെ സുഹൃത്തിന് ടി.വി.ക്കു മുമ്പിൽ ഒരുപാട് സമയം കളയുന്ന ശീലം നിർത്തണമെന്നുണ്ടായിരുന്നു. ഞാൻ അവനോട് ചോദിച്ചു, മൂന്ന് മണിക്കൂർ വിശ്രമസമയം ലഭിച്ചാൽ എന്ത് ചെയ്യും എന്ന്. അവൻ പറഞ്ഞു, കുട്ടികളോടൊപ്പം കൂടുതൽ സമയം ചെലവഴിക്കും. എന്നും ചെയ്യണമെന്നാഗ്രഹിച്ചിരുന്ന ഒരു വിനോദ

വൃത്തിയും തിരഞ്ഞെടുക്കാൻ ഞാൻ അവനോട് പറഞ്ഞു. ഫോട്ടോഗ്രഫി ആയിരുന്നു അവന് പ്രിയം. സാങ്കേതികവിദ്യയോട് അതിയായ പ്രിയമുള്ള അവൻ, അതിനൂതന എഡിറ്റിംഗ് സാമഗ്രികളും എടുത്ത് കുടുംബത്തോടൊപ്പം കൂടുതൽ യാത്രകൾ പോയിത്തുടങ്ങി. കുട്ടികളുടെ മികച്ച ചിത്രങ്ങൾ പകർത്താമെന്ന് ചിന്തിച്ചു. ശേഷം വൈകുന്നേരങ്ങളിൽ എടുത്ത ചിത്രങ്ങൾ എഡിറ്റ് ചെയ്ത്, കോർത്തിണക്കി ആൽബം ഉണ്ടാക്കി വീട്ടിലുള്ളവരെ സന്തോഷിപ്പിച്ചു. അവർ ഒരുമിച്ച് കുറെ നല്ല നിമിഷങ്ങൾ പങ്കുവെച്ചു, ചിരിച്ചു കളിച്ചു, എത്ര നല്ല ഓർമ്മകൾ ഉണ്ടാക്കിയെടുത്തു. കാരണം അവനിപ്പോൾ രാത്രികളിൽ ടി.വി. കാണാനുള്ള സമയമോ ആഗ്രഹമോ ഉണ്ടായിരുന്നില്ല, പകരം, കുട്ടികളിലും ചിത്രം പകർത്തുന്നതിലുമായിരുന്നു അവന്റെ ശ്രദ്ധ. അവൻ തന്റെ ദുശ്ശീലത്തിൽ നിന്നും പുറത്തു കടക്കുകയാണെന്ന് മനസ്സിലാക്കി, കാരണം അതവന്റെ ജോലിഭാരങ്ങളാൽ ഉണ്ടായ പിരിമുറുക്കങ്ങളിൽ നിന്നും അകറ്റിനിർത്തി. ടി.വി. കാണുന്നതിനു പകരം കുട്ടികളിലും ഫോട്ടോഗ്രഫിയിലും ശ്രദ്ധയൂന്നിയതിലൂടെ, ശക്തവും ഫലപ്രദവുമായ താൽപര്യങ്ങളെയാണ് അവൻ കണ്ടെത്തിയത്.

നിങ്ങളുടെ ജീവിതാനുഭവങ്ങളെ സമൃദ്ധമാക്കാൻ എന്ത് ശീലം ഉൾച്ചേർക്കണമെന്നാണ് നിങ്ങൾ ആഗ്രഹിക്കുന്നത്?

3. ഉത്തരവാദിത്തബോധം പൊതുപ്രദർശനം ചെയ്യൂ

ഒരു സർക്കാർ ജീവനക്കാരൻ പ്രതിജ്ഞയെടുക്കുന്നത് മനസ്സിൽ ചിത്രീകരിക്കുക. 'ഞാൻ ഇതിനാൽ പ്രതിജ്ഞ ചെയ്യുന്നു...' എന്നിട്ട് തന്റെ പ്രതിജ്ഞകളെ എങ്ങനെ പ്രാവർത്തികമാക്കുമെന്ന് വിശദീകരിക്കും. ഒരിക്കൽ അവരത് പൊതുജനത്തിന് മുന്നിൽ അവതരിപ്പിച്ചു കഴിഞ്ഞാൽ, ചെയ്യുന്ന എല്ലാ കാര്യത്തിന്റെയും ഉത്തവാദിത്തം അവരിൽ നിക്ഷിപ്തമായിരിക്കും; അതുപോലെതന്നെ ലക്ഷ്യത്തിലേക്കുള്ള പുരോഗതിയുടെ അഭിനന്ദനങ്ങളും ലഭിക്കും.

ആ ഒരു ശീലം നിങ്ങളിൽ ദൃഢമാക്കണോ? ബിഗ് ബോസ്സിലെന്ന പോലെ, നിങ്ങളെ നിരീക്ഷിക്കാൻ ഒരാളെ നിയമിക്കു. സമൂഹമാധ്യമങ്ങൾ ഉള്ളതിനാൽ എല്ലാം എളുപ്പമാണ്. തന്റെ സാമ്പത്തിക ശീലത്തിനുമേൽ നിയന്ത്രണം കൊണ്ടുവരാനായി, ചെലവാക്കുന്ന ഓരോ പൈസയുടെയും കണക്ക് സമൂഹമാധ്യമത്തിൽ കുറിച്ചിടുന്ന ഒരു സ്ത്രീയെക്കുറിച്ച് ഞാൻ കേട്ടിട്ടുണ്ട്. അവരുടെ ആ കുറിപ്പുകൾ കുടുംബവും കൂട്ടുകാരും സഹപ്രവർത്തകരുമൊക്കെ കാണുന്നുണ്ടാ

യിരുന്നു. അതിനാൽതന്നെ, അത്രയും പേർ തന്നെ വീക്ഷിക്കുന്നു എന്ന ചിന്തയിൽ, തന്റെ സാമ്പത്തിക കാര്യങ്ങൾ ചിട്ടയോടെയും ഉത്തരവാദിത്തത്തോടെയും നിർവ്വഹിക്കാൻ തുടങ്ങി.

ഞാനൊരിക്കൽ എന്റെ സഹപ്രവർത്തകനെ പുകവലിയിൽ നിന്നും പിന്തിരിപ്പിച്ചു. ഞാൻ കൂടെ ജോലി ചെയ്യുന്ന എല്ലാവരോടുമായി പറഞ്ഞു, "ശ്രദ്ധിക്കൂ! സെൽഡ പുകവലി നിർത്താൻ തീരുമാനിച്ചിരിക്കുകയാണ്! നല്ല കാര്യമല്ലേ? അവൾ തന്റെ അവസാനത്തെ സിഗരറ്റ് വലിച്ചുതീർത്തു!" ഞാൻ വലിയൊരു കലണ്ടർ അവളുടെ വിശ്രമമുറിയുടെ പുറത്തുള്ള ചുമരിൽ തൂക്കിയിട്ടു. പുകവലിക്കാതിരിക്കുന്ന ഓരോ ദിവസം, സെൽഡ അതിൽ ചുവന്ന നിറത്തിൽ വലിയ X അടയാളപ്പെടുത്തണം. സഹപ്രവർത്തകർ അത് കണ്ടു, അവളെ പ്രോത്സാഹിപ്പിക്കാൻ തുടങ്ങി. കുറച്ച് ദിവസങ്ങൾകൊണ്ട് ആ കലണ്ടർ ചുവന്ന X-കൾ കൊണ്ട് നിറഞ്ഞു. സെൽഡയ്ക്ക് ആ കലണ്ടറിനെയോ സഹപ്രവർത്തകരെയോ സ്വന്തം മനഃക്കരുത്തിനെയോ ഉപേക്ഷിക്കാൻ തോന്നിയില്ല; പക്ഷേ, അവൾ പുകവലി ഉപേക്ഷിച്ചു!

കുടുംബത്തോട് പറയൂ. കൂട്ടുകാരോട് പറയൂ. സമൂഹമാദ്ധ്യമങ്ങളിൽ കുറിച്ചിടൂ. ഉറക്കെ വിളിച്ചു പറയൂ, നിങ്ങൾ മാറാൻ പോകുന്നുവെന്നും അതിന്റെ നിയന്ത്രണം നിങ്ങളുടെ മാത്രം കൈയിലാണെന്നും.

4. ഒരു വിജയ പങ്കാളിയെ കണ്ടെത്തൂ

രണ്ട് പേർ ഒരേ ലക്ഷ്യത്തിലേക്ക് കൈകോർത്തു നടത്തുന്ന യാത്രയോളം ശക്തമായത് അധികമൊന്നുമില്ല. നിങ്ങളുടെ വിജയസാദ്ധ്യതയെ വർദ്ധിപ്പിക്കാനായി, പുതിയ ശീലങ്ങൾ പിന്തുടരുന്നുണ്ടെന്ന് ഉറപ്പ് വരുത്തുന്ന, ഉത്തരവാദിത്തബോധമുള്ള ഒരു കൂട്ട് കണ്ടെത്തൂ; തിരിച്ചും ഇവയെല്ലാം നിങ്ങൾ ആ കൂട്ടാളിക്കും നൽകണം. എനിക്കും അങ്ങനൊരു മികച്ച പങ്കാളിയുണ്ട്. എല്ലാ വെള്ളിയാഴ്ചയും രാവിലെ 11 മണിക്ക് ഞങ്ങൾ വിളിച്ചു സംസാരിക്കാറുണ്ട്. മുപ്പത് മിനിറ്റ് നേരത്തിൽ ഞങ്ങളുടെ വിജയങ്ങളും തോൽവികളും തിരുത്തലുകളും പ്രവൃത്തികളുമെല്ലാം പങ്കുവെച്ച്, അഭിപ്രായങ്ങൾ ആരായും. അതിലൂടെ ഞങ്ങൾ പരസ്പരം ഉത്തരവാദിത്തമേറ്റെടുക്കുകയാണ്. നിങ്ങൾക്കും ലഭിക്കും അങ്ങനൊരു വ്യക്തിയെ : നടക്കാനിറങ്ങുമ്പോഴോ വ്യായാമ വേളകളിലോ വിളിച്ചു വരുത്തിയോ മറ്റോ കണ്ടുമുട്ടാവുന്നതാണ്.

5. സ്പർദ്ധയും സഹവർത്തിത്വവും

നിങ്ങളുടെ മത്സരബുദ്ധിയെ മൂർച്ചപ്പെടുത്തി പുതിയ ശീലത്തിലേക്ക് ശ്രദ്ധയൂന്നിക്കുവാൻ, സൗഹൃദമത്സരങ്ങൾ നല്ലവണ്ണം സഹായിക്കും. ഉദാഹരണത്തിന്, കഴിഞ്ഞ വേനൽക്കാലത്ത് മൂന്നര ലക്ഷത്തിൽപരം അംഗങ്ങളുള്ള ഡാരെൻ ഡെയ്‌ലിയിൽ ഞാനൊരു 'സ്ഥിരതാ' മത്സരം നടത്തി. തൊണ്ണൂറ് ദിവസത്തെ ആ മത്സരത്തിന് ഞങ്ങൾ റേവൻ റൺ എന്നാണ് പേരിട്ടിരുന്നത്; സൗത്ത് ബീച്ചിലെ പ്രശസ്ത ഓട്ടക്കാരനായ റോബർട്ട് 'റേവൻ' ക്രാഫ്റ്റിന്റെ ഓർമ്മയ്ക്കായി. കഴിഞ്ഞ നാല്പത്തിയഞ്ച് വർഷത്തിലധികമായി (ഞാനീ പുസ്തകം എഴുതുന്ന സമയത്ത്), മൈയാമിയിലെ സൗത്ത് ബീച്ചിലെ മണൽപ്പരപ്പിലൂടെ എന്നും എട്ട് മൈൽ ഓട്ടുമായിരുന്ന അദ്ദേഹം. ഒരു ദിവസം പോലും മുടക്കിയിട്ടില്ല (കാറ്റു വീശിയപ്പോഴും, കാലിൽ വേദന വന്നപ്പോഴും, എല്ല് ഒടിഞ്ഞപ്പോഴും, ഭക്ഷ്യവിഷബാധ ഏറ്റപ്പോഴും, ന്യൂമോണിയ ബാധിച്ചപ്പോഴും ഒക്കെ).

മത്സരം ഇത്രയേയുള്ളൂ : അടുത്ത 90 ദിവസത്തേക്ക്, തുടർച്ചയായി ദിവസവും ഒരു മൈൽ ദൂരമെങ്കിലും ഓടണം. റേവനിന് 16,500-ൽപരം ദിവസം മുടങ്ങാതെ എട്ട് മൈൽ ഓടാമെങ്കിൽ, നമുക്ക് 90 ദിവസം തീർച്ചയായും പറ്റും. ഒഴിവുകഴിവുകൾ ഒന്നുമില്ല.

ഇത്രയും പേരിൽ ഒരുപാട് പേർ മത്സരത്തിൽ പങ്കെടുക്കുമെന്നറിയാം, പക്ഷേ ഒന്നുറപ്പാണ്, അതിൽ പലരും പൂർത്തിയാക്കുകയില്ല. ഞാൻ പന്തയം വെക്കാം, പത്ത് ശതമാനം പേർ പോലും അത് തുടർച്ചയായി ചെയ്യില്ല. സ്ഥിരതയില്ലായ്മയാണ് മനുഷ്യവർഗ്ഗത്തിന്റെ ദൗർബല്യം. പക്ഷേ, ഞാൻ മത്സരത്തിന്റെ തീവ്രതയും സഹവർത്തിത്വത്തിന്റെ ശക്തിയും കണക്കിലെടുത്തിരുന്നില്ല. ഞാൻ പ്രവചിച്ചതിലും മൂന്നിരട്ടി പേരാണ് മത്സരം പൂർത്തിയാക്കിയത്!

കൂടാതെ രസകരമായ മറ്റൊന്ന് കൂടി ഞാൻ മനസ്സിലാക്കി, മത്സരത്തിന് ഒരു മാസത്തിന് ശേഷം, സ്ഥിരമായി വ്യായാമം ചെയ്യുന്നവരുടെ എണ്ണത്തിൽ ഗണ്യമായ കുറവ് വന്നു; 60 ശതമാനത്തിൽ അധികം പേർ അതുപേക്ഷിച്ചു. ഞങ്ങൾ മറ്റൊരു മത്സരം സംഘടിപ്പിച്ചപ്പോൾ, അവരുടെ പങ്കെടുപ്പും സ്ഥിരതയും മുന്നത്തെ പോലെ ഉയർന്നു. മനുഷ്യ മനസ്സിനെ ഒന്ന് ഉത്തേജിപ്പിക്കാൻ വേണ്ടത് ഒരു മത്സരം മാത്രമാണ്. കൂട്ടായ അനുഭവവും, മികച്ച സാമൂഹ്യബോധവും, സഹവർത്തിത്വത്തിന്റെ രസവും അവർക്ക് ലഭിക്കും.

ഏത് രീതിയിലുള്ള സൗഹൃദ മത്സരങ്ങളാണ് നിങ്ങളുടെ കൂട്ടുകാർക്കിടയിലോ സഹപ്രവർത്തകർക്കിടയിലോ സംഘാംഗങ്ങൾക്കിടയിലോ സംഘടിപ്പിക്കാൻ കഴിയുക? മത്സരബുദ്ധിയും വാശിയും എങ്ങനെയാണ് നിങ്ങളുടെ പുതിയ ശീലത്തിലേക്ക് ഉൾപ്പെടുത്താൻ സാധിക്കുക?

6. ആഘോഷിക്കൂ

മറ്റു വിനോദങ്ങളിലൊന്നും പങ്കുചേരാതെ ജോലിയിൽ മാത്രം മുഴുകിയിരിക്കുന്നത് നിരുത്സാഹിയാക്കി മാറ്റും. അത് പിൻവാങ്ങൽ ചിന്താഗതിയുടെ കാരണങ്ങളിൽ ഒന്നാണ്. കടന്ന വഴികളിൽ നേടിയ വിജയങ്ങളെ ആഘോഷിക്കാനും ആസ്വദിക്കാനും സമയം കണ്ടെത്തണം. സന്തോഷങ്ങളും ആസ്വാദനവും ത്യജിച്ചു കൊണ്ട് അധികദൂരം മുന്നോട്ടു പോകുവാൻ ആവുകയില്ല. സ്വയം നൽകാനായി ഓരോ ദിവസവും, ആഴ്ചയും, മാസവും ചെറിയ സമ്മാനങ്ങൾ കണ്ടെത്തണം. പുതിയ പാതയിലേക്ക് കടന്നതിന്റെ ഓർമ്മയ്ക്കായി എന്തെങ്കിലും ഒന്ന്. ചെറിയൊരു നടത്തമോ, ആസ്വദിച്ചൊരു കുളിയോ, രസമുള്ള ഒരു പുസ്തകവായനയോ... അങ്ങനെ. വലിയ നേട്ടങ്ങൾക്ക് സമ്മാനമായി മസ്സാജിന് പോവുകയോ, ഇഷ്ടപ്പെട്ട ഹോട്ടലിൽ അത്താഴം കഴിക്കുകയോ ആവാം. നിങ്ങളുടെ ഏറ്റവും വലിയ ലക്ഷ്യം നേടിയെടുക്കുമ്പോൾ, വലിയൊരു സമ്മാനം വാങ്ങുമെന്ന് സ്വയം നിശ്ചയിച്ചു വയ്ക്കുക.

മാറ്റം ദുഷ്കരമാണ് : നന്നായി!

ലോകത്തെ 99 ശതമാനം പരാജിതർക്കും വിജയികൾക്കും പൊതുവായി ഒന്നുണ്ട് : അവരെല്ലാം വെറുക്കുന്നത് ഒരേ കാര്യങ്ങൾ ചെയ്യാനാണ്. വ്യത്യാസമെന്തെന്നാൽ, വിജയികൾ എങ്ങനെയും അത് ചെയ്തുതീർക്കും. മാറ്റങ്ങൾ കഷ്ടമുള്ളതാണ്. അതുകൊണ്ടാണ് പലരും ദുശ്ശീലങ്ങൾ ഒഴിവാക്കാത്തത്; അതുകൊണ്ടാണ് പലരും ആരോഗ്യവും സന്തോഷവും ഇല്ലാതെ ജീവിക്കുന്നത്.

എന്നെ അതിശയിപ്പിക്കുന്നത് മറ്റൊന്നാണ്, മാറ്റങ്ങൾ കൊണ്ടുവരുന്നത് എളുപ്പമുള്ളതാണെന്നും എല്ലാവരും അത് പ്രാവർത്തികമാക്കുന്നുവെന്നും ചിന്തിച്ചു നോക്കൂ. അങ്ങനെ വന്നാൽ, അസാധാരണ വിജയം നേടുന്നതും വേറിട്ടു നിൽക്കുന്നതും ഇനിയും ബുദ്ധിമുട്ടേറിയതാവുമായിരുന്നു. സാധാരണഗതിയാണ് എളുപ്പം. പക്ഷേ, അസാധാരണമായതാണ് നിങ്ങളെ കൂട്ടത്തിൽ നിന്നു വേറിട്ടു നിർത്തുന്നത്.

വ്യക്തിപരമായി, എന്തെങ്കിലുമൊന്ന് കഷ്ടമുള്ളതാണെങ്കിൽ എനിക്കത് സന്തോഷമാണ്. എന്തുകൊണ്ടാണത്? കാരണം പലരും അത് ചെയ്യാൻ മടിക്കും. അതിനാൽ, എനിക്കാ കാര്യത്തിൽ കടക്കുന്നതും മുന്നേറി ആ വരി നയിക്കുന്നതും എളുപ്പമായിരിക്കും. ഡോ. മാർട്ടിൻ ലൂതർ കിംഗ് ജൂനിയർ പ്രസംഗത്തിൽ പറഞ്ഞത് എനിക്ക് വളരെ ഇഷ്ടമാണ്, "ഒരു മനുഷ്യന്റെ പാരമ്യതയെ അളക്കേണ്ടത് അവൻ സ്വസ്ഥതയും സൗഖ്യവുമുള്ള നിമിഷങ്ങളിൽ ഉള്ളപ്പോഴല്ല, വെല്ലുവിളികൾ നേരിടുന്ന സമയങ്ങളിൽ നിൽക്കുമ്പോഴാണ്." നിങ്ങൾ കാഠിന്യവും മടുപ്പും ബുദ്ധിമുട്ടും വകവയ്ക്കാതെ മുന്നോട്ട് കുതിക്കുകയാണെങ്കിൽ, അവിടെയാണ് നിങ്ങൾ മുന്നേറ്റവും കഴിവും കാഴ്ച വെക്കുന്നത്. അത് ബുദ്ധിമുട്ടേറിയതോ മടുപ്പുളവാക്കുന്നതോ കുഴപ്പം പിടിച്ചതോ എന്തുമാകട്ടെ. മുന്നോട്ട് പോകുകതന്നെ ചെയ്യുക. അത് തുടരൂ, സംയുക്ത പ്രഭാവം അതിന്റെ മാന്ത്രികതയിലൂടെ നിങ്ങൾ അർഹിക്കുന്ന പ്രതിഫലം നൽകും.

ശാന്തമായിരിക്കൂ

പഴയ ദുശ്ശീലങ്ങൾ ഒഴിവാക്കി പുതിയ ശീലങ്ങൾ കൊണ്ടുവരുന്ന സന്ദർഭങ്ങളിൽ ക്ഷമ കൈവെടിയാതിരിക്കാൻ ശ്രദ്ധിക്കുക. നിങ്ങൾ മാറ്റാൻ പോകുന്നത് കഴിഞ്ഞ ഇരുപതോ മുപ്പതോ നാല്പതോ അല്ലെങ്കിൽ അതിലധികമോ വർഷങ്ങളായി പിന്തുടരുന്ന ശീലമാണെങ്കിൽ, അതിന് ശാശ്വതമായ പരിഹാരം കാണുന്നതിനായി സമയവും പ്രയത്നവും വേണ്ടിവരുമെന്ന് മനസ്സിലാക്കുക. നമ്മുടെ ചിന്തകളുടെയും പ്രവൃത്തികളുടെയും ആവർത്തനങ്ങളുടെ മാതൃകയ്ക്ക് സമാനമായ മാറ്റങ്ങൾ തലച്ചോറിലും രൂപപ്പെടുമെന്ന് ശാസ്ത്രം തെളിയിച്ചിട്ടുണ്ട്.

ഒരു പ്രത്യേക ശീലത്തിന്റെ മാതൃകയെ വഹിക്കുന്ന, പരസ്പരം കൂട്ടിയിണക്കപ്പെട്ട ന്യൂറോണുകളുടെ ശൃംഖലയാണിത്. താൽപര്യം ശീലത്തെ ഉറപ്പിക്കും. നമ്മൾ ഒരു ശീലത്തിൽ താൽപര്യം പ്രകടിപ്പിക്കുകയാണെങ്കിൽ, അത് നമ്മുടെ തലച്ചോറിനെ ഉണർത്തി, ആ ശീലത്തിനനുസൃതമായ ചിന്തകളെയും ആഗ്രഹങ്ങളെയും പ്രവൃത്തികളെയും പ്രദർശിപ്പിക്കും. ഭാഗ്യത്തിന്, നമ്മുടെ തലച്ചോറിനെ എളുപ്പത്തിൽ സ്വാധീനിക്കാൻ കഴിയും. നമ്മൾ ദുശ്ശീലങ്ങളിൽ ശ്രദ്ധിക്കാതിരുന്നാൽ, ആ ശൃംഖല ദുർബലമാകും. നമ്മൾ പുതിയ ശീലങ്ങൾ കൊണ്ടുവന്ന്, അത് ആവർത്തിച്ച്, അതിൽ ശ്രദ്ധയൂന്നുമ്പോൾ, പുതിയ ശൃംഖല സൃഷ്ടിക്കപ്പെട്ട് പഴയതിനെ കീഴടക്കി വളർന്നു തുടങ്ങും.

പുതിയ ശീലങ്ങൾ കൊണ്ടുവരുന്നത് (തലച്ചോറിൽ പുതിയ ശൃംഖല ഉണ്ടാക്കുന്നത്) സമയമെടുക്കും. ക്ഷമാശീലനായിരിക്കുക. ഇടയ്ക്ക് വീഴ്ച പറ്റിയാൽ, എഴുന്നേറ്റ് പൊടി തട്ടി വീണ്ടും യാത്ര തുടരുക (സ്വയം പഴിക്കരുത്). വിഷമിക്കേണ്ട. എല്ലാവർക്കും സംഭവിക്കുന്നതാണ്. പുതിയ ഉപായങ്ങൾ കണ്ടെത്തി വീണ്ടും ശ്രമിക്കുക. നിങ്ങളുടെ അർപ്പണബോധത്തെയും സ്ഥിരതയേയും ബലപ്പെടുത്തുക. കഠിനപ്രയത്നം വലിയ പ്രതിഫലങ്ങൾ കൊണ്ടുവരും.

പ്രതിഫലങ്ങളെക്കുറിച്ച് പറയുമ്പോൾ, അടുത്ത അദ്ധ്യായം മുതലാണ് നമ്മൾ കൂട്ടത്തിൽ നിന്നും വേറിട്ട് നിന്നു തുടങ്ങാൻ പോകുന്നത്. അവിടെയാണ് ഗുണന പ്രഭാവം രൂപപ്പെടാൻ പോകുന്നത്. ആദ്യത്തെ മൂന്ന് അദ്ധ്യായങ്ങളിലെ പ്രധാന പാഠങ്ങളെ അച്ചടക്കത്തോടെ പിന്തുടർന്ന നിങ്ങൾക്കായി, അടുത്തതായി വരാൻ പോകുന്നതാണ് പ്രതിഫലം നേടുന്ന ഭാഗം.

സംയുക്ത പ്രഭാവം അനുകൂലമായി പ്രവർത്തിപ്പിക്കൂ

നടപടിക്രമങ്ങളുടെ സംഗ്രഹം

- നിങ്ങളെ പ്രധാന ലക്ഷ്യത്തിലെത്താൻ സഹായിക്കുന്ന, നിങ്ങളുടെ മികച്ച മൂന്ന് ശീലങ്ങൾ കണ്ടെത്തുക.
- ലക്ഷ്യത്തിൽ നിന്നും വ്യതിചലിപ്പിക്കുന്ന മൂന്ന് ദുശ്ശീലങ്ങൾ കണ്ടെത്തുക.
- ലക്ഷ്യത്തിലെത്താൻ സഹായിക്കുമെന്ന് നിങ്ങൾ വിശ്വസിക്കുന്ന, ജീവിതത്തിൽ കൊണ്ടുവരാൻ ആഗ്രഹിക്കുന്ന മൂന്ന് ശീലങ്ങൾ കണ്ടെത്തുക.
- നിങ്ങളുടെ പ്രേരക ശക്തിയെ കണ്ടുപിടിക്കുക. നിങ്ങളുടെ സംക്ഷിപ്തവും പ്രേരകവും പ്രചോദനപ്രദവുമായ ലക്ഷ്യങ്ങളെ രൂപപ്പെടുത്തുക.
- നിങ്ങളുടെ പ്രധാന പ്രചോദനത്തെ അറിയുക. വലിയ വിജയങ്ങൾ നേടാനായി നിങ്ങളെ ഉത്തേജിപ്പിക്കുന്ന, ഉണർവ്വ് നിലനിർത്തുന്നത്.
- ലക്ഷ്യങ്ങൾ രൂപപ്പെടുത്താനും അതിലേക്കുള്ള യാത്രയിലുടനീളം നയിക്കാനുമായി *ലിവിങ് യുവർ ബെസ്റ്റ് ഇയർ എവർ : എ പ്രോവെൻ സിസ്റ്റം ഫോർ അചീവിങ് ബിഗ് ഗോൾസ്* ഉപയോഗപ്പെടുത്തുക. LivingYourBest YearEver.com എന്ന സൈറ്റിൽ ലഭ്യമാണ്.

നിങ്ങളുടെ ഉപകരണത്തിൽ നേരിട്ട് പൂരിപ്പിക്കുവാനും സൂക്ഷിക്കുവാനും വേണ്ടിയുള്ള, നിങ്ങൾ ചെയ്യുന്ന ഈ പ്രവർത്തന ഘട്ടങ്ങളുടെ എഡിറ്റ് ചെയ്യാവുന്ന PDF ഡൗൺലോഡ് ചെയ്യാൻ, സന്ദർശിക്കുക : THECOMPOUNDEFFECT.COM/RESOURCES

അദ്ധ്യായം 4

ചാലക ശക്തി

ഞാൻ നിങ്ങളെ എന്റെ ഒരു അടുത്ത സുഹൃത്തിന് പരിചയപ്പെടുത്താൻ ആഗ്രഹിക്കുന്നു. ഈ സുഹൃത്തിന്, ബിയോൺസെ, ജെഫ് ബെസോസ്, സെറീന വില്ല്യംസ്, ഇന്ദിര നൂയി, ലെബ്രോൺ ജെയിംസ്, മെറിൽ സ്ട്രീപ്പ്, അങ്ങനെ നേട്ടങ്ങൾ കൊയ്ത ഓരോ താരങ്ങളോടും നല്ല ബന്ധമുണ്ട്. കൂടാതെ, നിങ്ങളുടെ ജീവിതത്തെയും മറ്റുള്ള ആരെക്കാളും കൂടുതലായി സ്വാധീനിക്കാൻ കഴിവുണ്ട്. നിങ്ങൾക്കു മുന്നിൽ ഞാൻ അവതരിപ്പിക്കാൻ പോകുന്നത് ഒരു ശക്തിയെയാണ്, വലിയൊരു ശക്തിയെ! നിസ്സംശയം പറയാം, ഇത് വിജയങ്ങൾ നേടുന്നതിൽ പ്രധാന പങ്ക് വഹിക്കുന്ന, ശക്തമായ ഘടകങ്ങളിൽ ഒന്നാണ്. നിങ്ങൾക്ക് കാണാനോ സ്പർശിക്കാനോ കഴിയില്ല, പക്ഷേ, അനുഭവിച്ചറിയാൻ സാധിക്കും. എല്ലാ അവസരങ്ങളിലും പ്രത്യക്ഷപ്പെടുമെന്ന് പ്രതീക്ഷിക്കരുത്, പക്ഷേ പ്രത്യക്ഷപ്പെട്ടു കഴിഞ്ഞാൽ അത് മറക്കാനാവാത്തതാകും! ആ ശക്തി നിങ്ങളെ, അസ്ത്രവേഗത്തിൽ വിജയത്തിന്റെ വിഹായസ്സിലെത്തിക്കും. ആ ശക്തിയെ നിങ്ങൾ കൂടെ കൂട്ടിക്കഴിഞ്ഞാൽ, പിന്നെ ഒരാൾക്കും നിങ്ങളെ തോൽപിക്കാനാവില്ല.

ഈ അദ്ധ്യായം ആവേശഭരിതമാണ്. ഇനി പറയാൻ പോകുന്ന ആശയങ്ങൾ നിങ്ങൾ പ്രാവർത്തികമാക്കിയാൽ, ഈ പുസ്തകത്തിന്റെ വിലയുടെ ആയിരമിരട്ടി (അല്ലെങ്കിൽ കൂടുതൽ) വിലയുള്ള പ്രതിഫലമാണ് നിങ്ങൾ നേടുക. ശരിക്കും, ഈ ആശയങ്ങൾ അത്രയും മഹത്തായതാണ്!

ചാലക ശക്തിയുടെ പ്രാപ്തി സ്വായത്തമാക്കുക

നിങ്ങൾ സ്കൂളിൽ പഠിച്ച ഊർജ്ജതന്ത്രം ഓർക്കുന്നുണ്ടെങ്കിൽ (ഉണ്ടാകും, ഇല്ലേ?), ന്യൂട്ടന്റെ ഒന്നാം ചലന നിയമം അറിയുന്നുണ്ടാകും. ജഡത്വ നിയമം : ഒരു അസന്തുലിതമായ ബാഹ്യബലം പ്രവർത്തിക്കാത്തിടത്തോളം, ഓരോ വസ്തുവും അതിന്റെ നിശ്ചലാവസ്ഥയിലോ നേർ രേഖയിലുള്ള ചലനത്തിലോ തുടരുന്നതാണ്. മടിയൻ എന്നും മടിയനായിത്തന്നെ തുടരും. അതേസമയം വിജയികൾ, ജയത്തിന്റെ മധുരം നുണഞ്ഞവർ കഠിന പ്രയത്നം തുടർന്ന് കൂടുതൽ നേട്ടങ്ങൾ കൊയ്തുകൊണ്ടേയിരിക്കും.

ചാലക ശക്തി വികസിപ്പിച്ചെടുക്കുന്നത് അത്ര നിസ്സാര കാര്യമല്ല, പക്ഷേ ഒരിക്കൽ അതിന് കഴിഞ്ഞാൽ, പിന്നെ ഒന്നും നോക്കേണ്ടതില്ല! ചെറുപ്പത്തിൽ പാർക്കുകളിലും മറ്റും പോയാൽ കാണുന്ന കറങ്ങുന്ന കുതിരയിൽ കയറിയിട്ടുണ്ടോ. കൂട്ടുകാരൊക്കെ ഓരോ കുതിരയിൽ കയറിയ ശേഷം, നമ്മളിലൊരാൾ അത് കറക്കും. കുട്ടികളുടെ ഭാരം കാരണം തുടക്കത്തിൽ വേഗത കുറവായിരിക്കും. ആദ്യ ചുവട് എപ്പോഴും ബുദ്ധിമുട്ടേറിയതായിരിക്കും; നിശ്ചലാവസ്ഥയിൽ നിന്നും ചലിപ്പിക്കാൻ തുടങ്ങുന്നത്. നിങ്ങൾ ശരീരവും ആത്മാവും പൂർണ്ണമായി അർപ്പിക്കണം. ആദ്യത്തെ കുറച്ച് ചുവടുകൾ വെക്കുമ്പോൾ എവിടെയുമെത്തിയില്ലെന്ന് തോന്നിയേക്കാം. കഠിനവും നീണ്ടതുമായ പ്രയത്നത്തിലൂടെ വേഗത കൈവരിച്ചു കഴിഞ്ഞാൽ, ആ ചിന്താഗതി മാറിക്കിട്ടും. നിങ്ങൾ ചലിക്കുന്നുണ്ടെങ്കിലും (കൂട്ടുകാർ പ്രോത്സാഹിപ്പിക്കുന്നുണ്ടാകും), നിങ്ങൾ ആഗ്രഹിച്ച വേഗത ലഭിക്കാനായി ആവുംവിധം വേഗത്തിൽ മുന്നോട്ടു ചലിക്കുക തന്നെ ചെയ്യണം, സർവ്വശക്തിയും സംഭരിച്ച് ചലിക്കണം. അവസാനം, വിജയം! നിങ്ങൾ സന്തോഷം കൊണ്ട് തുള്ളിച്ചാടി, കുളിർ തെന്നലിൽ കൂട്ടുകാരുമൊത്ത് ആഹ്ലാദം പങ്കുവെക്കുമ്പോൾ ചുറ്റുമുള്ള ലോകം വർണ്ണശബളമായിരിക്കുന്നത് കാണാനാകും. കുറച്ചു സമയത്തിന് ശേഷം, കറങ്ങുന്ന കുതിരയുടെ വേഗത കുറയുമ്പോൾ, നിങ്ങൾ ചാടിയിറങ്ങി ഒന്നുകൂടെ വേഗത്തിൽ കറക്കി തിരിച്ചുകയറും. ഒരിക്കൽ അത് വേഗത കൈവരിച്ചു കഴിഞ്ഞാൽ, ആ ചാലക ശക്തി അതിനെ തുടർന്ന് കറങ്ങാൻ സഹായിക്കും.

ഏതൊരു മാറ്റവും ഉൾക്കൊള്ളുന്നത് ഒരേ രീതിയിലാണ്. ഒരു സമയം ഒരു ചുവട്, അല്ലെങ്കിൽ ഒരു പ്രവൃത്തി. പുരോഗതി പതുക്കെയായിരിക്കാം, പക്ഷേ പുതിയ ശീലം വേഗത കൈവരിച്ചുകഴിഞ്ഞാൽ പിന്നെ ബാക്കി കാര്യങ്ങൾ ചാലക ശക്തി നോക്കി

ക്കൊള്ളും. നിങ്ങളുടെ പ്രതിഫലങ്ങളും വിജയങ്ങളും പെട്ടെന്ന് വളരും. ചിത്രം 8 കാണുക.

ചിത്രം 8

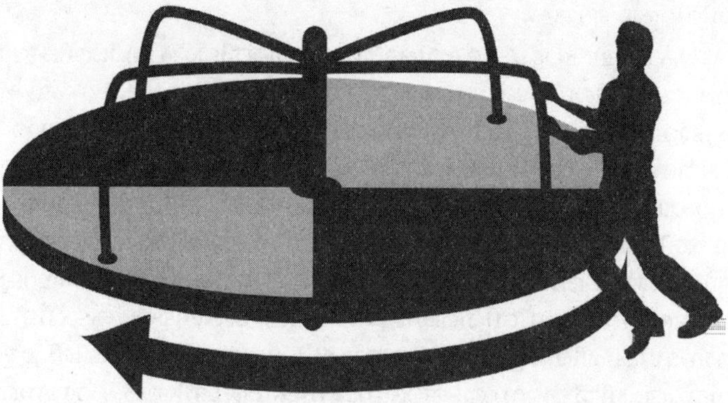

ചാലക ശക്തി നേടിയെടുക്കാൻ കുറച്ച് സമയവും ഊർജ്ജവും വേണം. പക്ഷേ, അത് കിട്ടിക്കഴിഞ്ഞാൽ, വിജയവും ഫലങ്ങളും അതിവേഗം സംയുക്തമാവും.

ഇതേ പ്രക്രിയ തന്നെയാണ് റോക്കറ്റ് വിക്ഷേപണ സമയത്തും സംഭവിക്കുന്നത്. ആദ്യത്തെ കുറച്ച് നിമിഷങ്ങളിൽ ഉപയോഗിക്കുന്ന ഇന്ധനം, പിന്നീടങ്ങോട്ടുള്ള യാത്രയിൽ ഉപയോഗിക്കുന്നതിനെക്കാൾ കൂടുതലായിരിക്കും. എന്തുകൊണ്ടാണത്? കാരണം, അതിന് ഭൂമിയുടെ ഗുരുത്വാകർഷണ ബലത്തിൽ നിന്നും രക്ഷപെടണം. അത് കഴിഞ്ഞാൽ, ഭ്രമണപഥത്തിൽ പാറിനടക്കാം. കഷ്ടമുള്ള ഭാഗം ഏതായിരുന്നു? ഭൂമിയിൽ നിന്നും ഉയരുന്നത്. നിങ്ങളുടെ പഴയ രീതികളും ചിട്ടകളും നിശ്ചലാവസ്ഥ പോലെയോ ഗുരുത്വാകർഷണം പോലെയോ ആണ്. എല്ലാം വിശ്രമാവസ്ഥയിലായിരിക്കണം. ആ നിശ്ചലാവസ്ഥ ഭേദിച്ച് നിങ്ങളുടെ വഴിയിലേക്ക് കൊണ്ടുവരണമെങ്കിൽ, ഒരുപാട് പരിശ്രമിക്കേണ്ടിവരും. പക്ഷേ, ഒരിക്കൽ നിങ്ങൾ ചലിച്ചു തുടങ്ങിയാൽ, പിന്നെ നിങ്ങളെ തടുക്കാനോ തോൽപിക്കാനോ ആവില്ല. പിന്നീട് നിങ്ങൾ നിക്ഷേപിക്കുന്നത് താരതമ്യേന കുറച്ച് പ്രയത്നമാണെങ്കിലും, ലഭിക്കുന്ന പ്രതിഫലം മികച്ചതായിരിക്കും.

നിങ്ങൾ ചിന്തിച്ചിട്ടുണ്ടോ, എന്തുകൊണ്ടാണ് വിജയികൾ തുടർന്നും വിജയിക്കുന്നത്? ധനികരിലേക്ക് കൂടുതൽ ധനം വന്നു ചേരുന്നത്? സന്തോഷിക്കുന്നവർ അതിയായി സന്തോഷിക്കുന്നത്? ഭാഗ്യവാൻമാരിലേക്ക് കൂടുതൽ ഭാഗ്യം എത്തിച്ചേരുന്നത്?

അവരുടെ കൂടെ ചാലക ശക്തിയുണ്ട്. മഴ തുടങ്ങിയാൽ, പിന്നെ തിമിർത്തു പെയ്യും.

പക്ഷേ, ചാലക ശക്തിക്ക് രണ്ട് തരത്തിലും പ്രവർത്തിക്കാൻ കഴിയും; നിങ്ങൾക്ക് അനുകൂലമായും, പ്രതികൂലമായും. സംയുക്ത പ്രഭാവം പ്രവർത്തിക്കുന്നത് പോലെ, ഒരു ദുശ്ശീലത്തെ ശ്രദ്ധിക്കാതെയിരുന്നാൽ, അത് കാലക്രമേണ നിങ്ങളിലേക്ക് നിർഭാഗ്യകരമായ ചുറ്റുപാടുകളും ഫലങ്ങളും കൊണ്ടുതരും. അതാണ് ഒന്നാം അദ്ധ്യായത്തിലെ നമ്മുടെ സുഹൃത്ത് ബ്രാഡിന് സംഭവിച്ചത്. നിസ്സാരമായ ദുശ്ശീലങ്ങൾ അവന്റെ ഭാരത്തെ 33 പൗണ്ട് കൂട്ടി, ജോലിയിലും വൈവാഹിക ജീവിതത്തിലും ചാലക ശക്തിയെ കൂട്ടുപിടിച്ച് മാനസിക പിരിമുറുക്കങ്ങൾ ഉണ്ടാക്കി. നിശ്ചലാവസ്ഥയിൽ ഉള്ള വസ്തു, അതിൽ തന്നെ തുടരുമെന്നാണ് ജഡത്വ നിയമം പറയുന്നത്; ഇങ്ങനെയാണ് സംയുക്ത പ്രഭാവം നിങ്ങൾക്കെതിരെ പ്രവർത്തിക്കുന്നത്. നിങ്ങൾ എത്ര നേരം ടി.വി.ക്ക് മുന്നിൽ ഇരിക്കുന്നുവോ, അത്രയും കഠിനമാവും അവിടെ നിന്നും എഴുന്നേൽക്കുന്നതും മുന്നോട്ടു പോകുന്നതും. അതുകൊണ്ട്, നമുക്ക് ഇപ്പോൾ തന്നെ ആരംഭിക്കാം!

ചാലക ശക്തി നമ്മളിലേക്കെത്താൻ എന്താണ് ചെയ്യേണ്ടത്? അതിനായി പരിശ്രമിക്കണം. നമ്മൾ ഇത്രനേരം ചർച്ച ചെയ്ത കാര്യങ്ങൾ ചെയ്ത് ഒരു ശൃംഖല വികസിപ്പിച്ചെടുക്കണം :

1. മൂല്യങ്ങളേയും ലക്ഷ്യങ്ങളേയും അടിസ്ഥാനമാക്കി പുതിയ തീരുമാനങ്ങളെടുക്കണം.
2. പുതിയ നല്ല ശീലങ്ങളിലൂടെ ആ തീരുമാനങ്ങൾ പ്രാവർത്തികമാക്കണം.
3. പുതിയ ശീലം ദൃഢമാകുന്നത് വരെ അതേ പ്രവൃത്തികൾ തുടരണം.
4. നിങ്ങളുടെ ദിനചര്യകളിലേക്ക് പുതിയ ശീലങ്ങൾ ഉൾപ്പെടുത്തണം.
5. നീണ്ട കാലത്തേക്ക് സ്ഥിരതയോടെ പിന്തുടരണം.

ശേഷം, അതാ! ആ ശക്തി നിങ്ങളുടെ വാതിലിൽ മുട്ടുന്നു (നല്ല കാര്യമാണ്)! യാഥാർത്ഥ്യത്തിൽ, ഇനി നിങ്ങളെ തടയാനാകില്ല.

ഐതിഹാസികമായി 28 ഒളിമ്പിക് മെഡലുകൾ (23 സ്വർണ്ണം!) നേടിയ നീന്തൽ താരം മൈക്കൾ ഫെൽപ്സിനെക്കുറിച്ച് ചിന്തിച്ച നോക്കൂ. എങ്ങനെയാണ് അദ്ദേഹം അത് സാധിച്ചെട്ട ത്തത്? ബോബ് ബോമന്റെ കീഴിൽ പന്ത്രണ്ട് വർഷം പരിശീലന ത്തിലൂടെ, ഫെൽപ്സ് തന്റെ കഴിവുകൾക്ക് മൂർച്ച കൂട്ടുകയായിരുന്നു. അവർ ഒരുമിച്ച്, ദിനചര്യകൾ ക്രമീകരിച്ച്, പരിശീലന തന്ത്രങ്ങൾ മെനഞ്ഞെടുത്ത്, ശരിയായ സമയത്ത് ചാലക ശക്തിയെ ഫെൽപ്സിലേക്ക് ആകർഷിക്കുകയായിരുന്നു; ഒളിമ്പിക് മത്സര സമയത്ത്. അവർ തമ്മിലുള്ള ബന്ധം അറിയപ്പെട്ടിരുന്നത് അതിന്റെ വ്യാപ്തിയുടെയും അഭിലാഷത്തിന്റെയും പേരിൽ മാത്രമല്ല, പ്രവചി ക്കാവുന്നതും ഒരു കാരണമായിരുന്നു. ഫെൽപ്സിന്റെ ഓർമ്മയിൽ ബോമൻ തന്നെ ഒരു ദിവസം മാത്രമാണ് പരിശീലന സമയം തീരുന്നതിന്റെ *15 മിനിറ്റ് നേരത്തെ* പറഞ്ഞയച്ചത്, സ്കൂളിലെ നൃത്ത പരിപാടിക്കായി. 12 വർഷത്തിൽ ഒരിക്കൽ മാത്രം! അത്തരം സ്ഥിരതയാണ് ബോമൻ പ്രതീക്ഷിച്ചിരുന്നത്. ഫെൽപ്സ് തന്റെ മേഖലയിൽ ഇത്രയും വിജയങ്ങൾ കൊയ്യതിൽ ഒരു അത്ഭുതവും ഇല്ല!

നിങ്ങളുടെ പക്കൽ ഐപോഡ് ഉണ്ടെന്ന് കരുതുന്നു. അത്രയും ചെറിയൊരു ഉപകരണം ഇത്രയും വലിയ വിജയം ആവുമെന്ന് ആരെങ്കിലും പ്രതീക്ഷിച്ചിരുന്നോ? ഐപോഡ് ഇറക്കുന്നതിന് വളരെ മുമ്പേ ആപ്പിൾ കമ്പനി തുടങ്ങി. ആ സമയത്ത് മാക്കിന്റെ കമ്പ്യൂട്ടറുകൾക്കായിരുന്നു വിപണിയിൽ പ്രശസ്തി, എന്നിട്ടും ആപ്പിളിന് വിപണിയിൽ ചെറിയൊരു സ്ഥാനം നേടിയെടുക്കാ നായി. ഐപോഡ് ആയിരുന്നില്ല ആദ്യത്തെ മ്യൂസിക് പ്ലേയർ; വളരെ വൈകിയാണ് അവരാ മേഖലയിലേക്ക് വന്നത്. പക്ഷേ, അവർക്കൊരു പ്രത്യേകതയുണ്ടായിരുന്നു : ഉപഭോക്താക്കളുടെ കൂറ് പിടിച്ചുപറ്റുന്നതിന് അവർ സ്ഥിരമായി പ്രയത്നിച്ചു, ഉൽപന്നത്തിന്റെ നിലവാരത്തിൽ ഒരിക്കലും വീഴ്ച വരുത്തിയില്ല, നൂതനമായ രൂപകല്പന, ഉപയോഗിക്കുന്നവർക്ക് ഇണങ്ങുന്ന രീതി. അവർ മ്യൂസിക് പ്ലേയറിനെ മറ്റൊരു തലത്തിൽ എത്തിച്ചു, അത് ജനങ്ങളുടെ മനസ്സിലും കയറി. അതിനെ അവർ ഭാവനാപരവും രസകരവുമായ പരസ്യ ആശയങ്ങളിലൂടെ വിപണിയിലെത്തിച്ചു. അത് ഫലിച്ചു! ഉദ്ദേശ്യം നടന്നു.

പക്ഷേ, ഐപോഡ് എന്നത് ഒറ്റദിവസം കൊണ്ട് വിജയം കണ്ടതല്ല. ആപ്പിൾ കമ്പനി ഐപോഡ് ഇറക്കിയ വർഷം, മുന്നത്തെ വർഷം 30 ശതമാനം ലാഭത്തിലായിരുന്ന അവർ 33 ശതമാനം

നഷ്ടം കണ്ടു. അടുത്ത വർഷവും നഷ്ടം തന്നെയായിരുന്നു, പക്ഷേ അത് 2 ശതമാനമായി കുറഞ്ഞു. പിന്നീടത് 18 ശതമാനം ലാഭത്തിലേക്ക് കയറി. അതിനടുത്ത വർഷം, അതുയർന്നു 33 ശതമാനമായി. അവസാനം, നാല് വർഷങ്ങൾക്ക് ശേഷം, അവർ ചാലക ശക്തിയെ കണ്ടെത്തി. ആപ്പിളിന്റെ ലാഭം 68 ശതമാനമായി കുതിച്ചുയർന്നു; വിപണിയിലെ മ്യൂസിക് പ്ലേയറിന്റെ 70 ശതമാനവും ഐപോഡ് പിടിച്ചടക്കി. പിന്നെ നിങ്ങൾക്കറിയാം, ആ ശക്തിയുടെ പിൻബലത്തിൽ, അവർ സ്മാർട്ട് ഫോൺ വിപണിയും (ഐഫോൺ) ഓൺലൈൻ സംഗീത മേഖലയും (ഐട്യൂൺസ്) പിടിച്ചടക്കി. ഈ ചാലക ശക്തി, ആപ്പിളിന്റെ പ്രധാന മേഖലയായ കമ്പ്യൂട്ടറിന്റെ മേഖലയിലും പുനരുജ്ജീവനത്തിന് സഹായിച്ചു. ചാലക ശക്തി കൂടെയുള്ളപ്പോൾ, അവർ മറ്റു മേഖലകളിലും ശോഭിക്കുന്നതിൽ എനിക്ക് അതിശയമൊന്നുമില്ല.

ഗൂഗിൾ വളരെ ചെറിയ, അറിയപ്പെടാത്ത ഓൺലൈൻ വിവരാന്വേഷണ സംവിധാനം മാത്രമായിരുന്നു. പക്ഷേ ഇന്ന്, ആ മേഖലയിലെ 90 ശതമാനം വിപണി അവരുടെ കൈയിലാണ്. വീഡിയോ പങ്കുവെയ്ക്കുന്ന ഓൺലൈൻ മാധ്യമമായ യൂട്യൂബ് നിർമ്മിക്കപ്പെട്ടത് 2005 ഫെബ്രുവരിയിലാണ്; ആ വർഷം നവംബറിൽ അത് പുറത്തിറക്കി. പക്ഷേ, *'സാറ്റർഡേ നൈറ്റ് ലൈവ്'*-ൽ സംപ്രേഷണം ചെയ്തുകൊണ്ടിരുന്ന 'ലേസി സണ്ടേ' എന്ന പരിപാടി പ്രദർശിപ്പിച്ചു തുടങ്ങിയപ്പോൾ മുതലാണ് കൂടുതൽ ആളുകൾ യൂട്യൂബ് തേടിയെത്താൻ തുടങ്ങിയത്. അത് ജനങ്ങൾ ഏറ്റെടുത്തു. എൻ.ബി.സി. യൂട്യൂബിൽ നിന്നും ആ വീഡിയോ എടുത്തുമാറ്റാൻ പറയുന്ന സമയത്തിനകം അമ്പത് ലക്ഷത്തിൽപരം ആളുകളാണ് കണ്ടത്. പിന്നീട് അവരെ തടുത്തുനിർത്താൻ സാധിച്ചില്ല, അവരുടെ കൂടെ ആ ശക്തി ഉണ്ടായിരുന്നു. ഇന്ന്, പ്രശസ്തമായ സമൂഹ മാദ്ധ്യമങ്ങളുടെ പട്ടികയിൽ രണ്ടാം സ്ഥാനത്താണ് യൂട്യൂബ്. മാത്രമല്ല, ലോകത്തിലെ മൊബൈൽ ഇന്റർനെറ്റ് ഉപയോഗത്തിന്റെ മൂന്നിലൊരു ഭാഗത്തിലധികം (37 ശതമാനം) യൂട്യൂബിന് വേണ്ടിയാണ്. ഗൂഗിൾ യൂട്യൂബിന്റെ സ്ഥാപകരായ രണ്ട് യുവാക്കളെ കണ്ടുമുട്ടി, അവരുടെ ചാലക ശക്തിയെ 165 കോടി ഡോളറിന് വാങ്ങി!

എന്താണ് മൈക്കൾ ഫെൽപ്സിലും ആപ്പിളിലും ഗൂഗിളിലും യൂട്യൂബിലും പൊതുവായി കാണുന്ന ഒന്ന്? അവരെല്ലാം ചാലക ശക്തി കൈവരിക്കുന്നതിന് മുമ്പും ശേഷവും ഒരേ കാര്യങ്ങൾ തന്നെയാണ് ചെയ്തുകൊണ്ടിരിക്കുന്നത്. അവരുടെ ശീലങ്ങളും, അച്ചടക്കവും ചര്യകളും സ്ഥിരതയുമാണ് അവരുടെ ഗതിയുടെ

വേഗത കൂട്ടാൻ സഹായിച്ചത്. പിന്നീട് ചാലക ശക്തി കൂടെ കൂടിയ ശേഷം, *അവർ അജയ്യരായി.*

ചിട്ടയുടെ ശക്തി

നമ്മുടെ നിർവ്വഹണം ശരിയല്ലാതിരുന്നാൽ ചിലപ്പോൾ ചില ഉദ്ദേശ്യങ്ങൾ നടക്കാതെ പോകാറുണ്ട്. അങ്ങനെ വരുമ്പോൾ, നിങ്ങളുടെ കാഴ്ചപ്പാടും സ്വഭാവവും ചര്യകളുമായി ഒത്തുപോയാലേ, വ്യക്തമായ നല്ല മാറ്റങ്ങൾ സംഭവിക്കുകയുള്ളൂ. ദിനചര്യ എന്നു പറയുന്നത് ഒരു ദിവസം പോലും മുടങ്ങാതെ പിന്തുടരേണ്ട ഒന്നാണ്. അങ്ങനെ ചെയ്താൽ, നമ്മളെന്നും പല്ല് തേക്കുന്നതു പോലെയോ കാറിൽ കയറിയതും സീറ്റ്ബെൽറ്റ് ഇടുന്നതു പോലെയോ, ഒരു പ്രേരണയും കൂടാതെ ചെയ്തു പോകുന്ന ഒന്നാകും. ശീലങ്ങൾ എന്ന അദ്ധ്യായത്തിൽ നടന്ന ചർച്ചയ്ക്ക് സമാനമായി, നിങ്ങൾ വിജയകരമായി പൂർത്തീകരിച്ച ഒരു കാര്യത്തെ നോക്കിയാൽ നിങ്ങൾക്ക് മനസ്സിലാകും, നിങ്ങളിൽ ഒരു ശീലം വികസിക്കപ്പെട്ടിട്ടുണ്ടെന്ന്. ഈ ശീലങ്ങൾ നമ്മുടെ പ്രവൃത്തികളെ എളുപ്പവും ഫലപ്രദവുമാക്കി, ജീവിതത്തിലെ പിരിമുറുക്കങ്ങളെ ഇല്ലാതാക്കും. പുതിയ ലക്ഷ്യങ്ങൾ എത്തിപ്പിടിക്കുവാനും പുതിയ ശീലങ്ങൾ ആരംഭിക്കുവാനും, ലക്ഷ്യങ്ങളെ സഹായിക്കുന്ന ചര്യകൾ ഉണ്ടാക്കേണ്ടത് അത്യാവശ്യമാണ്.

ലക്ഷ്യങ്ങൾ എത്രത്തോളം വെല്ലുവിളി നിറഞ്ഞതാണോ, അത്രത്തോളം കഠിനമായിരിക്കണം ചിട്ടകളും. എന്തുകൊണ്ടാണ് പട്ടാള ക്യാംപുകളിൽ കഠിനമായ ചിട്ടകൾ പാലിക്കുന്നതെന്ന് ചിന്തിച്ചിട്ടുണ്ടോ? എന്തുകൊണ്ടാണ് ചെറിയ കാര്യങ്ങളായ കിടക്ക ഒരുക്കലും ഷൂ വൃത്തിയാക്കലും നിൽക്കുന്ന രീതിയും പോലും ഇത്ര പ്രാധാന്യമർഹിക്കുന്നത്? യുദ്ധത്തിനായി ഭടന്മാരെ തയ്യാറാക്കി നിർത്തുന്നത്, ഏത് പ്രതിസന്ധി ഘട്ടത്തിലും അവരുടെ കഴിവും കാര്യക്ഷമതയും വിശ്വസ്തതയും വെളിപ്പെടുത്താനുള്ള ഏറ്റവും മികച്ച മാർഗ്ഗമാണ്. അടിസ്ഥാനപരമായ പരിശീലന സമയത്തെ ചിട്ടകൾ വളരെ നിസ്സാരമായി തോന്നിയേക്കാം, പക്ഷേ അത്രയും കാർക്കശ്യത്തോടെ പിന്തുടരുന്ന അവ, മൃദുലവും ഭീരുക്കളും അലസരുമായ യുവാക്കളെ വെറും രണ്ട്-മൂന്ന് മാസങ്ങൾ കൊണ്ട് ആത്മവിശ്വാസമുള്ളവരും ധൈര്യശാലികളും കർത്തവ്യബോധമുള്ളവരുമാക്കി മാറ്റുന്നു. യുദ്ധസമയത്തെ വെല്ലുവിളികൾ നിറഞ്ഞ അപ്രതീക്ഷിത സാഹചര്യങ്ങൾ പോലും പട്ടാളക്കാർക്ക് വ്യക്തമായ തീരുമാനങ്ങ

ളെടുക്കാൻ, തുടർച്ചയായി പാലിക്കുന്ന ചര്യകൾ സഹായിക്കും. കഠിനമായ അഭ്യാസങ്ങളും പരിശീലനങ്ങളും, അവരെ മരണം മുന്നിൽ കാണുന്ന ആപത്ഘട്ടങ്ങളിൽ പോലും ധീരമായി സ്വന്തം കർമ്മം നിർവ്വഹിക്കാൻ പ്രാപ്തരാക്കും.

ഇപ്പോൾ നിങ്ങളുടെ ദിവസങ്ങൾ പ്രശ്നങ്ങളൊന്നുമില്ലാതെ കടന്നു പോകുകയാണ്. പക്ഷേ, ക്രമമായ ദിനചര്യകൾ പിന്തുടരാതിരുന്നാൽ, ഭാവി ജീവിതത്തിൽ അനാവശ്യ പ്രശ്നങ്ങൾ വന്നു ചേർന്ന് നിയന്ത്രണാതീതമാക്കിയേക്കാം. പാലിക്കാവുന്ന ചിട്ടകൾ വികസിപ്പിച്ച്, ദിനവും പാലിക്കുന്നതിലൂടെ നിങ്ങൾ ജീവിതയുദ്ധത്തിൽ അജയ്യനാകും.

ഗോൾഫ് താരം ജാക്ക് നിക്കോളാസ് ഓരോ ഷോട്ടിന് മുമ്പും ചെയ്യുന്ന കാര്യങ്ങൾക്ക് പ്രശസ്തനാണ്. ഓരോ ഷോട്ടിന് മുമ്പും അദ്ദേഹം "നൃത്തം" വെക്കുന്നത് അദ്ദേഹത്തിന്റെ വിശ്വാസത്തിന്റെ ഭാഗമായിരുന്നു. അടുത്ത ഷോട്ടിനുള്ള ശ്രദ്ധയും തയ്യാറെടുപ്പും, അദ്ദേഹത്തിന്റെ മാനസികവും ശാരീരികവുമായ ചുവടുകളുടെ നിരയിൽ നിന്നും അദ്ദേഹത്തിന് ലഭിച്ചിരുന്നു. ജാക്ക് പന്തിന്റെ പിന്നിൽ നിന്നും തുടങ്ങി, പന്തിന്റെയും ലക്ഷ്യസ്ഥാനത്തിന്റെയും ഇടയിൽ ഒന്നോ രണ്ടോ സ്ഥാനങ്ങൾ കണ്ടുവെക്കും. തിരിച്ച് പന്തിനടുത്തേക്ക് വന്നശേഷം, തന്റെ ഗോൾഫ് ബാറ്റ് താൻ ആദ്യം നിശ്ചയിച്ച സ്ഥാനത്തിന്റെ നേർക്ക് പിടിക്കും. അതിലേക്കുള്ള ഉന്നം കൃത്യമായി കാണുന്നതുവരെ അദ്ദേഹം ഷോട്ടിനായി എഴുന്നേൽക്കുകയില്ല. ശേഷം എഴുന്നേറ്റ് ഷോട്ട് എടുക്കാനായി നിൽക്കും. പിന്നെ അവിടെ നിന്നുകൊണ്ട്, ലക്ഷ്യസ്ഥാനത്തേക്കും പിന്നീട് താൻ അടയാളപ്പെടുത്തിയ സ്ഥാനത്തേക്കും ബാറ്റിലേക്കും നോക്കും. വീണ്ടും അതാവർത്തിക്കും. എന്നതിന് ശേഷം മാത്രമേ, അദ്ദേഹം ഷോട്ടിന് മുതിരുകയുള്ളൂ.

പഠനത്തിന്റെ ഭാഗമായി, ഒരു മനഃശാസ്ത്രജ്ഞൻ, നിക്കോളാസ് ഓരോ ഷോട്ടിന് മുമ്പും ബാഗിൽ നിന്നും ബാറ്റ് എടുക്കുന്നത് മുതൽ ബാറ്റ് പന്തിൽ കൊള്ളുന്ന വരെയുള്ള സമയം കണക്കുകൂട്ടി നോക്കി. നിങ്ങൾക്ക് ഊഹിക്കാമോ? ജാക്ക് എടുത്ത ഷോട്ടുകളിൽ ഓരോ ഷോട്ടിനും ഇടയിൽ പ്രാരംഭ ചുവടുകൾക്കായി ചിലവഴിച്ചത് ഒരേ കാലയളവാണ്. *ഒരു സെക്കന്റ് പോലും* മാറിയിരുന്നില്ല. ആശ്ചര്യമായിരിക്കുന്നു, അല്ലേ? അതേ മനഃശാസ്ത്രജ്ഞൻ, ഗ്രെഗ് നോർമൻ തന്റെ മോശം കായിക പ്രകടനങ്ങൾ കാഴ്ച വെച്ചിരുന്ന 1996 മാസ്റ്റേഴ്സ് സമയത്ത് അദ്ദേഹത്തിന്റെ കണക്കുകൾ നോക്കി. ശ്രദ്ധിക്കണം, ഓരോ ഷോട്ടിന് മുമ്പുമുള്ള പ്രാരംഭ നടപടികളുടെ

വേഗത കൂടിക്കൂടി വന്നു. അതിലെ മാറ്റം, തന്റെ താളത്തേയും സ്ഥിരതയേയും ബാധിച്ചു. അദ്ദേഹത്തിന് ഒരിക്കലും ചാലക ശക്തി കൊണ്ടുവരാൻ കഴിഞ്ഞില്ല. നോർമന്റെ ചിട്ടകളിൽ വന്ന മാറ്റം, അദ്ദേഹത്തിന്റെ പ്രകടനത്തെ പ്രവചനാതീതവും ചഞ്ചലവുമാക്കി.

റഗ്ബിയിൽ കിക്ക് എടുക്കുന്നവർ, ഇതുപോലുള്ള പ്രാരംഭ ചിട്ടകൾ പിന്തുടരുന്നവരാണ്. എങ്കിലേ അവർക്ക് അതിന് മുമ്പ് ഒരു ആയിരം തവണയെങ്കിലും പരിശീലിച്ചതിന്റെ ഗുണം അവർക്ക് ലഭിക്കുകയുള്ളൂ. നേരത്തെ പറഞ്ഞപോലെ, അങ്ങനെ ചെയ്യാതിരുന്നാൽ, സമ്മർദ്ദ ഘട്ടങ്ങളിൽ അവർക്ക് നല്ല രീതിയിൽ കളി കാഴ്ച വെക്കാനാവില്ല. വൈമാനികർക്കും ഓരോ യാത്രയ്ക്ക് മുമ്പും പാലിക്കേണ്ട കാര്യങ്ങളുടെ ഒരു പട്ടികയുണ്ട്. അദ്ദേഹത്തിന് ആയിരക്കണക്കിന് മണിക്കൂറുകളുടെ അനുഭവമുണ്ടെങ്കിലും, കഴിഞ്ഞ യാത്രവരെയുള്ളതിൽ വിമാനത്തിന് ഒരു കുഴപ്പവുമില്ലെന്ന് ഉറപ്പുണ്ടെങ്കിലും, അദ്ദേഹം നിർബന്ധമായും അതെല്ലാം പാലിച്ച ശേഷമേ മുന്നോട്ടു പോവുകയുള്ളൂ. ഈ ശീലം തയ്യാറാക്കുന്നത് വിമാനത്തെ മാത്രമല്ല, പ്രധാനമായും വൈമാനികനേയും അദ്ദേഹത്തിന്റെ വരുംകാല ഉദ്യമങ്ങളേയുമാണ്.

ഞാനിതുവരെ സഹപ്രവർത്തകനായിരുന്ന അല്ലെങ്കിൽ നിരീക്ഷിച്ച എല്ലാ വിജയികളിലും വ്യവസായ പ്രമുഖരിലും ഉണ്ടായിരുന്നതായി ഞാൻ ശ്രദ്ധിച്ചത് നല്ല ശീലങ്ങൾ മാത്രമല്ല, കൂടാതെ വ്യക്തമായ ഒരു ചിട്ടയും അവർ എന്നും പിന്തുടർന്നിരുന്നു. നമ്മുടെ പെരുമാറ്റം നിയന്ത്രണത്തിൽ കൊണ്ടുവരാനുള്ള ഒരേയൊരു വഴിയാണത്. മറ്റൊരു വഴിയും ഞാൻ കാണുന്നില്ല. ദിവസവും മുടങ്ങാതെ പാലിച്ചുപോരുന്ന ശീലങ്ങളും ചിട്ടകളുമാണ് വിജയം കൊയ്യുവരേയും മറ്റുള്ളവരേയും തമ്മിൽ വേർതിരിക്കുന്നത്. ചിട്ടകൾ അസാമാന്യ ശക്തിയുള്ളവയാണ്.

ലാഭകരവും കാര്യക്ഷമവുമായ ചിട്ടകൾ ഉണ്ടാക്കിയെടുക്കാൻ, നിങ്ങൾ ആദ്യം ചെയ്യേണ്ടത് ഏതൊക്കെ പെരുമാറ്റരീതികളും ശീലങ്ങളുമാണ് കൊണ്ടുവരേണ്ടത് എന്ന് തീരുമാനിക്കലാണ്. നിങ്ങൾ മൂന്നാം അദ്ധ്യായത്തിൽ പട്ടിക ചേർത്ത ലക്ഷ്യങ്ങളേയും, ഒഴിവാക്കേണ്ടതും ഉൾച്ചേർക്കേണ്ടതുമായ ശീലങ്ങളേയും ഒന്ന് നോക്കുക. ഇനി ജാക്ക് നിക്കോളാസ് ആകുന്നതും, മികച്ച പ്രാരംഭ ചര്യകൾ ഉണ്ടാക്കേണ്ടതും നിങ്ങളാണ്. ഏതൊക്കെ ഘടകങ്ങളാണ് വേണ്ടതെന്ന് മനസ്സിലാക്കുക. ഒരിക്കൽ സ്ഥാപിച്ചു കഴിഞ്ഞാൽ, ഉദാഹരണത്തിന് പ്രഭാത ശീലങ്ങൾ, പിന്നെ അത് ദൃഢമാകുന്നത് വരെ പരിശ്രമിക്കുക. എഴുന്നേൽക്കുക. ചെയ്യുക. അതിൽ തർക്ക

മൊന്നുമില്ല. ആരെങ്കിലുമോ എന്തെങ്കിലുമോ നിങ്ങളെ തടസ്സപ്പെടുത്തുകയാണെങ്കിൽ, വീണ്ടും ആദ്യം മുതൽ തുടങ്ങുക. അടിത്തറ ഉറപ്പാക്കുന്നത് വരെ ഇത് തുടരുക.

നിങ്ങളുടെ ദിവസങ്ങളെ ചിട്ടപ്പെടുത്തുക

നിങ്ങളുടെ പരിശ്രമങ്ങൾ ലോകോത്തര പ്രതിഫലങ്ങൾ നേടണമെങ്കിൽ, ലോകോത്തര നിലവാരമുള്ള ചിട്ടകളുമായി പ്രയത്നിക്കുകയാണ് പ്രധാനം. ഓരോ ദിവസവും നിങ്ങൾക്ക് മുന്നിൽ വന്നുചേരുന്നത് പ്രവചിക്കാൻ ബുദ്ധിമുട്ടായിരിക്കും, ചിലപ്പോൾ പറ്റിയെന്നും വരില്ല. പക്ഷേ, നിങ്ങൾക്ക് നിങ്ങളുടെ ദിവസത്തിന്റെ തുടക്കവും അവസാനവും ഏറെക്കുറെ നിയന്ത്രിക്കാനാവും. എനിക്ക് ആ രണ്ട് സമയത്തും പാലിക്കാനുള്ള ചിട്ടകളുണ്ട്. ഞാൻ ഓരോ സാഹചര്യങ്ങളുടെയും വശങ്ങളെക്കുറിച്ച് കുറച്ച് ആശയങ്ങൾ പങ്കുവെക്കാം. അത് നിങ്ങളെ, പുതിയ പെരുമാറ്റങ്ങളെ അച്ചടക്കമുള്ള ശീലങ്ങളാക്കി മാറ്റുന്നതിന്റെ ശക്തിയെക്കുറിച്ചും പ്രാധാന്യത്തെക്കുറിച്ചും ബോധവാനാക്കും. തുടക്കത്തിൽ, ഞാനെന്റെ ലക്ഷ്യങ്ങൾക്കനുസൃതമായി ചിട്ടകളും രീതികളും രൂപകല്പന ചെയ്തു. എന്റെ ജീവിതത്തിൽ ഉപകാരപ്പെട്ട കുറച്ച് ആശയങ്ങൾ ഞാൻ പങ്കുവെക്കാം, ചിലപ്പോൾ അതിൽനിന്നും നിങ്ങൾക്കു ചേർന്നത് ശ്രമിച്ചു നോക്കാവുന്നതാണ്.

സുപ്രഭാതം

എന്റെ പ്രഭാത ചിട്ടകൾ, ജാക്ക് നിക്കോളാസിന്റെ പ്രാരംഭ ചിട്ടകൾ പോലെയാണ്. അതെന്നെ ആ ദിവസത്തിനായി തയ്യാറെടുപ്പിക്കും. അതെന്നും രാവിലെ പിന്തുടരുന്നത് കൊണ്ടും, കൃത്യമായി സജ്ജീകരിച്ചു വച്ചിരിക്കുന്നത് കൊണ്ടും, അതിനെക്കുറിച്ച് എനിക്ക് ചിന്തിക്കേണ്ട ആവശ്യമില്ല. എന്റെ ഐഫോണിൽ 5 മണിക്ക് അലാറം അടിക്കും (കുമ്പസാരം : ചിലപ്പോൾ 5:30). ഞാൻ 'സ്നൂസ്' ഞെക്കും. പിന്നെ എട്ട് മിനിറ്റാണ് ഉള്ളത് എന്ന് എനിക്കറിയാം. ആ എട്ട് മിനിറ്റിൽ, ഞാൻ മൂന്ന് കാര്യങ്ങൾ ചെയ്യും : ആദ്യം, ഞാൻ എനിക്ക് ലഭിച്ചതിനെയൊക്കെ കൃതജ്ഞതയോടെ ഓർക്കും. സമൃദ്ധിയുമായി മനസ്സ് പൊരുത്തപ്പെടണമെന്നെനിക്കറിയാം. നമ്മളുടെ പക്കൽ ഉള്ളതിനെക്കുറിച്ച് നന്ദിയോടെ ഓർത്തുകൊണ്ട് ദിവസം തുടങ്ങുകയാണെങ്കിൽ, നമുക്ക് ചുറ്റുമുള്ള ലോകം നമ്മളെ വ്യത്യസ്തമായ രീതിയിലാവും നോക്കുകയും, നമ്മളോട് പ്രവർത്തി

ക്കുകയും പ്രതികരിക്കുകയും ചെയ്യുന്നത്. രണ്ട്, കേൾക്കുമ്പോൾ വിചിത്രമായി തോന്നിയേക്കാം; ഞാൻ ഒരാൾക്ക് എന്റെ സ്നേഹാന്വേഷണം അയക്കും. സ്നേഹം നേടാനുള്ള വഴിയാണ്, അത് നൽകുന്നതും; എനിക്ക് ഏറ്റവും കൂടുതൽ ആവശ്യവും സ്നേഹമാണ്. ഞാൻ ഒരാളെ ഓർക്കുന്നതിലൂടെ സ്നേഹം പങ്കുവെയ്ക്കും, ആരുമാകാം (സുഹൃത്ത്, ബന്ധു, സഹപ്രവർത്തകർ, അല്ലെങ്കിൽ കുറച്ച് മുന്നേ കടയിൽ വച്ച് കണ്ട ഒരാൾ; അതിൽ കാര്യമില്ല), എന്നിട്ട് അയാൾക്ക് ലഭിക്കണമെന്ന് ഞാൻ കരുതുകയും പ്രതീക്ഷിക്കുകയും ചെയ്തുകൊണ്ട് അയാളോട് സ്നേഹം പ്രകടിപ്പിക്കും. ചിലർ ഇതിനെ അനുഗ്രഹമെന്നോ പ്രാർത്ഥനയെന്നോ വിളിക്കും. ഞാൻ വിളിക്കുന്നത്, മനസ്സുകൊണ്ടുള്ള പ്രേമലേഖനം എന്നാണ്. മൂന്ന്, എന്റെ പ്രധാന ലക്ഷ്യത്തെക്കുറിച്ചും, അതിനടുത്തെത്താനായി ഇന്ന് ചെയ്യേണ്ട മൂന്ന് കാര്യങ്ങളെക്കുറിച്ചും ചിന്തിക്കും. ഉദാഹരണത്തിന്, ഈ പുസ്തകം എഴുതുന്ന സമയത്ത്, എന്റെ പ്രധാന ലക്ഷ്യം എന്റെ ഭാര്യയുമായുള്ള സ്നേഹവും അടുപ്പവും ആഴത്തിലാക്കുക എന്നതായിരുന്നു. എന്നും രാവിലെ, എന്റെ ഭാര്യ സുന്ദരിയാണെന്നും സ്നേഹിക്കപ്പെടുന്നുണ്ടെന്നും ബഹുമാനിക്കപ്പെടുന്നുണ്ടെന്നും ഉറപ്പ് വരുത്താനായി, മൂന്ന് കാര്യങ്ങളെങ്കിലും ചെയ്യാനായി തയ്യാറെടുക്കും.

രാവിലെ എഴുന്നേറ്റതും, ഞാൻ കാപ്പിയിടും. അത് തയ്യാറാകുന്ന നേരത്ത്, ഒരു പത്ത് മിനിറ്റ് ലഘു വ്യായാമങ്ങൾ ചെയ്യും – ഡോ. ഓസ് പഠിപ്പിച്ചത്. ഞാനെന്റെ ജീവിതത്തിൽ എടുത്ത ഭാരങ്ങൾ നിങ്ങൾ എടുത്തിരുന്നെങ്കിൽ, നിങ്ങളുടെ ശരീരം പിന്നെ ഒരിക്കലും വഴങ്ങില്ല. എനിക്കും ബുദ്ധിമുട്ടായിരുന്നു, അതിനാൽ, കൂടുതൽ വ്യായാമങ്ങൾ ചെയ്യുന്നതിനായി അതൊരു ശീലമാക്കണമെന്ന് ഞാൻ മനസ്സിലാക്കി. അതിനായി ഒരു സമയം കണ്ടെത്തണമായിരുന്നു, ഞാൻ കരുതി കാപ്പിയിടുന്ന സമയവും നല്ലത് തന്നെയല്ലേ എന്ന്.

വ്യായാമത്തിന് ശേഷം, കാപ്പിയും എടുത്ത് എന്റെ പ്രിയപ്പെട്ട കസേരയിൽ ഇരുന്ന് 'ഡാരെൻ ഡെയ്‌ലി' കാണും (അതെ, ഞാനും കാണുമായിരുന്നു എന്റെ ഡാരെൻ ഡെയ്‌ലി!). പിന്നെ എന്റെ ഐഫോണിൽ മുപ്പത് മിനിറ്റ് സമയം ക്രമീകരിക്കും (കൃത്യം മുപ്പത്), ആ സമയത്ത് പ്രചോദനപരമോ ബോധനപരമോ ആയതെന്തെങ്കിലും വായിക്കും. അലാറം ശബ്ദിച്ചാൽ, എന്റെ പ്രധാനപ്പെട്ട ഉദ്യമം എടുത്ത്, അടുത്ത 90 മിനിറ്റ് ശ്രദ്ധയോടെ, മനസ്സ് വ്യതിചലിക്കാതെ അതിൽ മുഴുകും (ഞാനിതുവരെ മെയിൽ തുറന്നിട്ടില്ലെന്നത്

ശ്രദ്ധിക്കണം, കേട്ടോ). ശേഷം എന്നും രാവിലെ 7 മണിക്ക്, ഞാൻ ക്രമീകരണ വേള എന്ന് വിളിക്കുന്ന, എന്നും കലണ്ടറിൽ അടയാളപ്പെടുത്തപ്പെട്ടിരുന്ന, എന്റെ ദിവസം ക്രമീകരിക്കുന്ന പതിനഞ്ച് മിനിറ്റ്. ഈ സമയത്താണ് പല സമയങ്ങളിലായി നേടണമെന്ന് നിശ്ചയിച്ച മികച്ച മൂന്ന് ലക്ഷ്യങ്ങളുടെ പുരോഗതി നിരീക്ഷിക്കുന്നത് (അഞ്ച് വർഷത്തെ, ഒരു വർഷത്തെ, മൂന്ന് മാസത്തെ, ഒരു മാസത്തെ, ഒരു ആഴ്ചയിലെ). ശേഷം, ക്രമീകരണ വേളയിലെ മുഖ്യ ജോലിയായ, അന്നത്തെ എന്റെ മികച്ച മൂന്ന് മുൻഗണനകളെ വിശകലനം ചെയ്യും (അല്ലെങ്കിൽ, നിശ്ചയിക്കും). ഞാൻ സ്വയം ചോദിക്കും, "എന്റെ പ്രധാന ലക്ഷ്യങ്ങളുടെ അരികിലെത്താനായി ഇന്ന് മൂന്ന് കാര്യങ്ങൾ മാത്രമേ ഞാൻ ചെയ്യുകയുള്ളൂവെങ്കിൽ, അവ ഏതൊക്കെയായിരിക്കും?" ഇതിനൊക്കെ ശേഷം മാത്രമേ, ഞാൻ മെയിൽ തുറക്കുകയും എന്റെ സഹപ്രവർത്തകരുടെ ദിവസം തുടങ്ങുന്നതിനായി അവർക്കുള്ള ജോലികളും ചുമതലകളും അടങ്ങുന്ന മെയിലുകൾ അയക്കുകയുമുള്ളൂ. എന്നിട്ട് ഉടനെ തന്നെ ഞാനെന്റെ മുൻഗണനകളുടെ പട്ടിക നോക്കി, അതിലേക്ക് കടക്കും.

അന്നത്തെ ദിവസത്തിന്റെ ബാക്കി സമയം ഏതുവിധത്തിലുമാവാം, പക്ഷേ ഞാൻ എന്റെ പ്രഭാത ചിട്ടകൾ പാലിക്കുന്നിടത്തോളം കാലം, ഞാൻ അച്ചടക്കത്തോടെ പിന്തുടരേണ്ടുന്ന പരിശീലനങ്ങളൊക്കെ ചെയ്തിരിക്കും; വ്യക്തമായ തീരുമാനങ്ങളോടെ മുന്നോട്ട് പോവുകയും ചെയ്യും. അതേ സമയം, ഞാൻ എന്റെ ദിവസം തുടങ്ങുന്നത് അച്ചടക്കത്തോടെയല്ലെങ്കിൽ, ദുശ്ശീലങ്ങളോടെയാണെങ്കിൽ, ഇപ്പോൾ ലഭിക്കുന്ന പ്രതിഫലങ്ങളുടെ നൂറിലൊന്ന് പോലും പ്രതീക്ഷിക്കാൻ കഴിയില്ല.

ശുഭരാത്രി

വൈകുന്നേരം ഞാൻ "കണക്ക് ശരി"യാക്കാറുണ്ട്. കോളേജ് കാലത്ത് ഒരു ചെറിയ കടയിൽ ജോലി ചെയ്തപ്പോൾ ശീലിച്ചതാണ്. നമ്മൾ വീട്ടിലേക്ക് പോകുന്നതിന് മുമ്പ് കണക്ക് ശരിയാക്കണം. എന്നുവെച്ചാൽ, അന്നത്തെ എല്ലാ വരവുകളും ബില്ലുകളും തമ്മിൽ ഒത്തുനോക്കണം. രണ്ടും ഒത്തുപോയില്ലെങ്കിൽ, വലിയ പ്രശ്നമാകും!

അതുപോലെതന്നെ, ഓരോ ദിവസവും അന്നത്തെ നിങ്ങളുടെ പ്രവൃത്തികളുടെ കണക്കുകൾ ശരിയാണോ എന്ന് നോക്കുന്നത് പ്രധാനമാണ്. രാവിലെ ക്രമീകരിച്ചപോലെ തന്നെയാണോ കാര്യങ്ങൾ നടന്നത്? നാളത്തേക്കായി എന്തെങ്കിലും ബാക്കി

വെച്ചിട്ടുണ്ടോ? ഇന്നുണ്ടായ അപ്രതീക്ഷിത ഘട്ടങ്ങൾക്കനുസരിച്ച് എന്തൊക്കെയാണ് അധികമായി ചെയ്യേണ്ടി വന്നത്? എന്തൊക്കെയാണ് അപ്രസക്തമായത്, അല്ലെങ്കിൽ ഒഴിവാക്കേണ്ടത്? കൂടാതെ, എന്തൊക്കെ പുതിയ ആശയങ്ങളും അറിവുകളുമാണ് ഇന്നത്തെ ദിവസം കണ്ടെത്തിയതെന്നുകൂടെ കുറിച്ചിടാൻ ഇഷ്ടമാണ്. ഇങ്ങനെയാണ് അവിശ്വസനീയമായ ആശയങ്ങളും അവബോധങ്ങളും ഉപായങ്ങളുമടങ്ങുന്ന നാല്പതിലധികം പുസ്തകങ്ങൾ സ്വരൂപിച്ചത്. അവസാനമായി, കിടക്കുന്നതിന് മുമ്പ്, പ്രചോദനാത്മകമായ ഒരു പുസ്തകത്തിന്റെ പത്ത് പേജുകൾ എങ്കിലും വായിക്കും. നമ്മൾ കിടക്കുന്നതിന് മുമ്പ് അവസാനമായി ഗ്രഹിക്കുന്ന കാര്യമാവും തലച്ചോറ് ചിന്തിക്കുക എന്ന് കേട്ടിട്ടുണ്ട്. അതുകൊണ്ട്, ഈ വായനാശീലം ഉൽപാദനക്ഷമമായ കാര്യങ്ങളിൽ എന്റെ ശ്രദ്ധയെ നിലനിർത്തി, ലക്ഷ്യങ്ങളും ആഗ്രഹങ്ങളും നേടുന്നതിനായി സഹായിക്കും. അതാണ്. ഒരു ദിവസത്തിൽ എന്തൊക്കെ വേണമെങ്കിലും സംഭവിക്കാം, പക്ഷേ, എന്റെ രാവിലെകളും രാത്രികളും എന്റെ നിയന്ത്രണത്തിലായതുകൊണ്ട്, എന്റെ ദിവസങ്ങളുടെ തുടക്കവും അവസാനവും ഞാൻ ശക്തമാക്കും.

പുനഃക്രമീകരിക്കൂ

ഇടയ്ക്കൊക്കെ ഞാൻ ചിട്ടകളിൽ മാറ്റം വരുത്താറുണ്ട്. അല്ലെങ്കിൽ ജീവിതം വിരസമാവും, ഞാനും. അതിനൊരു ഉദാഹരണമാണ് ഭാരമെടുത്ത് വ്യായാമം ചെയ്യുന്നത്. ഞാൻ എന്നും ഒരേ രീതിയിൽ ഒരേ സമയം ഒരേ അഭ്യാസങ്ങൾ തുടരുകയാണെങ്കിൽ, സംയുക്ത ഫലങ്ങൾ കാണിക്കുന്നതിൽ എന്റെ ശരീരം പരാജയപ്പെടും. എനിക്ക് വിരസത തോന്നും, അഭിനിവേശം നഷ്ടപ്പെടും, മാത്രമല്ല ചാലക ശക്തി പ്രത്യക്ഷപ്പെടുകയുമില്ല. അതുകൊണ്ടാണ് ചിട്ടകളിൽ വൈവിധ്യം കൊണ്ടുവരുന്നതും, പുതിയ വഴികൾ കണ്ടെത്തുന്നതും, പുതിയ അനുഭവങ്ങൾ ഉണ്ടാക്കുന്നതും പ്രാധാന്യമർഹിക്കുന്നത്!

ഇപ്പോൾ ജീവിതത്തിൽ കൂടുതൽ സാഹസികതകൾ ഉൾപ്പെടുത്താനാണ് ഞാൻ ശ്രമിക്കുന്നത്. ഞാൻ സാധാരണ ചെയ്യാത്ത കാര്യങ്ങളെ ആഴ്ചയിലെയും മാസത്തിലെയും വർഷത്തിലെയും ലക്ഷ്യങ്ങളായി നിശ്ചയിക്കും. പല സമയങ്ങളിലും, അവ അത്ര സാരമായതൊന്നുമാവില്ല. പക്ഷേ, വ്യത്യസ്തമായ ഭക്ഷണം കഴിക്കുന്നതും, പഠിക്കുന്നതും സ്ഥലങ്ങൾ കാണുന്നതും, കൂട്ടായ്മകളിൽ ചേർന്ന് പുതിയ ആളുകളെ പരിചയപ്പെടുന്നതും നല്ലതാണ്. ഈ

മാറ്റങ്ങൾ ഉണർവുകളെ സജീവമാക്കും, അഭിനിവേശം തിരിച്ച് പിടിക്കാൻ സഹായിക്കും, പുത്തൻ കാഴ്ചപ്പാടിലൂടെ പുതിയ അവസരങ്ങൾ സൃഷ്ടിക്കും.

നിങ്ങളുടെ ചിട്ടകളെ ഒന്ന് നോക്കൂ. നിങ്ങളെ മുമ്പ് ഉത്തേജിപ്പിച്ചിരുന്ന ശീലങ്ങൾ ഇപ്പോൾ മുഷിപ്പിക്കുന്നുവോ അല്ലെങ്കിൽ പഴയ പോലെ ഉണർവ്വ് തരുന്നില്ലേ? മാറ്റി ചിന്തിക്കൂ.

താളത്തിൽ വരുക : പുതിയ പാത കണ്ടെത്തുക

നിങ്ങളുടെ പ്രവൃത്തികൾ ചര്യകളായി മാറിക്കഴിഞ്ഞാൽ, അവ ഒരു താളമുണ്ടാക്കിയെടുക്കണം. നിങ്ങളുടെ ചിട്ടകളും പ്രവൃത്തികളും ഒത്തുചേർന്ന് ലക്ഷ്യങ്ങളിലേക്കുള്ള (ആഴ്ചയിലെ, മാസത്തിലെ, മൂന്ന് മാസത്തിലെ, വർഷത്തിലെ) യാത്രയുടെ താളം സൃഷ്ടിക്കുന്നത്, ചാലക ശക്തിയെ വരവേൽക്കാൻ വീട്ടുപടിക്കൽ തോരണങ്ങൾ തൂക്കുന്നത് പോലെയാണ്.

അത് തീവണ്ടിയുടെ ലോഹചക്രങ്ങൾ പോലെയാണ്. അതിന്റെ നിശ്ചലാവസ്ഥയിൽ, തീവണ്ടി ചലിക്കാതിരിക്കാനായി ഒന്നും തന്നെ ചെയ്യേണ്ടതില്ല; വേണമെങ്കിൽ ഒരിഞ്ച് കനമുള്ള മരക്കഷണം മുൻചക്രത്തിനടിയിൽ വെച്ചുകൊടുത്താൽ മതിയാകും. വലിയ അളവിലുള്ള ഇന്ധനത്തിന്റെ ഉപയോഗവും, യാന്ത്രിക പ്രവർത്തനങ്ങളുടെ ഒരു നിരയും തന്നെ വേണ്ടി വരും എൻജിൻ പ്രവർത്തിപ്പിച്ച് ചക്രങ്ങൾ ചലിപ്പിക്കാൻ. ഇതു തുടർന്നുകൊണ്ടിരുന്നാൽ തീവണ്ടി വേഗത കൈവരിക്കും. പിന്നെ പറയണോ! മണിക്കൂറിൽ 55 മൈൽ വേഗതയിൽ എത്തിക്കഴിഞ്ഞാൽ, അഞ്ചടി കനമുള്ള, സ്റ്റീലിന്റെ മേൽപാളിയുള്ള കോൺക്രീറ്റ് ചുമരിന് പോലും തടയാൻ കഴിയില്ല. തടയാനാവാത്ത തീവണ്ടിയായി നിങ്ങളുടെ നേട്ടങ്ങളെ വിഭാവനം ചെയ്യുന്നത്, സ്വന്തം താളം കണ്ടെത്താൻ നിങ്ങളെ സഹായിക്കും. ചിത്രം 9 കാണുക.

എന്റെ ചിട്ടകളുടെ താളത്തിന്റെ കൂടെ, മുന്നോട്ടുള്ള കാര്യങ്ങളും ഞാൻ രൂപീകരിക്കും. ഇപ്പോഴാണെങ്കിൽ, ഭാര്യയോടുള്ള സ്നേഹവും അടുപ്പവും കൂട്ടുന്നതാണ് എന്റെ ലക്ഷ്യം. അതിനായുള്ള പ്രതിവാര, പ്രതിമാസ, അടുത്ത മൂന്ന് മാസത്തെ കാര്യങ്ങൾ രൂപീകരിക്കും. എനിക്കറിയാം, അത്ര പ്രണയഭരിതമായ കാര്യമല്ലത്. ഒരുപക്ഷേ, നിങ്ങൾ ശ്രദ്ധിച്ചിട്ടുണ്ടാകും, നമുക്ക് അത്രത്തോളം പ്രധാനപ്പെട്ട കാര്യമായിരിക്കാം, പക്ഷേ, അതിന്റെ മുന്നോട്ടുള്ള രൂപരേഖ തയ്യാറാക്കാതിരുന്നാൽ, അത് നേടിയെടുക്കുന്നത് അസാധ്യമാണ്,

അല്ലെ? കൃത്യതയാർന്ന പിന്തുടർച്ചയില്ലെങ്കിൽ, താളം കണ്ടെത്തു ന്നത് ബുദ്ധിമുട്ടാണ്.

ചിത്രം 9

നിങ്ങളുടെ ചിട്ടകളും പ്രവൃത്തികളും താളം നേടിയെടുത്താൽ, ചാലക ശക്തി ആനയിക്കപ്പെടും.

അതെങ്ങനെയാണെന്ന് നോക്കാം. എല്ലാ വെള്ളിയാഴ്ചയും ഞാനും ജോർജിയയും പുറത്ത് പോകുകയോ പ്രത്യേകമായി എന്തെങ്കിലും ചെയ്യുകയോ ആണ് പതിവ്. അന്ന വൈകിട്ട് 6 മണിക്ക് ഞങ്ങളുടെ ഫോണുകളിൽ അലാറം ശബ്ദിക്കും, ശേഷം എന്തുതന്നെ തിരക്കിൽ ആയിക്കൊള്ളട്ടെ, അതെല്ലാം ഒഴിവാക്കും! ശനിയാഴ്ചകൾ കുടുംബ ത്തിനായുള്ളതാണ്, എന്നുവെച്ചാൽ ജോലിക്കാര്യങ്ങൾക്ക് അവധി. വെള്ളിയാഴ്ച വൈകിട്ട് സൂര്യൻ അസ്തമിക്കുന്നത് മുതൽ ഞായറാഴ്ച രാവിലെ സൂര്യനുദിക്കുന്നത് വരെയുള്ള സമയം, ഞാനെന്റെ ഭാര്യക്കും കുട്ടികൾക്കുമായി മാറ്റിവെച്ചിരിക്കുകയാണ്. ഇങ്ങനെയുള്ള അതിർവ രമ്പുകൾ ഇല്ലാതിരുന്നാൽ, മറ്റു പല കാര്യങ്ങളും വന്ന് തടസ്സപ്പെടു ത്തിയേക്കാം. നിർഭാഗ്യവശാൽ അങ്ങനെ വല്ലതും സംഭവിച്ചാൽ, നമുക്ക് ഏറ്റവും പ്രിയപ്പെട്ടവരാവും കൂടുതൽ വിഷമിക്കുന്നത്.

എല്ലാ ഞായറാഴ്ചയും വൈകിട്ട് 6 മണിക്ക്, ഞങ്ങളുടെ ബന്ധത്തെക്കുറിച്ച് വിശകലനം നടത്താറുണ്ട്. മനുഷ്യബന്ധങ്ങൾ എന്ന മേഖലയിൽ വിദഗ്ധരായ ലിന്റയുടെയും റിച്ചാർഡ് ഐറിയുടെയും പക്കൽ നിന്നും പഠിച്ചതാണ്. ഈയൊരു ദിവസം, കഴിഞ്ഞ ആഴ്ചയിൽ ഞങ്ങളുടെ ബന്ധത്തിൽ ഉണ്ടായ ജയങ്ങൾ, പരാജയങ്ങൾ, ക്രമീകരണങ്ങൾ എന്നിവയെക്കുറിച്ച് ചർച്ച ചെയ്യും. ചർച്ച ആരംഭിക്കുന്നത്, കഴിഞ്ഞ ആഴ്ച ഞങ്ങൾ പരസ്പരം നടത്തിയ അഭിനന്ദനങ്ങളെക്കുറിച്ച് പറഞ്ഞുകൊണ്ടാണ്. നല്ല കാര്യങ്ങളിൽ തുടങ്ങുന്നത് ഉപകാരപ്രദമാണ്. ശേഷം എന്റെ സുഹൃത്ത് ജാക്ക് കാൻഫീൽഡ് ചെയ്യുന്നത് പോലെ, ഞങ്ങൾ പരസ്പരം ചോദിക്കും, “ഈ ആഴ്ചയിലെ നമ്മുടെ ബന്ധത്തിന്, പത്തിൽ എത്ര മാർക്ക് കൊടുക്കും?” ഇനിയാണ് ജയപരാജയങ്ങളുടെ ചർച്ച! പിന്നെ അടുത്തൊരു ചോദ്യത്തിലൂടെ എന്തൊക്കെ മാറ്റങ്ങളാണ് വരുത്തേണ്ടതെന്ന് മനസ്സിലാക്കും : “പത്തിൽ പത്ത് ലഭിക്കാൻ എന്തൊക്കെയാണ് ചെയ്യേണ്ടത്?” ചർച്ച അവസാനിക്കുമ്പോൾ, ഞങ്ങൾ പരസ്പരം മനസ്സിലാക്കുകയും അഭിപ്രായങ്ങൾ ഉൾക്കൊള്ളുകയും ചെയ്തിട്ടുണ്ടാകും. ഞങ്ങളുടെ നിരീക്ഷണങ്ങളും ആഗ്രഹങ്ങളും പങ്കുവെച്ച ശേഷം അടുത്ത ആഴ്ചയിലേക്ക് കടക്കുകയായി. ഇത് വളരെ ഫലപ്രദമായ ഒരു പ്രക്രിയയാണ്. ഞാൻ നിങ്ങളോടും ഇത് നിർദ്ദേശിക്കുന്നു, നിങ്ങൾ തയ്യാറാണെങ്കിൽ മാത്രം!

എല്ലാ മാസവും, ഞാനും ജോർജിയയും കൂടി വ്യത്യസ്തമായതും അനുസ്മരണീയമായതുമായ എന്തെങ്കിലും ചെയ്യാറുണ്ട്. ജീവിതമെന്നത് അനുഭവങ്ങളുടെ ഒരു ശേഖരമാണെന്നാണ് ജിം റോൺ എന്നെ പഠിപ്പിച്ചിട്ടുള്ളത്. നമ്മുടെ ലക്ഷ്യമെന്നത് അനുഭവങ്ങളുടെ ആവർത്തനവും തീവ്രതയും വർദ്ധിപ്പിക്കുന്നതാവണം. മറക്കാനാവാത്തതായ എന്തെങ്കിലുമൊരു സംഭവം, മാസത്തിൽ ഒരിക്കൽ ഞങ്ങൾ ചെയ്യാൻ ശ്രമിക്കാറുണ്ട്. മലമുകളിലേക്കൊരു യാത്ര, സാഹസികമായ സഞ്ചാരം, പുതിയ ആഡംബര ഹോട്ടലിൽ നിന്നും ഭക്ഷണം, കടൽ യാത്ര, അങ്ങനെയെന്തെങ്കിലും. അസാധാരണമായ പ്രവൃത്തികൾ വ്യത്യസ്തമായ അനുഭവങ്ങളും മായാത്ത ഓർമ്മകളും സമ്മാനിക്കും.

മൂന്ന് മാസത്തിലൊരിക്കൽ, രണ്ടോ മൂന്നോ ദിവസത്തെ യാത്ര പോകാറുണ്ട് ഞങ്ങൾ. അതുപോലെതന്നെ മൂന്ന് മാസത്തിൽ ഒരിക്കൽ, എന്റെ ലക്ഷ്യങ്ങളെയും ജീവിത രീതികളെയും ഞാൻ വിലയിരുത്താറുണ്ട്. ഇത് ഞങ്ങളുടെ ബന്ധത്തിൽ എന്തൊക്കെയാണ് സംഭവിക്കുന്നതെന്ന് ആഴത്തിലറിയാനുള്ള അവസരം

കൂടിയാണ്. അതുകൂടാതെ അവധിക്കാല യാത്രകളും ചടങ്ങുകളും, പുതുവർഷപ്പിറവികളിൽ വിനോദയാത്രയും, പുതുവർഷ പ്രതിജ്ഞ കളും. ഇതെല്ലാം വ്യക്തമായി ക്രമീകരിച്ച് കഴിഞ്ഞാൽ, നിങ്ങൾ എന്താണ് ചെയ്യേണ്ടതെന്ന് പിന്നീട് ഓർക്കേണ്ടിവരില്ല. എല്ലാം സ്വാഭാവികമായി നടക്കും. നമ്മൾ ചലനശക്തിക്കായുള്ള താളം സൃഷ്ടിച്ച് കഴിഞ്ഞു.

താളം രേഖപ്പെടുത്തുക

പുതിയ ശീലത്തിന്റെ താളം എന്നിൽനിന്നും നഷ്ടപ്പെടാതിരി ക്കാൻ ഞാൻ തന്നെ ഉണ്ടാക്കിയെടുത്ത ഒരു കാര്യം നിങ്ങളുമായി പങ്കുവെക്കുന്നു. ഞാനതിനെ "താളപ്പട്ടിക" എന്നാണ് വിളിക്കുന്നത്. നിങ്ങൾക്ക് ഇത് ഉപകരിക്കുമെന്ന് കരുതുന്നു. നിരീക്ഷണത്തിന്റെ പ്രാധാന്യത്തെക്കുറിച്ച് നമ്മളീ പുസ്തകത്തിന്റെ അദ്ധ്യായങ്ങളിൽ ചർച്ച ചെയ്തതായി ഓർക്കുന്നില്ലേ.

ചിത്രം 10

പ്രതിവാര താളപ്പട്ടിക [ഉദാഹരണം]

പെരുമാറ്റം/ പ്രവൃത്തി	തി	ഷ	ബു	വ്യാ	വെ	ശ	ഞാ	നേടിയത്	ലക്ഷ്യം	വ്യത്യാസം
3 അധികം കോളുകൾ	X			X	X			3	5	<2>
3 അധികം അവതരണങ്ങൾ		X		X				2	3	<1>
30 മിനിറ്റ് ഹൃദയ സംബന്ധമായ വ്യായാമം		X			X			2	3	<1>
ഭാരമുപയോഗിച്ചുള്ള വ്യായാമം	X	X		X				3	3	☺
നല്ല പുസ്തകത്തിലെ 10 പേജ് വായന	X	X		X	X			4	5	<1>

30 മിനിറ്റ് ബോധന പരമായ ഓഡിയോ കേൾക്കുക	X	X	X			X		4	5	<1>
5 ലിറ്റർ വെള്ളം		X	X	X		X	X	5	7	<2>
പോഷകസ മ്പന്നമായ പ്രാതൽ	X	X		X		X		4	7	<3>
കുട്ടികളോ ടൊത്തുള്ള സമയം	X			X		X		3	4	<1>
പങ്കാളിയോ ടൊപ്പം പ്രണയരാവ്					X			1	1	☺
പ്രാർത്ഥന/ ധ്യാന സമയം		X	X					3	5	<2>
പ്രതിദിന കുറിപ്പുകൾ	X		X		X	X	X	5	5	☺
							ആകെ	39	53	<14>

പ്രതിബദ്ധത എന്നാൽ, നിങ്ങൾ പ്രതിജ്ഞ എടുക്കുന്ന സമയത്തുണ്ടായിരുന്ന മാനസികാവസ്ഥ വിട്ടുപോയതിനു ശേഷവും, ഏറ്റ കാര്യം ചെയ്തുതീർക്കാൻ ശ്രമിക്കുക എന്നതാണ്.

സമയ പരിധി : ___________ മുതൽ ___________വരെ

നിങ്ങൾക്ക് കൂടുതൽ വെള്ളം കുടിക്കണമെന്നുണ്ടെങ്കിലോ, കൂടുതൽ ദൂരം ദിവസേന നടക്കണമെന്നുണ്ടെങ്കിലോ, പങ്കാളിയുമായി കൂടുതൽ അടുക്കണമെങ്കിലോ, അങ്ങനെ എന്തു പെരുമാറ്റ രീതികൾ ജീവിതത്തിൽ കൊണ്ടുവരണമെന്ന് തീരുമാനിച്ചാലും, അതിന്റെ പുരോഗതി നിരീക്ഷിച്ച് താളം കണ്ടെത്തുമെന്ന് ഉറപ്പ് വരുത്തുക. ചിത്രം 10 കാണുക.

പ്രതിവാര താളപ്പട്ടികയുടെ പകർപ്പ് ലഭിക്കുന്നതിനായി TheCompoundEffect.com/Resources സന്ദർശിക്കുക. ഇത് Living

Your Best Year Ever-ന്റെ ഭാഗം കൂടിയാണ് (LivingYourBestYearEver.com).

ജീവിത താളങ്ങൾ

പുതിയ പ്രവൃത്തികളിലേക്ക് കടക്കുമ്പോൾ, പലരും ആവശ്യത്തിലധികം പ്രയത്നിക്കാറുണ്ട്. പുതിയൊരു താളം കണ്ടെത്തുന്നതിന്റെ ആവേശമുണ്ടാകുന്നത് സ്വാഭാവികം തന്നെയാണ്. പക്ഷേ, നല്ല രീതിയിൽ പിന്തുടരാൻ പറ്റുന്ന, പുനഃക്രമീകരണങ്ങൾ ആവശ്യമില്ലാത്ത ഒരു ദീർഘകാല പദ്ധതി ഉണ്ടാക്കുന്നത് നല്ലതായിരിക്കും. അടുത്ത ഒരു ആഴ്ചയിലേക്കോ, മാസത്തേക്കോ, തൊണ്ണൂറ് ദിവസത്തേക്കോ മാത്രമായുള്ള പദ്ധതിയല്ല നിങ്ങൾ ആസൂത്രണം ചെയ്യേണ്ടത്, ജീവിതത്തിന്റെ ശിഷ്ടകാലം ചെയ്യാൻ പറ്റുന്നതായിരിക്കണം. വിവേകപൂർണ്ണമായ തീരുമാനങ്ങളും പ്രവൃത്തികളും സ്ഥിരമായി പിന്തുടരുന്നത്, കാലക്രമേണ, അനുകൂല ഫലങ്ങളുടെ സംയുക്ത പ്രഭാവത്തെ നിങ്ങളുടെ ജീവിതത്തിൽ കൊണ്ടുവരും. തുടർച്ചയായുള്ള ശരിയായ ചുവടുകൾ വെക്കുന്നതിലൂടെ നിങ്ങൾ വിജയിക്കും. പക്ഷേ, കുറഞ്ഞ സമയത്തിനകം ഒരുപാട് കാര്യങ്ങൾ ചെയ്യാൻ ശ്രമിക്കുന്നത് പരാജയത്തിലേക്ക് നയിക്കും.

ഒരു സുഹൃത്ത് (പേര് വെളിപ്പെടുത്താൻ ആഗ്രഹിക്കുന്നില്ല), സമൂഹമാധ്യമത്തിലെ തന്റെ തന്നെ ചിത്രം കണ്ടശേഷം, ശരീരഭാരം കുറയ്ക്കണമെന്ന് തീരുമാനിച്ചു. അത് അവന്റെ ജീവിതശൈലിയിലെ ഒരു ബൃഹത്തായ മാറ്റമാണ്. 12 മണിക്കൂറെങ്കിലും ഇരുന്ന് ചെയ്യേണ്ടതരം ജോലിയായിരുന്നു അവന്; വ്യായാമം ഇഷ്ടവുമല്ല. നേരത്തെ അവൻ പറയാറുണ്ട്, പാത്രങ്ങളും ഫയലുകളും എടുക്കാൻ ഇരിക്കേണ്ടിയോ കുനിയേണ്ടിയോ വേണ്ടിവന്നാൽ അവൻ അത് ഒഴിവാക്കും; അത്രത്തോളം മടിയനായിരുന്നു അവൻ. എന്നിട്ടുപോലും, വണ്ണം കുറയ്ക്കാൻ അവൻ പ്രതിജ്ഞയെടുത്തു. അവൻ ജിമ്മിൽ ചേർന്നു, ഒരു പരിശീലകനെയും നിയമിച്ചു, ആഴ്ചയിൽ അഞ്ച് ദിവസം രണ്ട് മണിക്കൂർ വീതം വ്യായാമം ചെയ്യാൻ തുടങ്ങി. "റിച്ചാർഡ് (അങ്ങനെ വിളിക്കാം)", ഞാൻ തുടർന്നു, "നീ ചെയ്യുന്നത് തെറ്റാണ്. തുടക്കത്തിൽ തന്നെ ഇത്രയും പ്രയത്നിച്ചാൽ, നിനക്കിത് തുടരാനാവില്ല. തോൽവിയിലേക്കാണ് നീ പോകുന്നത്." അവൻ എന്നെന്നേക്കുമായി മാറി എന്ന് എനിക്ക് ഉറപ്പു തന്നു. അവന്റെ പരിശീലകൻ

പോലും അവനെ പിന്തുണയ്ക്കുകയാണ് ചെയ്തത്. "ഞാൻ തീരുമാനിച്ചു കഴിഞ്ഞു." അവൻ പറഞ്ഞു. "എനിക്കെന്റെ വയറ് കുറയ്ക്കണം."

"റിച്ചാർഡ്, എന്താണ് നിന്റെ അന്തിമ ലക്ഷ്യം?" ഞാൻ ചോദിച്ചു. അവനെന്തായാലും ഏതെങ്കിലും ആരോഗ്യമാസികകളുടെ മുഖചിത്രം ആകാനൊന്നും ആഗ്രഹിക്കുന്നില്ലെന്ന് എനിക്കറിയാം.

"എനിക്ക് മെലിയണം. ആരോഗ്യവാനാകണം." അവൻ പറഞ്ഞു. "എന്തിന്?" ഞാൻ ചോദിച്ചു. "എനിക്ക് ആരോഗ്യത്തോടെയിരിക്കണം. പേരക്കുട്ടികൾ ഉണ്ടാകുന്നത് വരെ ജീവിക്കണം." അവൻ മറുപടി പറഞ്ഞു. അതായിരുന്നു അവന്റെ യഥാർത്ഥ, അർത്ഥവത്തായ പ്രചോദനം. റിച്ചാർഡ് ഇത് ദീർഘകാലം തുടരണമെന്നാണ് ആഗ്രഹിച്ചിരുന്നത്. അതിനർത്ഥം, ഒരു ചെറിയ കാലയളവിനല്ല, വിദൂരഭാവിയിൽ വരെ ആരോഗ്യവാനായിരിക്കാനാണ് അവന്റെ ഉദ്ദേശ്യം.

"ശരി." ഞാൻ തുടർന്നു. "സമ്മതിച്ചു. പക്ഷേ, അമിതാവേശം പാടില്ല. നീ ഒരു രണ്ടോ മൂന്നോ മാസം ഇത് തുടരും, എന്നിട്ട് പറയും, 'എനിക്ക് രണ്ട് മണിക്കൂർ സമയമുണ്ടാകില്ല, അതുകൊണ്ട് ഇന്നത്തെ വ്യായാമം ഒഴിവാക്കാം.' അതാണ് പിന്നീട് നിനക്ക് സംഭവിക്കാൻ പോകുന്നത്. ആഴ്ചയിൽ അഞ്ച് ദിവസം എന്നത് രണ്ടോ മൂന്നോ ദിവസം എന്നാവും, പിന്നീട് അതും മടുത്തു തുടങ്ങും. അവസാനം നിർത്തും. ഇപ്പോൾ നീ നല്ല ആവേശത്തിലാണെന്നെനിക്കറിയാം. നമുക്ക് ഇങ്ങനെ ചെയ്യാം : ഇപ്പോൾ രണ്ട് മണിക്കൂർ വീതം ആഴ്ചയിൽ അഞ്ച് ദിവസം വ്യായാമം ചെയ്തോളൂ [നിശ്ചലാവസ്ഥയിൽ നിന്നും ചക്രങ്ങൾ ചലിച്ചുതുടങ്ങാൻ വലിയ അളവിലുള്ള ഇന്ധനം ആവശ്യമാണ്], പക്ഷേ രണ്ടോ മൂന്നോ മാസത്തിൽ കൂടുതൽ ഇത് തുടരരുത്. പിന്നീട് രണ്ട് എന്നതിനു പകരം ഒരു മണിക്കൂറോ ഒന്നേകാൽ മണിക്കൂറോ ആക്കി ചുരുക്കണം. ആഴ്ചയിൽ അഞ്ച് ദിവസം എന്നത് മാറ്റണമെന്നില്ല, പക്ഷേ എന്റെ അഭിപ്രായം നാല് മതി എന്നതാണ്. അടുത്ത രണ്ട് മൂന്ന് മാസത്തേക്ക് ഇങ്ങനെ ചെയ്യൂ. പിന്നീടത് ഒരു മണിക്കൂർ വീതം മൂന്ന് ദിവസം (നിർബന്ധമെങ്കിൽ നാല്) എന്നാക്കുന്നത് നല്ലതാണ്. ഇങ്ങനൊരു പദ്ധതിയാണ് നീ പിന്തുടരേണ്ടതെന്ന് എനിക്ക് തോന്നുന്നു. കാരണം, പറ്റാവുന്നതിലും ഭാരമെടുക്കാൻ ശ്രമിച്ചാൽ, പിന്നീട് നീയത് പൂർണ്ണമായും ഉപേക്ഷിക്കും."

ഈ കാര്യങ്ങളൊക്കെ റിച്ചാർഡിന് മനസ്സിലാക്കിക്കൊടുക്കാൻ ഞാൻ ഒരുപാട് കഷ്ടപ്പെട്ടു, കാരണം അവന്റെ അമിതാവേശം

അത്രയുണ്ടായിരുന്നു. അവൻ കരുതിയിരുന്നത് അവന്റെ പുതിയ വ്യായാമക്രമം ജീവിതകാലം മുഴുവൻ കൂടെക്കൂട്ടും എന്നാണ്. ഒരിക്കലും വ്യായാമം ചെയ്യാത്തൊരാൾ, രണ്ട് മണിക്കൂർ വീതം അഞ്ച് ദിവസം ചെയ്യുന്നത് തുടരുന്നത് ഒരിക്കലും നടക്കാത്ത കാര്യമാണ്. നിങ്ങളൊരു ആശയം വികസിപ്പിക്കുകയാണെങ്കിൽ, അത് അമ്പത് വർഷം തുടരാനുള്ളതാവണം; അല്ലാതെ അഞ്ച് ആഴ്ചയിലോ അഞ്ച് മാസത്തിലോ നിർത്താനുള്ളതാവരുത്. തുടക്കത്തിൽ ഊർജ്ജത്തോടെ കാര്യങ്ങൾ ചെയ്യുന്നത് നല്ലതാണ്, പക്ഷേ ലക്ഷ്യത്തിലേക്കുള്ള പുരോഗതി കണ്ടുതുടങ്ങുമ്പോൾ നടപടികൾ പുനഃക്രമീകരിക്കുന്നതാണ് ഉത്തമം. ആഴ്ചയിലെ ചില ദിവസങ്ങളിൽ നാല്പത്തിയഞ്ച് മിനിറ്റോ ഒരു മണിക്കൂറോ കണ്ടെത്തുന്നത് എളുപ്പമായിരിക്കും. പക്ഷേ, ആഴ്ചയിൽ അഞ്ച് ദിവസവും രണ്ട് മണിക്കൂർ സമയം കണ്ടെത്തുന്നത് അസാധ്യമാണ്. ഓർക്കുക, സ്ഥിരത എന്നത് വിജയത്തിന്റെ നിർണ്ണായക ചേരുവയാണ്.

സ്ഥിരതയുടെ ശക്തി

ഞാൻ നേരത്തെ പറഞ്ഞതുപോലെ, ഏതെങ്കിലുമൊരു ചിട്ട കാരണം എനിക്ക് മുൻതൂക്കം ലഭിക്കുന്നുണ്ടെങ്കിൽ, അത് സ്ഥിരതയാണ്. സ്ഥിരതയില്ലാതിരുന്നാൽ ചാലക ശക്തി ഉറപ്പായും വളരെ വേഗത്തിലും ഇല്ലാതാകും. ഒരാൾ നല്ല ഉദ്ദേശ്യങ്ങൾക്കായി തീവ്രമായും ആവേശത്തോടെയും പൊരുതുന്നുണ്ടെങ്കിലും, സ്ഥിരതയുടെ കുറവ് വന്നാൽ അയാൾ എങ്ങും എത്തുകയില്ല. പക്ഷേ, നിങ്ങളെ ലക്ഷ്യത്തിനടുത്തേക്ക് നയിക്കാൻ വളരെ നല്ലൊരു ആയുധമാണ്.

ഈ രീതിയിൽ ഒന്ന് ചിന്തിച്ചുനോക്കൂ : ഞാനും നിങ്ങളും ലോസ് ആഞ്ചലസിൽ നിന്നും മാൻഹട്ടണിലേക്ക് ഓരോ വിമാനങ്ങൾ പറത്തുകയാണെന്ന് കരുതുക. നിങ്ങൾ യാത്രാമദ്ധ്യേ ഉള്ള എല്ലാ സംസ്ഥാനങ്ങളിലും നിർത്തിയാണ് വരുന്നത്; പക്ഷേ, ഞാൻ നേരെ ലക്ഷ്യസ്ഥാനത്തേക്ക്. നിങ്ങൾ മണിക്കൂറിൽ 500 മൈൽ വേഗതയിലും, ഞാൻ 200 മൈൽ വേഗത്തിലും. എന്നിരുന്നാൽ പോലും, നിങ്ങൾ എത്തുന്നതിനെക്കാൾ ഒരുപാട് മുമ്പേ എനിക്ക് ലക്ഷ്യത്തിലെത്താൻ കഴിയും. ഓരോ തവണയും വിമാനം താഴെയിറക്കാനും തിരിച്ച് പറക്കാനും വേഗത വീണ്ടെടുക്കാനും ആവശ്യമായി വരുന്ന സമയവും ഊർജ്ജവും നിങ്ങളുടെ യാത്രയെ പത്ത് മടങ്ങ് ദൈർഘ്യമേറിയതാക്കുന്നു. വാസ്തവത്തിൽ, നിങ്ങൾ

ലക്ഷ്യത്തിൽ എത്തുകപോലുമില്ല, വഴിയിൽ വെച്ച് ഇന്ധനം തീർന്നുപോകും (ഊർജ്ജം, പ്രചോദനം, വിശ്വാസം, ഇച്ഛാശക്തി). ഒരു തവണ പറന്നുയരുന്നതും യാത്രയിലുടനീളം കൃത്യമായ വേഗത നിലനിർത്തുന്നതും (മറ്റുള്ള പലരെക്കാളും വേഗത കുറവാണെങ്കിൽ പോലും), അനായാസവും മിതമായ ഊർജ്ജം ഉപയോഗപ്പെടുത്തുന്ന പ്രക്രിയയുമാണ്.

കുഴൽകിണർ

നിങ്ങൾ ശീലങ്ങളുടെയും പെരുമാറ്റങ്ങളുടെയും താളം മാറ്റുവാൻ ഉദ്ദേശിക്കുന്നുവെങ്കിൽ, അത് സ്ഥിരതയിലുണ്ടാക്കുന്ന വിപരീതഫലങ്ങളെക്കുറിച്ചും പരിഗണിക്കുക. ഒരു പ്രവൃത്തിയുടെയോ ചെറിയ ഫലത്തിന്റെയോ നഷ്ടമല്ല അവിടെ സംഭവിക്കുന്നത്. അത് പുരോഗതിയിൽ സമ്പൂർണ്ണ വീഴ്ച ഉണ്ടാക്കിയേക്കും, ചലന ശക്തിയുടെ നഷ്ടവും.

ഭൂമിയുടെ നിരപ്പിൽ നിന്നും ഒരുപാട് താഴെയുള്ള വെള്ളം എടുക്കുന്നതിനായി ഉപയോഗിക്കുന്ന ഹാൻഡ് പമ്പിന്റെ കാര്യമെടുക്കുക. വെള്ളം മുകളിലേക്കെത്തിക്കാൻ ഉത്തോലിനി ഉപയോഗിച്ച് വെള്ളം വലിച്ചെടുത്ത് കുഴലിലൂടെ പുറത്തെത്തിക്കണം. ചിത്രം 11 കാണുക.

ചിത്രം 11

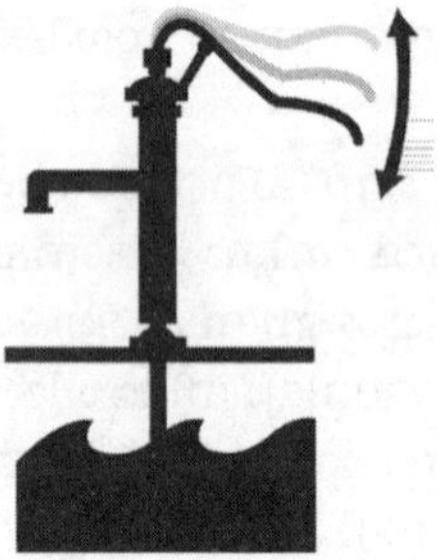

ചാലക ശക്തി നേടിയെടുക്കാനും നിലനിർത്താനുമുള്ള മാർഗ്ഗമാണ്, സ്ഥിരതയോടെ പ്രവർത്തിക്കുന്നത്.

ആളുകൾ പുതിയ കാര്യങ്ങൾക്ക് തുടക്കമിടുമ്പോൾ, ഹാൻഡ് പമ്പിന്റെ കാര്യത്തിലെന്നപോലെ ഉത്തോലിനി എടുത്ത് ശക്തിയായി ഉപയോഗിക്കും. റിച്ചാർഡിന്റെ വ്യായാമ മുറയിലെ അമിതാവേശം പോലെ... അവർ തുടർച്ചയായി പ്രയത്നിക്കും, പക്ഷേ കുറച്ച് മിനിറ്റുകൾക്കു ശേഷവും വെള്ളം കണ്ടെത്താതെ വന്നാലോ, അവർ ആ ശ്രമം ഉപേക്ഷിക്കും. കുഴലിലുള്ള വായുവിനെ പുറന്തള്ളി ശൂന്യമാക്കി അതിലൂടെ വെള്ളം വലിച്ചെടുക്കുന്നത് എത്ര ദുഷ്കരമായ പ്രവൃത്തിയാണെന്ന് അവർ മനസ്സിലാക്കുന്നില്ല. എന്നിട്ടുവേണം അത് പുറത്തുവന്ന് പാത്രം നിറയ്ക്കാൻ. നമ്മൾ നേരത്തെ ഉദാഹരണമായി പറഞ്ഞ കറങ്ങുന്ന കുതിരകൾ പോലെ, റോക്കറ്റ് പോലെ, തീവണ്ടിയുടെ എൻജിൻ പോലെ, നിശ്ചലാവസ്ഥയിൽ നിന്നും പുറത്തുകടക്കാൻ സമയവും ഊർജ്ജവും സ്ഥിരതയും വേണം വെള്ളം വലിച്ചെടുക്കാനും.

തളരാതെ പരിശ്രമിക്കുന്നവർക്കേ കുറച്ച് തുള്ളി വെള്ളമെങ്കിലും പമ്പിലൂടെ വലിച്ചെടുക്കാൻ സാധിക്കുകയുള്ളൂ. ആ സമയത്താണ് പലരും പറയുക, "കളിയാക്കുകയാണോ? ഇത്രയും നേരം കഷ്ടപ്പെട്ടത് എന്തിനായിരുന്നു? വെറും കുറച്ച് തുള്ളികൾക്കോ? വിട്ടുകളയൂ!" പലരും തോൽവി സമ്മതിച്ച് പിന്മാറും, പക്ഷേ വിവരമുള്ളവർ പരിശ്രമം തുടരും.

ഇവിടെയാണ് അത്ഭുതം സംഭവിക്കാൻ പോകുന്നത് : തുടർച്ചയായി പരിശ്രമിച്ചാൽ, വെള്ളം ഒഴുകുന്നതിന്റെ ശക്തി വർദ്ധിക്കാൻ അധികം സമയം എടുക്കില്ല. നിങ്ങൾ വിജയിച്ചിരിക്കുന്നു! വെള്ളത്തിന്റെ പ്രവാഹശക്തി കൂടിയതിനാൽ, നിങ്ങൾക്കിനി പഴയ പോലെ വേഗത്തിലോ കഠിനമായോ ലിവർ ചലിപ്പിക്കേണ്ടതില്ല. സത്യത്തിൽ, അത് വളരെ എളുപ്പമാകും. നിങ്ങൾ ചെയ്യേണ്ടത് ഇത്രമാത്രമാണ്, സമ്മർദ്ദം കുറയാതെ നിലനിൽക്കാൻ *സ്ഥിരതയോടെ* ലിവർ ചലിപ്പിക്കുക. അതാണ് സംയുക്ത പ്രഭാവം.

ഇനി, കുറെ നേരത്തേക്ക് ഉത്തോലിനി ചലിപ്പിക്കാതെയിരിക്കുകയാണെങ്കിലോ? വെള്ളം തിരിച്ച് താഴോട്ടൊഴുകി പഴയ സ്ഥിതിയിലെന്ന പോലെ ആദ്യം തുടങ്ങണം. പിന്നെ അനായാസം ചലിപ്പിച്ചാൽ വെള്ളം വരില്ല. ചാലക ശക്തി നഷ്ടപ്പെട്ടു. വെള്ളം പിന്നെയും ഭൂമിക്കടിയിലെത്തിക്കഴിഞ്ഞു. തിരിച്ച് മുകളിലേക്കെത്തിക്കാനായി ആദ്യം ചെയ്ത പോലെ ശക്തിയായി ശ്രമിക്കുകയേ വഴിയുള്ളൂ. ഇങ്ങനെയാണ് നമ്മളിൽ പലരും ജീവിതം നയിക്കുന്നത്, പ്രവൃത്തികളുടെ അസ്ഥിരമായ അവസ്ഥ. പുതിയ ബിസിനസ്സ് പച്ചപിടിച്ച് തുടങ്ങുമ്പോഴേക്കും അവധിയെടുക്കും. പത്ത് കക്ഷികളെ

വിളിക്കുന്നത് ശീലമാക്കി വരുമാനത്തിൽ ഉയർച്ച കണ്ടുതുടങ്ങിയാൽ, പിന്നെയും പഴയപടി ശീലം ഉപേക്ഷിക്കും. പങ്കാളിയുമായുള്ള പുറത്ത് പോക്ക് ശീലമാക്കി കുറച്ച് ആഴ്ചകൾക്കു ശേഷം, പിന്നെയും ടി.വി.യുടെയും വീട്ടുഭക്ഷണത്തിന്റെയും മുന്നിൽ വെള്ളിയാഴ്ച രാത്രികൾ ചെലവഴിക്കും. ആളുകൾ പുതിയ പുസ്തകം വാങ്ങിക്കുന്നതും പുതിയ പരിപാടികൾക്കും ചർച്ചകൾക്കും പങ്കെടുക്കാൻ തീരുമാനിക്കും. എന്നിട്ട് കുറച്ച് ആഴ്ചകളോ മാസങ്ങളോ അതിനു പിന്നിൽ ആവേശത്തോടെ നടക്കും. അവസാനം അതൊക്കെ ഉപേക്ഷിച്ച് തുടങ്ങിയ ഇടത്തുതന്നെ വന്നുനിൽക്കും. (എവിടെയെങ്കിലും കേട്ടത് പോലെയുണ്ടോ?)

ഒന്നോ രണ്ടോ ആഴ്ചകൾ മാത്രം എന്തെങ്കിലും നിർത്തിവെക്കുന്നത് (ജിമ്മിലെ വ്യായാമം, പങ്കാളിയുമായുള്ള നിമിഷങ്ങൾ, ജോലിസംബന്ധമായ കോളുകൾ), ആ സമയത്ത് ലഭിച്ചേക്കാവുന്ന പ്രതിഫലങ്ങളെ മാത്രമല്ല ബാധിക്കുന്നത്. അത്രമാത്രമേ നിങ്ങൾക്ക് നഷ്ടപ്പെട്ടിട്ടുള്ളുവെങ്കിൽ (അങ്ങനെയാണ് പലരും ധരിക്കുന്നത്), വലിയ പ്രശ്നങ്ങളൊന്നുമില്ല. പക്ഷേ കുറച്ച് സമയത്തിനാണെങ്കിലും, പ്രവൃത്തികളെ നിർത്തിവെക്കുന്നതിലൂടെ നിങ്ങൾ ഇല്ലാതാക്കിയത് ചാലക ശക്തിയെയാണ്. അത് നഷ്ടപ്പെട്ടു. അതാണ് ഏറ്റവും വലിയ നഷ്ടം.

മത്സര വിജയം ആശ്രയിച്ചിരിക്കുന്നത് ചലനത്തിലാണ്. ആമയെ പോലെയാവുക. ഒരാൾക്ക് ആവശ്യത്തിന് സമയം അനുവദിച്ചാൽ, നല്ല ശീലങ്ങളും പെരുമാറ്റങ്ങളും സ്ഥിരമായി കാഴ്ച വെക്കുന്നതിലൂടെ, അയാൾക്ക് ഏതു മത്സരത്തിലും, ആരെ വേണമെങ്കിലും തോല്പിക്കാനാവും. അത് നിങ്ങളുടെ ചാലക ശക്തിയിൽ ആത്മവിശ്വാസം സൃഷ്ടിക്കും. അതിനെ അവിടെ നിലനിർത്തും!

ശരിയായ തീരുമാനങ്ങളെടുക്കുന്നത്, നല്ല പെരുമാറ്റങ്ങൾ നിലനിർത്തുന്നത്, ഉത്തമശീലങ്ങൾ പിന്തുടരുന്നത്, സ്ഥിരതയോടെ ഇരിക്കുന്നത്, ചാലകശക്തി സൂക്ഷിക്കുന്നത്, ഇവയൊക്കെ പാലിക്കാനും തുടർന്നു കൊണ്ടുപോകാനും പറയുന്നത് എളുപ്പമാണ്. പക്ഷേ, ഇന്നത്തെ ഈ നിമിഷംതോറും മാറിക്കൊണ്ടിരിക്കുന്ന, സ്വാധീനം ചെലുത്തുന്ന, എന്നും വെല്ലുവിളികളുയർത്തുന്ന ലോകത്ത്, കോടിക്കണക്കിന് മനുഷ്യർക്കിടയിൽ ഇതെല്ലാം പ്രാവർത്തികമാക്കുന്നത് ബുദ്ധിമുട്ടാണ്. അടുത്ത അദ്ധ്യായത്തിൽ, നിങ്ങളുടെ വിജയിക്കാനുള്ള കഴിവുകളെ സഹായിക്കാനോ തടസ്സപ്പെടുത്താനോ സാദ്ധ്യതയുള്ള (പലപ്പോഴും നിങ്ങൾക്കറിയാതെതന്നെ) ഘടകങ്ങളെ പറ്റി ചർച്ച ചെയ്യാം. സ്ഥിരതയാർന്നതും പ്രേരിപ്പിക്കുന്നതുമായ

ഇവ വ്യാപകമാണ്. അവയെ എങ്ങനെ ഉപയോഗപ്പെട്ടുത്തണമെന്ന് പഠിക്കുക, അല്ലെങ്കിൽ അവ കാരണം തന്നെ തോൽവികൾ രുചിക്കേണ്ടി വരും. അതെങ്ങനെയെന്ന് കാണിക്കാം...

സംയുക്ത പ്രഭാവം അനുകൂലമായി പ്രവർത്തിപ്പിക്കൂ

നടപടിക്രമങ്ങളുടെ സംഗ്രഹം

- ➚ നിങ്ങളുടെ ദിവസങ്ങളുടെ തുടക്കവും അവസാനവും (പ്രഭാതങ്ങളും രാത്രികളും) ആസൂത്രണം ചെയ്യുക. പിന്തുടരാവുന്നതും പരാജയപ്പെടാനിടയില്ലാത്തതുമായ ലോകോത്തരമായ ക്രമീകരണങ്ങൾ നിങ്ങളുടെ ചര്യകൾക്കായി രൂപപ്പെടുത്തുക. എന്റെ 2X2 പ്രഭാതചര്യകളുടെ ബ്ലൂപ്രിന്റിനായി DarrenHardy.com/MorningRoutine സന്ദർശിക്കുക.
- ➚ നിങ്ങളുടെ ജീവിതത്തിൽ സ്ഥിരതയുടെ അഭാവം അനുഭവപ്പെടുന്ന മൂന്ന് മേഖലകളുടെ പട്ടികയിടുക. എന്തൊക്കെ നഷ്ടങ്ങളാണ് ഈ അസ്ഥിരത മൂലം നിങ്ങൾക്കുണ്ടായത്? എല്ലാ കാര്യത്തിലും സ്ഥിരത പുലർത്തുന്നതിനോട് പ്രതിജ്ഞാബദ്ധരായിരിക്കുമെന്ന് സ്വയം വാക്കു നൽകുക.
- ➚ നിങ്ങളുടെ താളപ്പട്ടികയിൽ, പുതിയ ലക്ഷ്യങ്ങൾക്ക് ആവശ്യമായ ആറ് പ്രധാന ശീലങ്ങൾ എഴുതിയിടുക. ഈ ശീലങ്ങൾ ഉപയോഗിച്ചുകൊണ്ടാവണം നിങ്ങൾ ഒരു താളം കണ്ടെത്തുകയും, അതിലൂടെ ചാലകശക്തിയെ ആകർഷിക്കുന്നതും.

നിങ്ങളുടെ ഉപകരണത്തിൽ നേരിട്ട് പൂരിപ്പിക്കുവാനും സൂക്ഷിക്കുവാനും വേണ്ടിയുള്ള, നിങ്ങൾ ചെയ്യുന്ന ഈ പ്രവർത്തന ഘട്ടങ്ങളുടെ എഡിറ്റ് ചെയ്യാവുന്ന PDF ഡൗൺലോഡ് ചെയ്യാൻ, സന്ദർശിക്കുക : THECOMPOUNDEFFECT.COM/RESOURCES

അദ്ധ്യായം 5

സ്വാധീന ശക്തികൾ

നമ്മുടെ കഴിഞ്ഞ അദ്ധ്യായങ്ങളിലെ ചർച്ചകളിൽ നിന്നും തീരുമാനങ്ങളുടെ പ്രാധാന്യം മനസ്സിലായെന്ന് പ്രതീക്ഷിക്കുന്നു. നിസ്സാരമെന്ന് തോന്നുന്നവപോലും ഒരുമിച്ച് ചേർന്ന്, നിങ്ങളുടെ ജീവിതത്തിൽ വലിയ അളവിൽ സ്വാധീനിക്കും. നിങ്ങളുടെ ജീവിതത്തിന്റെ നൂറ് ശതമാനം ഉത്തരവാദിത്വം നിങ്ങളുടെ കൈയിലാണെന്ന വസ്തുതയും നമ്മൾ ചർച്ച ചെയ്തിരുന്നു. നിങ്ങളെടുക്കുന്ന തീരുമാനങ്ങൾക്കും, ചെയ്യുന്ന പ്രവൃത്തികൾക്കും ഉത്തരാവാദി നിങ്ങൾ മാത്രമാണ്. മാത്രമല്ല, നിങ്ങളുടെ തീരുമാനങ്ങളും പെരുമാറ്റങ്ങളും ശീലങ്ങളും ശക്തമായ ബാഹ്യശക്തികളാൽ സ്വാധീനിക്കപ്പെടുന്നുണ്ടെന്നും തിരിച്ചറിയുക. നമ്മളിൽ പലർക്കും അവയുടെ നിഗൂഢമായ സ്വാധീനം നമ്മുടെ ജീവിതത്തിൽ പ്രകടമാവുന്നത് പോലും അറിയില്ല. ലക്ഷ്യത്തിലേക്കുള്ള യാത്ര സുഗമമായിരിക്കാൻ, നിങ്ങൾ ഈ സ്വാധീനശക്തികളെ മനസ്സിലാക്കുകയും നിയന്ത്രിക്കുകയും വേണം. അവ നിങ്ങളുടെ യാത്ര തടസ്സപ്പെടുത്തുന്നതിലുപരി സഹായിക്കുകയാണ് എന്ന് ഉറപ്പ് വരുത്താനാണിത്. എല്ലാവരും മൂന്ന് തരം സ്വാധീനങ്ങളാലാണ് ബാധിക്കപ്പെടുന്നത് : നിക്ഷേപിക്കപ്പെടുന്ന വിവരങ്ങൾ (ബുദ്ധിയിലേക്ക് ഊട്ടിവിടുന്നത്), കൂട്ടുകെട്ടുകൾ (നിങ്ങളുമായി സമയം ചെലവിടുന്നവർ), പരിസ്ഥിതി (നിങ്ങളുടെ ചുറ്റുപാട്).

I. ചേരുവ : അഴുക്ക് ചേർത്താൽ, ലഭിക്കുന്നതും അഴുക്ക്

നിങ്ങളുടെ ശരീരം അതിന്റെ പരമാവധി പരിശ്രമിക്കണമെങ്കിൽ, ഉയർന്ന നിലവാരമുള്ള പോഷകാഹാരം കഴിക്കുന്നുണ്ടെന്നും അനാവശ്യ ഭക്ഷണങ്ങൾ ഒഴിവാക്കുന്നുണ്ടെന്നും നിങ്ങൾ ഉറപ്പ് വരുത്തണം. അതുപോലെ നിങ്ങളുടെ ബുദ്ധി പരമാവധി ഉപയോഗപ്പെടുത്തണമെങ്കിൽ, അതിന് വിവരങ്ങൾ കൊടുക്കുന്നതും ജാഗ്രതയോടെയായിരിക്കണം. നിങ്ങൾ ബുദ്ധിക്ക് സ്ഥിരമായി അനാവശ്യ വാർത്തകളും മടുപ്പിക്കുന്ന ടി.വി. പരിപാടികളുമാണോ കൊടുക്കുന്നത്? താരങ്ങളെക്കുറിച്ചുള്ള പരദൂഷണങ്ങളും ബാലിശമായ സമൂഹമാധ്യമ വാർത്തകളും അനാവശ്യ വീഡിയോകളും കുത്തിനിറയ്ക്കുകയാണോ? നിങ്ങൾ ബുദ്ധിക്ക് പകർന്നു കൊടുക്കുന്ന വിവരങ്ങൾക്ക്, നിങ്ങളുടെ ഉൽപാദനക്ഷമതയിലും പ്രതിഫലങ്ങളിലും നേരിട്ടുള്ള വളരെയധികം സ്വാധീനമുണ്ട്.

തലച്ചോറിലേക്ക് കയറുന്ന വിവരങ്ങളിൽ നിയന്ത്രണം ഏർപ്പെടുത്തുന്നത് വിഷമകരമാണ്, കാരണം അതിൽ പലതും നമ്മളറിയാതെ തന്നെയാണ് നടക്കുന്നത്. നമുക്ക് പൂർണ്ണബോധത്തോടെയല്ലാതെ ഭക്ഷണം കഴിക്കാനാവും, പക്ഷേ ഭക്ഷണം തനിയെ വായിൽ വന്നു വീഴുന്നതല്ലാത്തതുകൊണ്ട് നമുക്ക് നിയന്ത്രണം കൊണ്ടുവരുന്നത് അത്ര ദുഷ്കരമല്ല. നമ്മുടെ തലച്ചോറിനെ അനാവശ്യവും ഉൽപാദനക്ഷമത കുറച്ച് തകർച്ചയിലേക്ക് നയിക്കുന്നതുമായ കാര്യങ്ങളെ ഉൾക്കൊള്ളുന്നതിൽ നിന്നും വിലക്കണമെങ്കിൽ, അത്യധികം ജാഗരൂകരായിരിക്കണം. നമ്മുടെ നൈസർഗ്ഗികതയെ വ്യതിചലിപ്പിക്കുന്ന വിവരങ്ങളെ അവഗണിച്ച് ആവശ്യമുള്ളവ മാത്രം പെറുക്കിയെടുക്കുക എന്നുള്ളത് ഒരിക്കലും അവസാനിക്കാത്ത യുദ്ധം പോലെയാണ്.

നിങ്ങളുടെ തലച്ചോറ് നിങ്ങളെ സന്തോഷിപ്പിക്കാൻ വേണ്ടി നിർമ്മിക്കപ്പെട്ടതല്ല എന്ന് മനസ്സിലാക്കുന്നത് പ്രധാനമാണ്. അതിന് ഒരേയൊരു കാര്യം മാത്രമേ പ്രധാനമുള്ളൂ : നിലനിൽപ്പ്. അതെപ്പോഴും അഭാവങ്ങളുടേയും ആക്രമണങ്ങളുടെയും സൂചനകൾ വരുന്നുണ്ടോ എന്ന് നോക്കിയിരിക്കുകയാണ്. നിങ്ങളുടെ തലച്ചോർ പദ്ധതീകരിക്കപ്പെട്ടിരിക്കുന്നത് നിങ്ങളെ അപകടത്തിലാക്കാൻ സാധ്യതയുള്ള കാര്യങ്ങളെ കണ്ടെത്തുവാനാണ്; അവശ്യ വിഭവങ്ങളുടെയും കരുതലിന്റെയും കുറവ്, അപകടകരമായ കാലാവസ്ഥ, അപായസാധ്യത എന്നിങ്ങനെ. അങ്ങനെയുള്ളപ്പോൾ നിങ്ങൾ രാവിലെ എഴുന്നേറ്റതും ഫോണിലെ മോഷണങ്ങളെയും തീപിടുത്തങ്ങളെയും ആക്രമണങ്ങളെയും തകരുന്ന സമ്പദ്ഘടനയെയും പറ്റിയുള്ള വാർത്തകളെ തലച്ചോറിലേക്ക് കുത്തിനിറയ്ക്കുമ്പോൾ, അത് അപായ സൂചന

മുഴക്കും. പിന്നെ അന്നത്തെ ദിവസം മുഴുവൻ ഭയവും വിഷമവും പ്രതികൂല സാഹചര്യങ്ങളുടെ ചിന്തകളുമാവും മനസ്സിൽ. ഇതു തന്നെയാവും വൈകുന്നേരത്തും ഇങ്ങനെയുള്ള വാർത്തകളിലൂടെ കടന്നുപോയാൽ. പിന്നെയും മോശം വിശേഷങ്ങൾ? എന്താവും കഥ! പിന്നെ അതേക്കുറിച്ചാവും അന്ന് രാത്രി മുഴുവനും ചിന്തിക്കുന്നത്.

ബുദ്ധിയെ അതിന്റെ വഴിക്ക് വിട്ടാൽ, രാവും പകലും ചിന്തകളിൽ നിറയുന്നത് പേടിയും അസ്വസ്ഥതയും ദുഷ്ചിന്തകളുമാവും. നമുക്ക് നമ്മുടെ ഡി.എൻ.എ.യിൽ മാറ്റം വരുത്താനാവില്ല, പക്ഷേ പെരുമാറ്റങ്ങളിൽ വരുത്താം. നമ്മുടെ മനസ്സിനെ പ്രതികൂല സൂചനകൾക്കുമപ്പുറം കാണാൻ പഠിപ്പിക്കാം. എങ്ങനെ? മനസ്സിനെ ഊട്ടാനും സംരക്ഷിക്കാനും നമുക്ക് സാധിക്കും. നമ്മളിലേക്ക് വരാൻ അനുവദിക്കുന്ന കാര്യങ്ങളിൽ അച്ചടക്കവും നിയന്ത്രണവും കൊണ്ടുവരാൻ കഴിയും.

എന്നും രാവിലെ സ്ഥിരമായി പ്രചോദനപരമായ സദ്ചിന്തകൾ ബുദ്ധിക്ക് ഊട്ടുന്നത് ബുദ്ധിമുട്ടാണെന്നറിയാം. അതുകൊണ്ടാണ് ഞാൻ ഡാരെൻ ഡെയ്‌ലി രൂപീകരിച്ചത്. ഞായറൊഴികെ എന്നും ഞാൻ എഴുതിത്തയ്യാറാക്കി ചിത്രീകരിച്ച അഞ്ച് മിനിറ്റിന്റെ ഒരു മാർഗ്ഗദർശന വീഡിയോ പങ്കുവെക്കും. പ്രത്യേകിച്ചും, നിങ്ങളുടെ ദിവസത്തെ ഉന്മേഷത്തോടെ തുടങ്ങാനും, ഓരോ ദിവസംതോറും നിങ്ങളെ വളർത്തിയെടുക്കാനും (#BetterEveryDay) (DarrenDaily.com).

**സ്വാധീനങ്ങളെ മൂല്യനിർണ്ണയം ചെയ്യാനുള്ള
വർക്ക്ഷീറ്റ് ഡൌൺലോഡ് ചെയ്യാനായി
THECOMPOUNDEFFECT.COM/RESOURCES സന്ദർശിക്കുക.**

അശുദ്ധ ജലം കുടിക്കരുത്

നിങ്ങൾ ഉണ്ടാക്കിയെടുക്കുന്ന ലോകത്തേക്കാണ് നിങ്ങൾ പ്രവേശിക്കുന്നത്. പ്രതീക്ഷകളാണ് സർഗ്ഗശക്തിയെ പ്രോത്സാഹിപ്പിക്കുന്നത്. *നിങ്ങളെന്താണ് പ്രതീക്ഷിക്കുന്നത്?* നിങ്ങൾ എന്തിനെക്കുറിച്ചാണോ ചിന്തിക്കുന്നത്, അതായിരിക്കും നിങ്ങളുടെ പ്രതീക്ഷ.

മനസ്സിലെ ചിന്തകളും സംഭാഷണങ്ങളുമാണ്, നിങ്ങളുടെ ജീവിതത്തിൽ സംഭവിക്കുന്നതിന്റെ അടിത്തറ. അങ്ങനെയെങ്കിൽ ചോദ്യമിതാണ്, 'എന്തിനെക്കുറിച്ചാണ് നിങ്ങൾ ചിന്തിക്കുന്നത്?' എന്താണ് നിങ്ങളുടെ ചിന്തകളെ സ്വാധീനിക്കുന്നതും നയിക്കുന്നതും? ഉത്തരമിതാ : നിങ്ങൾ കാണാനും കേൾക്കാനും സ്വയം അനുവദിക്കുന്നത്. അവയാണ് നിങ്ങൾ തലച്ചോറിന് കൊടുക്കുന്നത്. അത്രയേയുള്ളൂ. ചിത്രം 12 കാണുക.

ചിത്രം 12

ശരിയായ, പ്രചോദനപരമായ, സഹായകരമായ ആശയങ്ങളാൽ (ശുദ്ധ ജലം), തെറ്റായ ആശയങ്ങളെ (അശുദ്ധ ജലം) പുറന്തള്ളൂ.

നിങ്ങളുടെ മനസ്സ് ഒരു ശൂന്യമായ ഒരു പാത്രം പോലെയാണ്. നിങ്ങൾ അതിലേക്ക് എന്തിട്ടാലും അത് വഹിക്കും. ഉദ്വേഗജനകമായ വാർത്തകളും അശ്ലീലമായ തലക്കെട്ടുകളും സംവാദങ്ങൾ എന്നപേരിൽ നടത്തുന്ന നിലവിളികളുമാണ് നിങ്ങൾ കാണുന്നതെങ്കിൽ, പാത്രത്തിലേക്ക് ഒഴിക്കുന്നത് വൃത്തിഹീനമായ വെള്ളമാണ്. നിങ്ങളുടെ പാത്രത്തിലെ വെള്ളം ഇരുൾ നിറഞ്ഞതും അസ്വസ്ഥവും ശോകമൂകവുമാണെങ്കിൽ, നിങ്ങളാൽ നിർമ്മിക്കപ്പെടുന്നതെന്തും ആ അഴുക്കിലൂടെയാവും പുറത്തുവരിക. കാരണം, നിങ്ങളുടെ ചിന്തകളിൽ മൊത്തം അതാണ്. ഊട്ടുന്നതും മാലിന്യം, ലഭിക്കുന്നതും മാലിന്യം. യാത്രയിലുടനീളം റേഡിയോയിലൂടെ കേൾക്കുന്നത് കൊലപാതകങ്ങളും ദ്രോഹങ്ങളും സാമ്പത്തിക സ്ഥിതിയും രാഷ്ട്രീയ യുദ്ധങ്ങളുമാണെങ്കിൽ, അത് നിങ്ങളുടെ

ചിന്തകളെ ബാധിക്കും. തന്മൂലം പ്രതീക്ഷകളെ, അവസാനം സർഗ്ഗാത്മക ഫലത്തെ. അത് തീർച്ചയായും നല്ല കാര്യമല്ല. പക്ഷേ, ഒരു വൃത്തിയില്ലാത്ത പാത്രത്തെ കഴുകുന്നപോലെ, ശുദ്ധമായ വെള്ളത്തിൽ മതിയായ രീതിയിൽ കഴുകുകയാണെങ്കിൽ വൃത്തിയും വെടിപ്പുമുള്ള പാത്രം ലഭിക്കും, ശുദ്ധമായ വെള്ളമുള്ള വൃത്തിയുള്ള പാത്രം. എന്താണ് ആ ശുദ്ധമായ വെള്ളം എന്നതുകൊണ്ട് ഉദ്ദേശിക്കുന്നത്? നല്ലതും പ്രചോദനവും ധാർമ്മിക പിന്തുണയുമുള്ള കാര്യങ്ങളും ആശയങ്ങളും. ആഗ്രഹസാഫല്യങ്ങളുടെ കഥകൾ. വെല്ലുവിളികളും തടസ്സങ്ങളും മറികടന്ന് വലിയ നേട്ടങ്ങൾ കൈവരിക്കുന്ന മനുഷ്യരെ കുറിച്ച്. നേട്ടം, സമൃദ്ധി, ആരോഗ്യം, സ്നേഹം, സന്തോഷം എന്നിവയ്ക്കുള്ള ഉപായങ്ങൾ. സുലഭതയും വളർച്ചയും വികസനവും പുരോഗതിയും ഉണ്ടാക്കാനുള്ള ആശയങ്ങൾ. അതിനാണ് ഞാൻ എന്നും കഷ്ടപ്പെട്ട് ഡാരെൻ ഡെയ്‌ലിയിലൂടെ വീഡിയോകൾ പങ്കുവെയ്ക്കുന്നത്. നിങ്ങൾക്കായി ഇങ്ങനെയുള്ള ഉദാഹരണങ്ങളും കഥകളും ലഭ്യമാക്കുന്നത്. കൂടാതെ, ഇതിലെ പ്രധാന ഉപദേശങ്ങൾ ഉൾക്കൊണ്ട് ലോകത്തോടും നിങ്ങളോട് സ്വയവും ഉള്ള കാഴ്ചപ്പാട് മെച്ചപ്പെടുത്തി ഉൽപാദനക്ഷമത വർദ്ധിപ്പിക്കുക. അതിനുവേണ്ടി കൂടെയാണ് ഞാൻ എന്നും രാവിലെയും വൈകുന്നേരവും മുപ്പത് മിനിറ്റുകൾ വീതം പ്രചോദനപരവും ബോധനപരവുമായ എന്തെങ്കിലും വായിക്കുന്നതും, കാറിൽ യാത്ര ചെയ്യുമ്പോഴും വ്യായാമം ചെയ്യുമ്പോഴും വളർത്തുനായയുമായി നടക്കാൻ പോകുമ്പോഴും വീട്ടുജോലികൾ നിർവഹിക്കുമ്പോഴുമെല്ലാം വ്യക്തിവികസന സംബന്ധിയായ കാര്യങ്ങൾ കേൾക്കുന്നതും. ഞാനെന്റെ പാത്രം വൃത്തിയാക്കി തലച്ചോറിനെ ഊട്ടുകയാണ്. ഞാനിങ്ങനെയൊക്കെ ചെയ്യുന്നത് കൊണ്ട്, എന്നും രാവിലെ എഴുന്നേറ്റ് ആദ്യ പരിപാടിയായി പത്രം വായിക്കുന്ന, ജോലിക്ക് പോകുമ്പോഴും വരുമ്പോഴും റേഡിയോയിൽ വാർത്തകൾ കേൾക്കുന്ന, ഉറങ്ങുന്നതിന് മുമ്പ് വാർത്തകൾ കേൾക്കുന്ന ഒരാളെക്കാൾ എനിക്ക് മുൻതൂക്കം ലഭ്യമോ? തീർച്ചയായും! നിങ്ങൾക്കും ലഭിക്കും.

ആദ്യ ചുവട്: കാവൽ നിൽക്കുക

നിങ്ങൾ ഒരു ഗുഹയ്ക്കകത്തോ മരുഭൂമിയിലോ അല്ലായെങ്കിൽ, നിങ്ങളുടെ പാത്രത്തിൽ നിറയാൻ പോകുന്നത് അശുദ്ധ ജലമാവും. അക്കാര്യം നിങ്ങൾ പച്ചക്കറി വാങ്ങാൻ പോയാലും വിമാനം

കയറാൻ പോയാലും പരസ്യങ്ങളിലും വാർത്തകളിലും തലക്കെട്ടുകളിലും നിറഞ്ഞുനിൽക്കും. നിങ്ങളുടെ സുഹൃത്തുക്കളും ബന്ധുക്കളും, എന്തിന്, നിങ്ങൾക്ക് എന്നും അനാവശ്യ വാർത്തകൾ നൽകുന്ന മാദ്ധ്യമങ്ങൾ പോലും പാത്രത്തിലേക്ക് അശുദ്ധ ജലം പകരും.

പക്ഷേ, അത്തരം മാലിന്യങ്ങളിൽ നിന്നും അകന്ന നിൽക്കാൻ നിങ്ങൾക്ക് ചുവടുകൾ വെക്കാനാവില്ല എന്നർത്ഥമില്ല. സമൂഹമാധ്യമങ്ങളിലെ അത്തരം കാര്യങ്ങൾ ഇല്ലാതാക്കാൻ കഴിയില്ല, പക്ഷേ അതിൽ നിങ്ങൾ ചെലവിടുന്ന സമയം കുറയ്ക്കാനാകും. ജോലിക്ക് പോകുമ്പോഴും വരുമ്പോഴും കേൾക്കാറുള്ള വാർത്തകൾക്ക് പകരം, പ്രചോദനവും ബോധനപരവുമായ കാര്യങ്ങൾ കേൾക്കാം. നിങ്ങളുടെ മൊബൈൽ ഫോൺ മാറ്റിവെച്ച്, പ്രിയപ്പെട്ടവരുമായി സമയം ചെലവിടാം. ജീവിതം ദൃഢമാക്കുന്ന, വിദ്യാഭ്യാസ സംബന്ധിയായ പരിപാടി എന്ന് നിങ്ങൾ വിശ്വസിക്കുന്നവ കാണാം. നിങ്ങളിൽ അഭാവങ്ങളും കുറവുകളും ഉണ്ടെന്ന് തോന്നിപ്പിച്ച് അനാവശ്യ വസ്തുക്കൾ വാങ്ങാൻ പ്രേരിപ്പിക്കുന്ന പരസ്യങ്ങളെ ഒഴിവാക്കാം.

ഞാൻ ചെറുപ്പത്തിൽ അധികം ടി.വി. കാണാറില്ലായിരുന്നു. *'സോളിഡ് ഗോൾഡ് & ദി എ-ടീം'* എന്ന പരിപാടി കണ്ടതായി ഓർക്കുന്നുണ്ട് (ഓർമ്മയില്ലേ?), പക്ഷേ ടി.വി. ഞങ്ങളുടെ കുടുംബത്തെ അത്ര സ്വാധീനിച്ചിരുന്നില്ല. അതില്ലാതെ തന്നെ വളരാൻ എനിക്ക് കഴിഞ്ഞു, അതുകൊണ്ട് തന്നെ ഇടയ്ക്കൊക്കെ പരിപാടികൾ കാണുന്നതിൽ വ്യക്തമായ കാഴ്ചപ്പാടുണ്ടാക്കാൻ അത് സഹായിച്ചു. ഒരു ഹാസ്യപരിപാടി കണ്ടാൽ ഞാൻ തീർച്ചയായും ചിരിക്കും, പക്ഷേ അതിന് ശേഷം തോന്നുന്നത് കൊഴുപ്പ് നിറഞ്ഞ ഭക്ഷണം കഴിച്ച ശേഷമുള്ള അവസ്ഥയാണ്; പോഷകക്കുറവും പൊണ്ണത്തടിയും. പരസ്യങ്ങൾ നമ്മുടെ ഭയത്തേയും വേദനയേയും ആവശ്യങ്ങളെയും ബലഹീനതകളെയും ചൂഷണം ചെയ്യുന്നത് എനിക്ക് സമ്മതിക്കാനാവുന്നില്ല. ഇപ്പോഴുള്ള എന്നിൽ ഞാൻ തൃപ്തനല്ല എന്ന് ചിന്തിച്ച് ജീവിക്കുന്നത്, ഇതും അതും മറ്റേതും ഒക്കെ വാങ്ങുന്നതിൽ കുഴപ്പമില്ല എന്ന് ചിന്തിക്കുന്നത്, ഇതൊക്കെയാണ് എന്റെ മനസ്സിലെങ്കിൽ, മികച്ച പ്രകടനങ്ങൾ കാഴ്ചവെക്കാൻ കഴിയുമെന്ന് ഞാനെങ്ങനെ പ്രതീക്ഷിക്കും?

അമേരിക്കക്കാർ (12 വയസ്സും അതിൽ കൂടുതലുമുള്ളവരും) വർഷത്തിൽ 1704 മണിക്കൂർ ടി.വി.ക്ക് മുന്നിലിരിക്കുമെന്നാണ് കണക്കുകൾ സൂചിപ്പിക്കുന്നത്. ദിവസത്തിൽ ഏകദേശം 4.7 മണിക്കൂർ. നമ്മൾ ഉണർന്നിരിക്കുന്നതിന്റെ 30 ശതമാനത്തോളം

സമയമാണത്. ആഴ്ചയിൽ 33 മണിക്കൂറിലധികം, അതായത് ഒരു മുഴുവൻ ദിവസത്തിൽ കൂടുതൽ! ഓരോ 12 മാസത്തിലും 2 മാസം മുഴുവൻ ടി.വി.ക്ക് മുന്നിലിരിക്കുന്നതിന് തുല്യം! അതിശയം! എന്നിട്ടും മനുഷ്യർ ചിന്തിക്കുന്നു, എന്തുകൊണ്ടാണ് അവർക്ക് ജീവിതത്തിൽ മുന്നേറ്റം ഇല്ലാത്തതെന്ന്.

ഒരു മാധ്യമ സമയക്രമം പിന്തുടരൂ

മാധ്യമങ്ങൾ നമ്മളെ ബന്ദിയാക്കുന്നതിലാണ് ശ്രദ്ധിക്കുന്നത്. എപ്പോഴെങ്കിലും എന്താണ് സംഭവിക്കുന്നതെന്നറിയാതെ മൈലുകൾ നീളമുള്ള ഗതാഗതക്കുരുക്കിൽപെട്ട് വൈകിയിട്ടുണ്ടോ? ഉണ്ടാവും. അവസാനം, അതിന്റെ അറ്റത്ത് എത്തുമ്പോൾ കാണാൻ സാധിക്കും, ഒന്നും തന്നെ മുന്നിലുള്ള കാറുകളുടെ ചലനത്തെ തടസ്സപ്പെടുത്തിയിരുന്നില്ല എന്ന്. കുറച്ച് മുന്നെ ഒരു അപകടം സംഭവിച്ചിരുന്നു, അപ്പോൾ തന്നെയത് വഴിയിൽ നിന്നും മാറ്റുകയും ചെയ്തു. മണിക്കൂറിൽ 3 മൈൽ വേഗതയിൽ ഇഴയാൻ കാരണം മനുഷ്യരുടെ അനാവശ്യകാര്യങ്ങളറിയാനുള്ള ത്വരയാണ്! ഇപ്പോൾ നിങ്ങൾക്ക് ശരിക്കും ദേഷ്യം വരും. പക്ഷേ, നിങ്ങൾ അപകടം സംഭവിച്ച ഭാഗത്തെത്തുമ്പോൾ എന്ത് സംഭവിക്കും? നിങ്ങളും വേഗത കുറച്ച് തല തിരിച്ച് ആവശ്യമില്ലാത്തത് ആരായാൻ നിൽക്കും!

എന്തുകൊണ്ടാണ് നല്ലവരും മാന്യരുമായ ആളുകൾ അപകടങ്ങളും ദുരന്തങ്ങളും കാണാൻ ആഗ്രഹിക്കുന്നത്? അതിപ്രാചീന കാലം മുതൽ നമ്മൾ ഭദ്രമായി കൊണ്ടുനടക്കുന്ന പാരമ്പര്യമാണത്. നമുക്കൊന്നും ചെയ്യാനാകില്ല. അനാവശ്യങ്ങൾ ഒഴിവാക്കുന്നതിൽ നൈപുണ്യം നേടിയാലും, സദ്ചിന്തകൾ മാത്രം കൊണ്ടുനടക്കാൻ പരിശീലിച്ചാലും, ഉദ്വേഗജനകമായ കാര്യങ്ങളുണ്ടാകുമ്പോൾ നമ്മുടെ പാരമ്പര്യം പുറത്തുവരും. മാധ്യമങ്ങൾ അത് മനസ്സിലാക്കുന്നതിൽ പ്രാവീണ്യം നേടിയവരാണ്. നിങ്ങളുടെ പ്രകൃതത്തെ നിങ്ങളെക്കാൾ പലമടങ്ങ് നന്നായി അവർ അറിഞ്ഞിരിക്കും. അവർ എപ്പോഴും ചൂടുള്ളതും ഞെട്ടിപ്പിക്കുന്നതുമായ തലക്കെട്ടുകളാൽ ശ്രദ്ധയാകർഷിക്കും. ഇന്നാണെങ്കിൽ, പണ്ടത്തേതിനെ അപേക്ഷിച്ച് മൂന്നിന് പകരം നൂറ് കണക്കിന് വാർത്താ ചാനലുകളാണ്, അതും 24 മണിക്കൂറും. കുറച്ച് പത്രങ്ങൾക്ക് പകരം, കമ്പ്യൂട്ടറുകളിലൂടെയും ഫോണുകളിലൂടെയുമുള്ള എണ്ണമറ്റ വാർത്താസേവനദാതാക്കൾ. നിങ്ങളുടെ ശ്രദ്ധ പിടിച്ചെടുക്കാനുള്ള മത്സരം ഇത്രത്തോളം ക്രൂരമായിട്ടില്ല, അവതാരകർ എപ്പോഴും നിങ്ങളിൽ ഒരു ഞെട്ടൽ

കൊണ്ടുവരാൻ ശ്രമിക്കും. അവർ ഓരോ ദിവസവും ലോകത്ത് നടക്കുന്ന ഏറ്റവും ക്രൂരമായ, അപകീർത്തികരമായ, കുറ്റകരമായ, ഹിംസാത്മകമായ, നിരുത്സാഹമായ, ഭയാനകമായ വാർത്തകൾ കണ്ടെത്തി, പത്രങ്ങളിലൂടെയും ടി.വി.യിലൂടെയും ഇന്റർനെറ്റിലൂടെയും പിന്നെയും പിന്നെയും സംപ്രേഷണം ചെയ്യും. കൂടാതെ, ഇപ്പോൾ സമൂഹമാധ്യമങ്ങൾ കൈകാര്യം ചെയ്യാനറിയുന്ന ആർക്കും ഒറ്റ നിമിഷം കൊണ്ട് ഇങ്ങനെയുള്ള കാര്യങ്ങൾ പങ്കുവെക്കാനും പ്രചരിപ്പിക്കാനും കഴിയും.

അതേസമയം, ആ 24 മണിക്കൂറിനകം ലക്ഷക്കണക്കിന് വിസ്മയിപ്പിക്കുന്ന മനോഹരമായ അതുല്യ സംഭവങ്ങളും നടന്നിട്ടുണ്ടാവും. പക്ഷേ, വളരെ കുറച്ച് മാത്രമേ നമ്മളറിയുന്നുള്ളൂ. മോശം സംഭവങ്ങൾ പ്രതീക്ഷിക്കുന്ന പാരമ്പര്യമുള്ളതിനാൽ, നമ്മൾ അവ കൂടുതൽ ആവശ്യപ്പെടുന്നു. ഇത്രയും പ്രചാരണത്തിനും പ്രസിദ്ധിക്കുമിടയിൽ, നല്ല കാര്യങ്ങൾക്ക് മത്സരിക്കാനുള്ള അവസരം പോലും ലഭിക്കുന്നതെങ്ങനെയാണ്?

നമുക്ക് നേരത്തെ പറഞ്ഞ ഗതാഗതക്കുരുക്കിന്റെ കാര്യത്തിലേക്ക് പോകാം. റോഡിലെ അപകടത്തിന് പകരം അവിടെ കാണാനായത് ഇതുവരെ നിങ്ങൾ കാണാത്ത മനോഹരമായ സൂര്യാസ്തമയമാണെങ്കിലോ? അവിടുത്തെ ഗതാഗതം എങ്ങനെയായിരിക്കും? ഞാൻ പല പ്രാവശ്യം കണ്ടിട്ടുണ്ട്. വാഹനങ്ങൾ അവയുടെ പരമാവധി വേഗതയിലായിരിക്കും.

അപകടകരമായ വസ്തുതയെന്തെന്നാൽ, മാധ്യമങ്ങൾ നമ്മളെ കാണിക്കുന്നത് ലോകത്തിന്റെ മോശമായ വശത്തെയാണ്. കാരണം സംപ്രേഷണത്തിന്റെ ശ്രദ്ധയും ആവർത്തനവും അനാവശ്യ കാര്യങ്ങളിലാണ്, അതാണ് നമ്മുടെ മനസ്സ് വിശ്വസിച്ച് തുടങ്ങുന്നതും. ഇല്ലാത്ത കാര്യങ്ങളുടെ ചുരുങ്ങിയതും സങ്കോചവുമായ കാഴ്ചപ്പാട് നിങ്ങളുടെ സർഗ്ഗാത്മകതയെ വളരെ പ്രതികൂലമായി സ്വാധീനിക്കും. അത് നശിക്കും.

എന്റെ സ്വകാര്യ അരിപ്പ

ഞാനെന്റെ മനസ്സിനെ സംരക്ഷിക്കാൻ എന്തു ചെയ്യുമെന്ന് പറഞ്ഞുതരാം. പക്ഷേ, ഞാൻ താക്കീത് നൽകുന്നു, ഞാനെന്റെ മനസ്സിന് ഏർപ്പെടുത്തിയ പഥ്യം വളരെയധികം കർക്കശമാണ്. നിങ്ങളുടെ ആവശ്യത്തിനനുസരിച്ച് ക്രമപ്പെടുത്തേണ്ടിവരും, പക്ഷേ ഈ പഥ്യം എന്റെ കാര്യത്തിൽ നന്നായി പ്രവർത്തിച്ചിട്ടുണ്ട്.

നിങ്ങൾ ഊഹിക്കുന്നതുപോലെതന്നെ, ഞാൻ വാർത്താമാധ്യമങ്ങൾ കേൾക്കുകയോ കാണുകയോ ചെയ്യാറില്ല, അതുമായി ബന്ധപ്പെട്ട പത്രങ്ങളും പുസ്തകങ്ങളും വായിക്കാറില്ല. എന്റെ വ്യക്തിജീവിതത്തെയോ വ്യക്തിപരമായ ലക്ഷ്യങ്ങളെയോ സ്വപ്നങ്ങളെയോ അഭിലാഷങ്ങളെയോ ഒരു തരത്തിലും ബാധിക്കാത്തവയാണ് 99 ശതമാനം വാർത്തകളും. എന്റെ താൽപര്യങ്ങൾക്കും ലക്ഷ്യങ്ങൾക്കും, ഞാൻ ജോലിചെയ്യുന്ന വ്യവസായമേഖലയ്ക്ക് ഉചിതമായ വാർത്തകളും വിശേഷങ്ങളും മാത്രമായി ഞാൻ തരംതിരിച്ച് വെച്ചിട്ടുണ്ട്. അതിനാൽതന്നെ ഓരോ തവണയും ആ വലിയ ബഹളത്തിൽ നിന്നും എനിക്കാവശ്യപ്പെട്ടത് പെറുക്കിയെടുക്കേണ്ടതില്ല, എന്റെ പാത്രത്തിലെ വെള്ളത്തിൽ അഴുക്ക് കലർത്തേണ്ടതുമില്ല. പലരും മണിക്കൂറുകളോളം ചിന്തകളെ വിഘ്നപ്പെടുത്തുന്ന ആത്മാവിനെ ഞെരിക്കുന്ന മാലിന്യത്തിലൂടെ ഉഴറിനടക്കുമ്പോൾ, ഞാൻ എനിക്കുവേണ്ട ഉൽപാദനക്ഷമമായ വിവരങ്ങൾ വെറും പതിനഞ്ച് മിനിറ്റിനകം ലഭ്യമാക്കും.

രണ്ടാം ചുവട് : യാത്രാവേളയിലെ പഠനത്തിൽ അംഗമാകൂ

അനാവശ്യ വിവരങ്ങളെ ഇല്ലാതാക്കാൻ അത് മാത്രം മതിയാവില്ല. മുന്നോട്ട് നീങ്ങണമെങ്കിൽ, ചീത്തയായതിനെ മാറ്റി നല്ലത് നിറയ്ക്കണം. രണ്ട് കാര്യങ്ങൾ ഇല്ലാതെ എന്റെ കാർ ചലിയ്ക്കില്ല : ഇന്ധനവും ഞാൻ എന്നും കേൾക്കുന്ന ബോധനപരമായ ഓഡിയോസിന്റെ ശേഖരവും. ഒരു ശരാശരി അമേരിക്കക്കാരൻ ഒരു വർഷം 12000 മൈൽ കാറിൽ സഞ്ചരിക്കും. അനാവശ്യ കാര്യങ്ങളെ ഒഴിവാക്കാനുള്ള മുന്നൂറ് മണിക്കൂർ നീണ്ടുനിൽക്കുന്ന അവസരമാണത്! എന്റെ കാറിനെ സഞ്ചരിക്കുന്ന ക്ലാസ്റൂം ആക്കിമാറ്റാനുള്ള ആശയം പറഞ്ഞുതന്നത് ബ്രയാൻ ട്രേസിയാണ്. കാറോടിക്കുമ്പോൾ ഇങ്ങനെയുള്ള പരിപാടികൾ കേൾക്കുന്നത്, ഒരു ഉയർന്ന കോളേജിൽ നിന്നും ഓരോ വർഷവും ലഭിക്കുന്ന രണ്ട് വർഷാർദ്ധങ്ങളുടെ അറിവ് സമ്പാദിക്കാനാകുമെന്ന് അദ്ദേഹം വിശദീകരിച്ചു. ആലോചിച്ചു നോക്കൂ. നിങ്ങൾ റേഡിയോ വാർത്തകൾ കേട്ടുകളയുന്ന സമയം കൊണ്ട്, നിങ്ങളാഗ്രഹിക്കുന്ന പഠനമേഖലയിൽ പി.എച്ച്.ഡി. എടുക്കാം; നേതൃത്വ പാടവം, വില്പന വിജയം, സമ്പത്ത് നിർമ്മാണം, ബന്ധുത്വ മഹിമ എന്നിങ്ങനെ ഏത് മേഖലയും. ഈ ഒരു അർപ്പണബോധം നിങ്ങളുടെ വായനാശീലത്തിനൊപ്പം

ചേർന്നാൽ, ശരാശരി മനുഷ്യരിൽ നിന്നും നിങ്ങളെ വേറിട്ടു നിർത്തും; ഒരു വീഡിയോ അല്ലെങ്കിൽ ഒരു പുസ്തകം. നിങ്ങൾ പ്രതീക്ഷിക്കുന്ന പ്രചോദനം നൽകുന്ന വിവരങ്ങളാണ് വേണ്ടതെങ്കിൽ, ഡാരെൻ ഡെയ്‌ലി ഓൺ-ഡിമാൻഡിന്റെ ലക്കങ്ങൾ ആസ്വദിക്കുക, അല്ലെങ്കിൽ DarrenDailyOnDemand.com സന്ദർശിക്കുക. ഞാൻ എല്ലാ ഭാഗങ്ങളും കാണും! തമാശയല്ല.

II. കൂട്ടുകെട്ടുകൾ : ആരാണ് നിങ്ങളെ സ്വാധീനിക്കുന്നത്?

സമാന ചിന്താഗതിയുള്ളവർ ഒരുമിച്ച് സഞ്ചരിക്കും. നിങ്ങൾ ആരുമായുമാണോ പതിവായി കൂട്ടുകൂടുന്നത്, അവരാണ് നിങ്ങളുടെ "ഉപദേശക സംഘം". ഹാർവാഡിലെ സാമൂഹിക മനഃശാസ്ത്രജ്ഞൻ ഡോ. ഡേവിഡ് മക്ലെല്ലന്റിന്റെ ഗവേഷണത്തിന്റെ അടിസ്ഥാനത്തിൽ, നിങ്ങളുടെ ജീവിതത്തിലെ 95 ശതമാനം വിജയവും പരാജയവും നിർണ്ണയിക്കുന്നത് ഈ സംഘമാണ്.

നിങ്ങൾ ആരുമായാണ് കൂടുതൽ സമയം ചെലവഴിക്കുന്നത്? നിങ്ങൾ ഏറ്റവും കൂടുതൽ ആദരിക്കുന്നതാരെയാണ്? ഈ രണ്ട് ചോദ്യങ്ങൾക്കുമുള്ള ഉത്തരം ഒരേ ആൾക്കാർ തന്നെയാണോ? അല്ലെങ്കിൽ, അത് എന്തുകൊണ്ടാണ്? ജിം റോൺ പഠിപ്പിച്ചത്, നമ്മൾ ഏറ്റവും കൂടുതൽ സമയം ചെലവഴിക്കുന്ന അഞ്ച് ആൾക്കാരുടെ സ്വഭാവത്തിന്റെ സംയുക്ത ശരാശരിയായിരിക്കും നമ്മുടെ സ്വഭാവം എന്നാണ്. അദ്ദേഹം പറയുന്നത്, നമ്മുടെ കൂട്ടുകെട്ടിനെ നിരീക്ഷിച്ചാൽ, നമ്മുടെ ആരോഗ്യം, കാഴ്ചപ്പാട്, വരുമാനം എന്നിവ ശരിയായി ഊഹിക്കാൻ കഴിയുമെന്നാണ്. എന്തുതരം സംഭാഷണങ്ങളാണ് നമ്മുടെ ശ്രദ്ധ പിടിച്ചുപറ്റുക, നമ്മളിൽ സാധാരണ കണ്ടുവരുന്ന കാഴ്ചപ്പാടുകളും അഭിപ്രായങ്ങളും എല്ലാം നിശ്ചയിക്കുന്നത് നമുക്ക് ചുറ്റുമുള്ളവരാണ്. ക്രമേണ നമ്മളും മാറിത്തുടങ്ങും : അവർ കഴിക്കുന്നത് കഴിക്കും, അവരെ പോലെ സംസാരിക്കും, അവർ വായിക്കുന്നത് വായിക്കും, അവരെ പോലെ ചിന്തിക്കും, അവർ കാണുന്നത് കാണും, മറ്റുള്ളവരോടുള്ള പെരുമാറ്റം അവരുടേതുപോലെയാവും, വസ്ത്രധാരണം പോലും അവരെപ്പോലെയാവും. രസകരമെന്തെന്നാൽ, പലപ്പോഴും നമ്മൾ ശ്രദ്ധിക്കാതെ തന്നെ നമ്മളും ആ അഞ്ച് പേരും തമ്മിലുള്ള സാമ്യങ്ങൾ അധികരിക്കും.

എന്തുകൊണ്ടാണ് നമ്മൾ അത് ശ്രദ്ധിക്കാത്തത്? കാരണം

നിങ്ങളുടെ കൂട്ടുകെട്ട് നിങ്ങളെ ഒരു പാതയിലേക്ക് തള്ളിവിടുകയല്ല; കാലക്രമേണ നിങ്ങൾ അവരുടെ കൂടെ നീങ്ങുകയാണ്. നിങ്ങൾ സമുദ്രത്തിനു മേൽ ഒഴുകിനടക്കുന്ന ഒരു ട്യൂബിനകത്തെന്നപോലെ യാണ്, പാറി നടക്കും; അത്രയും സൂക്ഷ്മമായിരിക്കും അവരുടെ സ്വാധീനം. അതായത്, നോക്കി മനസ്സിലാക്കുമ്പോഴേക്കും, കരയിൽ നിന്നും അര മൈൽ ദൂരം നിങ്ങളെയും കൊണ്ട് സഞ്ചരിച്ചിരിക്കും.

നിങ്ങളുടെ കൂട്ടുകാർ അത്താഴത്തിന് മുമ്പ് കൊഴുപ്പുള്ള ലഘു ഭക്ഷണമോ കോക്ക്ടെയിലോ കഴിക്കുന്ന ശീലമുള്ളവരാണെന്ന് കരുതുക. കുറച്ച് നാൾ അവരുടെ കൂടെ കൂടിയാൽ, നിങ്ങളും കൊഴുപ്പും എണ്ണയും നിറഞ്ഞ ഭക്ഷണങ്ങൾ കഴിച്ചു ശീലിക്കും; കൂടാതെ അധികമായി ഒരു ബിയറോ കുറച്ച് വൈനോ കുടിക്കും. പെട്ടെന്ന്, തന്നെ നിങ്ങളുടെ ഗതിയും അവരുടേതായി പൊരുത്തപ്പെടും. അതേസമയം, നിങ്ങളുടെ സുഹൃത്തുക്കൾ പോഷക ഗുണമുള്ളവ യാണ് കഴിക്കുന്നതെങ്കിൽ, അവർ സംസാരിക്കുന്നത് വായിക്കുന്ന പുസ്തകങ്ങളേയും പുതിയ ലക്ഷ്യങ്ങളേയും വ്യാവസായിക അഭിലാ ഷങ്ങളെയും കുറിച്ചാണെങ്കിലോ? വൈകാതെ നിങ്ങൾ അത്തരം ശീലങ്ങളും പെരുമാറ്റങ്ങളും പിന്തുടരും. അവർ സംസാരിക്കുന്നതിനെ കുറിച്ച് വായിക്കുകയും സംസാരിക്കുകയും ചെയ്യും. അവർ ഇഷ്ടപ്പെ ടുന്ന ചലച്ചിത്രങ്ങൾ കാണും. അവർ നിർദ്ദേശിക്കുന്ന സ്ഥലങ്ങൾ സന്ദർശിക്കും. നിങ്ങളിന്മേലുള്ള സുഹൃത്തുക്കളുടെ സ്വാധീനം ചെറുതായിരിക്കും; അവ അനുകൂലമോ പ്രതികൂലമോ ആവാം. രണ്ടാണെങ്കിലും, പരിണിതഫലം ശക്തമായിരിക്കും. സൂക്ഷിച്ചോളൂ! പിന്തിരിപ്പൻ കൂട്ടുകാരുടെ ഇടയിൽ നിന്നുകൊണ്ട് നിങ്ങൾക്ക് ജീവിതം നല്ല രീതിയിൽ മുന്നോട്ട് കൊണ്ടുപോകാനാകില്ല.

എങ്കിൽ, അധികം സമയം നിങ്ങൾക്ക് ചുറ്റുമുള്ള അഞ്ച് പേരുടെ സംയുക്ത ശരാശരി വരുമാനം, ആരോഗ്യം, അല്ലെങ്കിൽ കാഴ്ചപ്പാടുകൾ എന്താണ്? അതിന്റെ ഉത്തരം നിങ്ങളെ ഭയപ്പെടു ത്തുന്നുണ്ടോ? ഉണ്ടെങ്കിൽ, നിങ്ങളാഗ്രഹിക്കുന്ന ഗുണങ്ങൾ നിങ്ങളിലേക്ക് വന്നുചേരുന്നതിനുള്ള ഏറ്റവും മികച്ച മാർഗ്ഗം, ആ ഗുണങ്ങളുള്ള ആളുകളുമായി പരമാവധി സമയം ചെലവഴിക്കുക എന്നതാണ്. അത് നിങ്ങൾക്കനുകൂലമായി ശക്തമായി പ്രവർത്തി ക്കുന്നത് കാണാനാകും. നിങ്ങൾ ആദരിക്കുന്ന, വിജയം കൈവരി ക്കാൻ അവരെ സഹായിച്ച പെരുമാറ്റങ്ങളും കാഴ്ചപ്പാടുകളും പതിയെ നിങ്ങളുടേയും ശീലങ്ങളായി തുടങ്ങും. അവരുടെ കൂടെ കൂടുതൽ നേരം കൂട്ടുകൂടി നോക്കൂ, സമാനമായ നേട്ടങ്ങൾ നിങ്ങളുടെ ജീവിതത്തിലും കാണാനിടയുണ്ടാകും.

ഇനിയും ചെയ്തിട്ടില്ലെങ്കിൽ, ഇപ്പോൾ തന്നെ നിങ്ങൾ സ്ഥിരമായി സമയം ചെലവിടുന്ന ആ അഞ്ച് ആൾക്കാരുടെ പേരുകൾ കുറിച്ചിടൂ. അതിനൊപ്പം തന്നെ അവരുടെ പ്രധാന സ്വഭാവവിശേഷതകളും; നല്ലതും മോശമായതും. അവർ ആരോ ആയിക്കൊള്ളട്ടെ. നിങ്ങളുടെ പങ്കാളിയോ, കൂടെപ്പിറപ്പോ, അയൽവാസിയോ, സഹായിയോ. ഇനി, അവരുടെ കാര്യങ്ങൾ ശരാശരിപ്പെടുത്തുക. എന്താണ് അവരുടെ ശരാശരി ആരോഗ്യസ്ഥിതി, ബാങ്കിലെ നീക്കിയിരിപ്പ്? അവരുടെ ബന്ധങ്ങൾ? കണക്കുകൂട്ടലുകൾ കഴിഞ്ഞ ശേഷം, സ്വയം ചോദിക്കുക, "ഈ പട്ടിക എനിക്ക് ശരിയായതാണോ? ഇതാണോ എന്റെ ലക്ഷ്യം?"

നിങ്ങൾക്ക് ചുറ്റുമുള്ളവരെ ഒരിക്കൽകൂടി വിലയിരുത്തി സ്ഥാനങ്ങൾ നൽകേണ്ട സമയമായി. ഈ ബന്ധങ്ങൾ നിങ്ങളെ പരിപോഷിപ്പിച്ചേക്കാം, പട്ടിണിക്കിട്ടേക്കാം, വളരാനനുവദിക്കാതെ തടഞ്ഞു നിർത്തിയേക്കാം. ഇപ്പോൾ നിങ്ങൾ ആരുടെ കൂടെ സമയം ചെലവഴിക്കണമെന്ന് ശ്രദ്ധിച്ചു തുടങ്ങിയ സ്ഥിതിക്ക്, കൂടുതൽ വിശദമായി മുന്നോട്ടുപോകാം. എന്നെ ജിം റോൺ പഠിപ്പിച്ചതു പോലെ, കൂട്ടുകെട്ടുകളെ വിലയിരുത്തുന്നതും മൂന്നായി തരംതിരിക്കുന്നതും പ്രാധാന്യമർഹിക്കുന്നതാണ് : വേർപെടുത്തൽ, ഹ്രസ്വകാല കൂട്ടുകൂടൽ, നീണ്ടകാല കൂട്ടുകൂടൽ.

കൂട്ടുകെട്ടുകൾ വിലയിരുത്താനുള്ള വർക്ക്ഷീറ്റ് ഡൌൺലോഡ് ചെയ്യാനായി, THECOMPOUNDEFFECT.COM/RESOURCES സന്ദർശിക്കുക.

വേർപെടുത്തൽ

നിങ്ങളുടെ മക്കൾ ആരുടെ കൂടെ കൂട്ടുകൂടണമെന്നതിലും എന്തൊക്കെ സ്വാധീനങ്ങൾ അവരിലുണ്ടാകണമെന്നതിലും ശ്രദ്ധിക്കാറുണ്ട്. ആളുകൾക്ക് കുട്ടികളേയും അവരുടെ തീരുമാനങ്ങളേയും എത്രത്തോളം സ്വാധീനിക്കാനാകുമെന്ന കാര്യത്തിൽ നിങ്ങൾ ബോധവാന്മാരാണ്. അതേ ബോധം നിങ്ങളുടെ കാര്യത്തിലും ഉണ്ടാകണമെന്നതാണ് എന്റെ അഭിപ്രായം! നിങ്ങൾക്കറിയാം, നിങ്ങൾ അകറ്റി നിർത്തേണ്ട ചിലരുണ്ട്. പൂർണ്ണമായും. അത് പ്രാവർത്തികമാക്കുന്നത്

അത്ര എളുപ്പമല്ല, പക്ഷേ അത്യാവശ്യമാണ്. അത്തരം പ്രതികൂല സ്വാധീനങ്ങൾ നിങ്ങളെ ബാധിക്കാതിരിക്കാൻ ശക്തമായ തീരുമാനങ്ങൾ എടുക്കുകതന്നെ വേണം. നിങ്ങൾ നേടിയെടു ക്കേണ്ട ജീവിത നിലവാരം നിർണ്ണയിക്കുക, എന്നിട്ട് ആ ലക്ഷ്യത്തെ അംഗീകരിക്കുന്ന, നേടാൻ സഹായിക്കുന്ന ആളുകളെ ചുറ്റും നിർത്തുക.

നല്ല ജീവിതവും വളർച്ചയും നിഷേധിക്കുന്ന മനുഷ്യരെ ഞാൻ സ്ഥിരമായി അവഗണിക്കാറുണ്ട്. വളരുന്നതും, കൂട്ടുകെട്ടുകൾ മാറുന്നതും ജീവിതാന്ത്യംവരെയുള്ള പ്രക്രിയയാണ്. ഞാൻ അക്കാ ര്യത്തിൽ ഒരുപാട് പരുഷമായ നിലപാടാണ് സ്വീകരിക്കുന്നതെന്ന് ചിലർ പറഞ്ഞേക്കാം, പക്ഷേ അതുതന്നെയാണ് ഞാൻ ഉദ്ദേശിക്കു ന്നതും. എനിക്ക് പ്രിയപ്പെട്ട ഒരാളുമായി വ്യാവസായിക ബന്ധമു ണ്ടായിരുന്നു. പക്ഷേ, സമ്പദ് വ്യവസ്ഥ തകർന്നുതുടങ്ങിയപ്പോൾ അയാളുടെ സംഭാഷണങ്ങളിൽ കൂടുതലും നിറഞ്ഞിരുന്നത്, കാര്യങ്ങൾ എത്ര മോശമാണെന്നും അയാളുടെ വ്യാപാരത്തെ എത്ര ബാധിച്ചു എന്നും ഇനിയുള്ള കാര്യങ്ങൾ എത്ര ബുദ്ധിമുട്ടാണെന്നുമൊ ക്കെയാണ്. ഞാൻ പറഞ്ഞു, "സുഹൃത്തേ, ഇപ്പോഴത്തെ മോശം അവസ്ഥയെക്കുറിച്ച് ഇത്രത്തോളം വേവലാതിപ്പെടേണ്ടതില്ല. നിങ്ങളുടെ വിശ്വാസത്തെ തിരിച്ചുപിടിക്കാനുള്ള എല്ലാ വിവരങ്ങളും ഞാൻ ശേഖരിച്ചു കൊണ്ടിരിക്കുന്നുണ്ട്." അയാൾ എല്ലാ കാര്യത്തേയും വാസ്തവത്തേക്കാൾ കൂടുതൽ ദുഷ്കരമായും ആശയറ്റതായും കാണാൻ ശഠിച്ചു. ഞങ്ങളുടെ പങ്കാളിത്തം ഇനി മുന്നോട്ട് കൊണ്ടുപോകേണ്ട തില്ലെന്ന് ഞാൻ തീരുമാനിച്ചു.

നിങ്ങളുടേയും നിങ്ങളെ തകർച്ചയിലേക്ക് നയിക്കുന്നവരുടേയും ഇടയിൽ വേലി തീർക്കുന്ന ദുഷ്കരമായ തീരുമാനത്തിലെത്തുമ്പോൾ, അവർ അതിനെതിരെ പൊരുതുമെന്ന് മനസ്സിലാക്കുക; പ്രത്യേകിച്ച് വളരെ അടുപ്പമുള്ളവർ. നിങ്ങളുടെ നല്ല ലക്ഷ്യബോധമുള്ള ജീവിത ത്തിലേക്കുള്ള യാത്രയുടെ തീരുമാനം, അവർക്ക് അവരുടെ മോശം തീരുമാനങ്ങളെ ചൂണ്ടിക്കാട്ടും. അതുവരെ അസ്വസ്ഥരാക്കുകയും, അവരുടെ നിലവാരത്തിലേക്ക് നിങ്ങളെ വലിച്ചിടാൻ അവർ ശ്രമിക്കുകയും ചെയ്യും. അവരുടെ എതിർപ്പ് നിങ്ങളെയോ നിങ്ങളുടെ വളർച്ചയെയോ അവർ ഇഷ്ടപ്പെടാത്തതുകൊണ്ടല്ല; അത് നിങ്ങളെ ക്കുറിച്ച് പോലുമല്ല. അത് അവരുടെ അച്ചടക്കമില്ലായ്മയേയും മോശം തീരുമാനങ്ങളേയും ഓർത്തുള്ള അവരുടെ പേടിയും കുറ്റബോധവും കാരണമാണ്. ഇത്രയും മനസ്സിലാക്കുക, അകന്നുപോകുക അത്ര എളുപ്പമല്ല.

ഹ്രസ്വകാല കൂട്ടുകൂടൽ

ചില ആളുകളോട് നിങ്ങൾക്ക് മൂന്ന് മണിക്കൂർ ഇരിക്കാൻ കഴിയും, പക്ഷേ മൂന്ന് ദിവസത്തിൽ കൂടുതൽ പറ്റില്ല. ചിലരോട് മൂന്ന് മിനിറ്റുകൾ, പക്ഷേ മൂന്ന് മണിക്കൂർ കഴിയില്ല. കൂട്ടുകെട്ടിന്റെ സ്വാധീനം എന്നത് സൂക്ഷ്മമാണെങ്കിലും, ശക്തമായിരിക്കുമെന്ന് എന്നും ഓർക്കുക. നിങ്ങളുടെ കൂടെ സഞ്ചരിക്കുന്ന ആൾക്ക് നിങ്ങളുടെ വേഗത കൂട്ടണോ കുറയ്ക്കണോ എന്ന് നിശ്ചയിക്കാനാകും, നടത്തത്തിലായാലും ജീവിതത്തിലായാലും. അതുപോലെ തന്നെ, ചുറ്റുമുള്ളവരുടെ കാഴ്ചപ്പാടുകളുടേയും പ്രവൃത്തികളുടേയും പെരുമാറ്റങ്ങളുടേയും ആധിപത്യം നിങ്ങളെ സ്വാധീനിച്ചേക്കാം, അതിൽ നിങ്ങൾ നിസ്സഹായരാണ്.

അവർ സ്വയം പ്രതിനിധീകരിക്കുമെന്ന് നോക്കി, അവരുടെ സ്വാധീനത്തെ എത്രത്തോളം നിങ്ങൾക്ക് താങ്ങാനാകുമെന്ന് തീരുമാനിക്കുക. ബുദ്ധിമുട്ടാണെന്നറിയാം. എനിക്കിത് ഒരുപാട് തവണ ചെയ്യേണ്ടി വന്നിട്ടുണ്ട്, അടുത്ത ബന്ധുക്കളോട് പോലും. എന്തൊക്കെയായാലും, മറ്റുള്ളവരുടെ പ്രവൃത്തികളോ കാഴ്ചപ്പാടുകളോ എന്റെമേൽ നിയന്ത്രിക്കുന്ന തരത്തിലുള്ള സ്വാധീനം ചെലുത്താൻ ഞാൻ സമ്മതിക്കില്ല, ഒരിക്കലും.

മൂന്ന്-മിനിറ്റ് സുഹൃത്ത് എന്ന ഗണത്തിൽ പെടുന്ന ഒരു അയൽവാസി എനിക്കുണ്ടായിരുന്നു. അയാളുടെ കൂടെ മൂന്ന് മിനിറ്റ് സംസാരിച്ചിരിക്കാം, പക്ഷേ മൂന്ന് മണിക്കൂർ താങ്ങാൻ കഴിയില്ല. എന്റെ പഴയൊരു സ്കൂൾ കാലഘട്ടത്തെ സുഹൃത്തിന്റെ കൂടെ മൂന്ന് മണിക്കൂർ ഇരിക്കാം, പക്ഷേ അവനൊരു മൂന്ന്-ദിവസ സുഹൃത്തല്ല. വേറെ ചിലരുണ്ട്, അവരുടെ കൂടെ എനിക്ക് കുറച്ച് ദിവസം സമയം ചെലവഴിക്കാനാകും, പക്ഷേ ഒരു നീണ്ട അവധിക്കാലമൊന്നും പറ്റില്ല. നിങ്ങളുടെ ബന്ധങ്ങളെ ഒന്ന് നോക്കുക. മൂന്ന്-മിനിറ്റ് സുഹൃത്തിന്റെ കൂടെ നിങ്ങൾ മൂന്ന് മണിക്കൂർ ഇരിക്കുന്നില്ലെന്ന് ഉറപ്പ് വരുത്തുക.

നീണ്ടകാല കൂട്ടുകൂടൽ

നമ്മളിപ്പോൾ സംസാരിച്ചത് പിന്നോട്ട് വലിക്കുന്നവരെ പുറംതള്ളുന്ന കാര്യത്തെക്കുറിച്ചാണ്. അതിനോടൊപ്പം തന്നെ, മുന്നോട്ടു പോകാനുള്ളതും നിങ്ങൾ ചെയ്യണം. നിങ്ങൾ മുന്നേറാൻ ആഗ്രഹിക്കുന്ന മേഖലകളിൽ പ്രാവീണ്യമുള്ളവരെ കണ്ടെത്തുക : വ്യാപാര/

സാമ്പത്തിക മേഖല, രക്ഷാകർതൃത്വ ഗുണം, നിങ്ങൾ ആശിക്കുന്ന ബന്ധങ്ങൾ, ഇഷ്ടപ്പെടുന്ന ജീവിതരീതി. എന്നിട്ട് അവരുമായി കൂടുതൽ സമയം ഇടപഴകുക. ഇവർ ചേരുന്ന, കൂട്ടുകൂടുന്ന ജിമ്മുകളിൽ, വ്യാപാരങ്ങളിൽ, സംഘടനകളിൽ അംഗമാകുക. പിന്നീട്, അവിശ്വസനീയമായ ഫലങ്ങളിലൂടെ നിങ്ങൾ മനസ്സിലാക്കും, ഞാനെന്തുകൊണ്ടാണ് നല്ല നിമിഷങ്ങൾക്കായി അടുത്ത നഗരംവരെ യാത്ര പോയിരുന്നതെന്ന്.

ഞാൻ ജിം റോണിനെ കുറിച്ച് ഈ പുസ്തകം മുഴുവൻ പ്രശംസിച്ചുകൊണ്ടിരിക്കും. എന്റെ അച്ഛനു ശേഷം, എന്റെമേൽ ഇത്ര സ്വാധീനം ചെലുത്തിയ മറ്റൊരു മാർഗ്ഗദർശിയില്ല. ഞാനും അദ്ദേഹവും തമ്മിലുള്ള ബന്ധം, നീണ്ടകാല കൂട്ടുകൂടലിന്റെ ഒരു മികച്ച ഉദാഹരണമാണ്. അദ്ദേഹത്തിന്റെ കൂടെ കുറച്ച് നേരങ്ങളിൽ ഭക്ഷണം കഴിച്ചിട്ടുണ്ട്, അഭിമുഖങ്ങളിൽ പങ്കെടുത്തിട്ടുണ്ട്, അണിയറയിൽ കണ്ടുമുട്ടിയിട്ടുണ്ട്. പക്ഷേ, ജിമ്മിന്റെ കൂടെ കൂടുതൽ സമയം ഞാനിരുന്നത്, കാർ യാത്രയിൽ അദ്ദേഹത്തിന്റെ ഓഡിയോകൾ കേൾക്കുമ്പോഴും വീട്ടിൽ അദ്ദേഹത്തിന്റെ പുസ്തകം വായിക്കുമ്പോഴുമാണ്. ആയിരം മണിക്കൂറുകൾക്ക് മുകളിൽ ഞാൻ അദ്ദേഹത്തിന്റെ ശിക്ഷണം നേടിയിട്ടുണ്ട്, അതിൽ 99 ശതമാനവും ഓഡിയോയിലൂടെയും പുസ്തകങ്ങളിലൂടെയുമാണ്. രസകരമെന്തെന്നാൽ, നിങ്ങൾ ജീവിതത്തിൽ ഏത് സാഹചര്യത്തിലാണെങ്കിലും, നിങ്ങളുടെ മാർഗ്ഗദർശിയുടെ കൂടെ നിങ്ങൾക്ക് സമയം ചെലവഴിക്കാനാകും. നിങ്ങൾ വീട്ടിൽ കുട്ടികളെ നോക്കുകയോ വൃദ്ധരായ മാതാപിതാക്കളെ ശുശ്രൂഷിക്കുകയോ ആവാം, നിങ്ങളോട് അധികം സാമ്യങ്ങളില്ലാത്തവരുമായി മണിക്കൂറുകൾ നീണ്ട ജോലിയിലായിരിക്കാം, അല്ലെങ്കിൽ ജോലിസ്ഥലത്തു നിന്നും വളരെയധികം ദൂരത്ത് താമസിക്കുകയായിരിക്കാം, പക്ഷേ, നിങ്ങളുടെ മാർഗ്ഗദർശ്ശി സ്വന്തം ചിന്തകളെല്ലാം ഒരുമിച്ചാക്കി പുസ്തകങ്ങളായോ, വീഡിയോകളായോ, ഓഡിയോകളായോ പങ്കുവെച്ചിട്ടുണ്ടെങ്കിൽ, നിങ്ങൾക്കത് സാധ്യമാണ്. നിങ്ങൾക്ക് ഉപകരിക്കാവുന്ന അളവറ്റ സ്രോതസ്സാണത്. അതുപയോഗപ്പെടുത്തൂ. എന്നെ മാർഗ്ഗദർശിയാക്കാനും എന്റെ ഉപദേശങ്ങൾ സ്വീകരിക്കാനും ഇപ്പോൾ നിരവധി പേർ എന്റെ സഹായിയെ ബന്ധപ്പെടാറുണ്ട്. അവൾക്ക് ആകെ ചെയ്യേണ്ടത് ഇത്രമാത്രമാണ് : ലോകത്ത് എവിടെനിന്നും അതിനുള്ള അവസരമുണ്ട്, ഡാരെൻ ഡെയ്‌ലിയിലൂടെയും ഡാരെൻ ഹാർഡി ട്രെയിനിംഗ് വോൾട്ടിനകത്തും.

നിങ്ങൾക്ക് മികച്ച, ആഴത്തിലുള്ള, അർത്ഥവത്തായ ഒരു

ബന്ധം വേണമെങ്കിൽ, സ്വയം ചോദിക്കുക, “ആർക്കാണ് ഞാൻ ആഗ്രഹിക്കുന്ന തരത്തിലുള്ള ബന്ധമുള്ളത്? എനിക്കെങ്ങനെയാണ് അയാളുമായി (കൂടുതൽ) സമയം ചെലവഴിക്കാനാകുക? എന്നിൽ അനുകൂലമായി സ്വാധീനം ചെലുത്താവുന്ന ആരെയാണ് ഞാൻ കണ്ടുമുട്ടേണ്ടത്?” അവരുടെ തിളക്കം നിങ്ങളെയും പ്രകാശിപ്പിക്കട്ടെ. നിങ്ങളുടെ മേഖലയിലെ ഏറ്റവും വലിയ, മികച്ച, നേട്ടത്തിനുടമയെന്ന് കരുതുന്ന ആളുമായി കൂട്ടുകൂടുക. അവരെന്താണ് വായിക്കാറുള്ളത്? ഉച്ചഭക്ഷണം കഴിക്കാനായി അവർ എവിടെയാണ് പോകാറുള്ളത്? ആ ബന്ധം നിങ്ങളെ എങ്ങനെയാണ് സ്വാധീനിക്കാൻ പോകുന്നത്? ഓൺലൈൻ കൂട്ടായ്മകളിലൂടെയോ സമൂഹമാധ്യമങ്ങളിലൂടെയോ നിങ്ങൾക്ക് ഇത്തരം വിപുലമായ കൂട്ടുകെട്ടുകൾ ഉണ്ടാക്കാൻ കഴിയും. നിങ്ങൾ കൂട്ടുകൂടാൻ ആഗ്രഹിക്കുന്നവരെ കണ്ടുമുട്ടാനായി ധർമ്മസ്ഥാപനങ്ങൾ, സമിതികൾ, യോജിച്ച സ്ഥലങ്ങൾ കണ്ടെത്തുക.

ഒരു കഠിനാദ്ധ്വാനിയായ പങ്കാളിയെ കണ്ടെത്തൂ

വിപുലമായ കൂട്ടുകെട്ടുകൾ സ്ഥാപിക്കാനുള്ള മറ്റൊരു വഴിയാണ്, നിങ്ങളെ പോലെതന്നെ പഠിക്കാനും സ്വയം വളരാനും അതിയായി ആഗ്രഹിക്കുന്ന ഒരു മികച്ച പ്രവർത്തകനുമായി കൂട്ടുചേരുക. ഈ വ്യക്തി നിങ്ങൾ വിശ്വസിക്കുന്ന ഒരാളായിരിക്കണം. നിങ്ങളെക്കുറിച്ചും, നിങ്ങളുടെ കാഴ്ചപ്പാടുകളെക്കുറിച്ചും, പ്രകടനങ്ങളെക്കുറിച്ചുമുള്ള അയാളുടെ അഭിപ്രായങ്ങൾ തുറന്നു പറയുന്ന ആളായിരിക്കണം. അയാൾ നിങ്ങളുടെ ചെറുപ്പം മുതലുള്ള സുഹൃത്താവാം, അല്ലെങ്കിൽ നിങ്ങളെ തീരെ അറിയാത്ത ഒരാളാവാം. നമ്മുടേതല്ലാത്ത, മുൻവിധിയില്ലാത്ത, സത്യസന്ധമായ അഭിപ്രായങ്ങൾ ലഭിക്കണം (കൊടുക്കുകയും വേണം) എന്നതാണ് പ്രധാനം.

എന്റെ നീണ്ടകാല ഉത്തരവാദിത്വമുള്ള കൂട്ടുകെട്ട്, എന്റെ സുഹൃത്ത് ലാൻഡൻ ടെയ്‌ലറാണ്. ഞാൻ നേരത്തെ പറഞ്ഞതുപോലെ, എല്ലാ വെള്ളിയാഴ്ചയും മുപ്പത് മിനിറ്റ് ആ ആഴ്ചയിലെ ജയങ്ങളും പരാജയങ്ങളും ക്രമീകരണങ്ങളും, വളർച്ചയുടെ പാതയിൽ എവിടെയാണെന്നുമൊക്കെ ഞങ്ങൾ പങ്കുവെക്കാറുണ്ട്. ആ വിളിയെക്കുറിച്ചുള്ള പ്രതീക്ഷയും അവളോടുള്ള ഉത്തരവാദിത്വ ബോധവും, ഓരോ ആഴ്ചകളിലും എന്നെ കൂടുതൽ പരിശ്രമിക്കാൻ സഹായിക്കാറുണ്ട്.

ഞാൻ ലാൻഡൻ അറിയേണ്ട തന്റെ വീഴ്ചകളും, മറ്റ് അഭിപ്രാ

യങ്ങളും എഴുതിവെയ്ക്കുകയും, അടുത്ത ആഴ്ച അവ ചോദിക്കു മെന്ന് ഉറപ്പാക്കുകയും ചെയ്യാറുണ്ട്. അവനും എന്റെ കാര്യത്തിൽ അതുതന്നെയാണ് പതിവ്. അങ്ങനെയാണ് ഞങ്ങൾ പരസ്പരം ഉത്തരവാദിത്വങ്ങൾ നിറവേറ്റുന്നത്. അവൻ ചിലപ്പോൾ ചോദിക്കും, "നിനക്ക് കഴിഞ്ഞ ആഴ്ച ഇവിടെ വീഴ്ച പറ്റി, അത് നീ സമ്മതിക്കു കയും വരുന്ന ആഴ്ച അത് മാറ്റാം എന്ന് പറയുകയും ചെയ്തു. ശരി, നീ എന്താണ് ഈ ആഴ്ച ചെയ്തത്?" ജീവിതം ഒന്നേയുള്ളൂ. ഞങ്ങൾ രണ്ടു പേരും തിരക്കുള്ളവരാണ്, പക്ഷേ ഓരോ ആഴ്ചയും മുടങ്ങാതെ ഇത് തുടർന്നു കൊണ്ടുപോകുന്നത് എന്നെ ആശ്ചര്യപ്പെടുത്തി. അതത്ര എളുപ്പമല്ല. ചിലപ്പോൾ ഞാനെന്റെ തിരക്കേറിയ ദിവസ ത്തിനിടയിൽ ചിന്തിക്കാറുണ്ട്, "നാശം, എനിക്കിത് ചെയ്യണം." പക്ഷേ, ആ വെള്ളിയാഴ്ചയിലെ വിളിക്കിടയിൽ പലപ്പോഴും ഞാൻ ഓർക്കും, "ഞങ്ങളുടെ ഈ സംഭാഷണത്തിൽ ഞാൻ സന്തുഷ്ടനാണ്." ഞാൻ ആ വിളിക്കായി തയ്യാറെടുക്കുമ്പോൾ പോലും എന്റെ വലിയ ജയ-പരാജയങ്ങളെക്കുറിച്ചോർത്ത് സ്വയം പഠിക്കാൻ ശ്രമിക്കാറുണ്ട്. ഈ ആഴ്ച ഞാൻ ലാൻഡനോട് പറഞ്ഞു, "നിനക്ക റിയാമോ, ഞാൻ പല കാര്യങ്ങൾക്കുമിടയിലാണ്. ഞാനൊരു പുസ്തകമെഴുതുന്നുണ്ട്. ഒരുപാട് കാര്യങ്ങൾ നിർവഹിക്കുന്നുണ്ട്, പലതും നടന്നുപോകുന്നുണ്ട്, പക്ഷേ ഒന്നും നിർബന്ധപൂർവ്വമല്ല." അവൻ പറഞ്ഞു, "നീ കുമ്പസാരവുമായി വരുന്ന അവസാന ആഴ്ച യായിരിക്കട്ടെ ഇത്." അവൻ ഒന്ന് നിർത്തി, എന്നിട്ട്, "എന്നെ പറ്റിക്കാൻ നോക്കേണ്ട," സത്യമാണ്. വാസ്തവത്തിൽ, പങ്കുവെക്കാ നായി ഒരു അവിസ്മരണീയ കാര്യം പോലും കണ്ടുപിടിക്കാതെ ഞാൻ എന്നെത്തന്നെ പറ്റിക്കുകയായിരുന്നു.

നിങ്ങൾക്ക് കഴിയുമെങ്കിൽ, ബുദ്ധിമുട്ടുള്ള ഒരു കാര്യം ഏറ്റെടുക്കുക. ശരിയായ അഭിപ്രായങ്ങൾ ആഗ്രഹിക്കുന്നുണ്ടോ? നിങ്ങളെ അത്രയ്ക്കും ആത്മാർത്ഥമായി സ്നേഹിക്കുന്ന, അത്രത്തോളം തന്നെ സത്യസന്ധനായ ഒരു സുഹൃത്തിനെ കണ്ടെത്തുക. അവരോട് ഈ ചോദ്യങ്ങൾ ചോദിക്കൂ : "നിന്റെ കാഴ്ചയിൽ ഞാൻ എങ്ങനെ യാണ്? നിന്റെ അഭിപ്രായത്തിൽ എന്റെ ശക്തികൾ എന്തൊക്കെ യാണ്? ഏതൊക്കെ മേഖലകളിലാണ് ഞാൻ മെച്ചപ്പെടേണ്ടത്? ഞാൻ എവിടെയാണ് എന്നെ സ്വയം തളർത്തുന്നത്? ഏതൊരു കാര്യം ചെയ്യുന്നത് നിർത്തിയാലാണ് എനിക്ക് ഏറ്റവും കൂടുതൽ ഉപകാരപ്പെടുക? ഏതൊരു കാര്യമാണ് ഞാൻ ചെയ്തു തുടങ്ങേണ്ടത്?"

മാർഗ്ഗനിർദേശത്തിനായി നിക്ഷേപിക്കൂ

പോൾ ജെ. മേയറാണ് എന്റെ മറ്റൊരു ഉപദേശകൻ. 2009-ൽ അദ്ദേഹത്തിന്റെ എൺപത്തിയൊന്നാമത്തെ വയസ്സിൽ അന്തരിച്ചു. ഞാൻ എപ്പോഴെങ്കിലും നല്ല രീതിയിൽ മുന്നോട്ട് പോകുന്നുണ്ടെന്ന് വിചാരിക്കുമ്പോൾ, അല്ലെങ്കിൽ എന്റെ പരമാവധി ഞാൻ പരിശ്രമിക്കുന്നുണ്ടെന്ന് തോന്നുമ്പോൾ, ഞാൻ അദ്ദേഹവുമായി എന്നെ താരതമ്യപ്പെടുത്തും. അദ്ദേഹമായിരുന്നു എന്റെ അളവുകോൽ. ഉച്ചഭക്ഷണത്തിന് മുമ്പ് അദ്ദേഹം ചെയ്യാറുള്ള കാര്യം എന്നെ ഞെട്ടിച്ചിട്ടുണ്ട്. അദ്ദേഹത്തിന്റെ കൂടെ ഒരുപാട് നേരം ചെലവഴിക്കാനുള്ള അവസരം എനിക്ക് ലഭിച്ചിട്ടുണ്ട്. അദ്ദേഹം എന്റെ ഒരു കമ്പനി വാങ്ങുകയും, ഞാൻ അദ്ദേഹത്തിന്റെ ഒരു കമ്പനിയിൽ ഒരു അനുകൂല മാറ്റം ഉണ്ടാക്കിക്കൊടുക്കുകയും ചെയ്തു. അദ്ദേഹം എന്റെ ജീവിതത്തിലെ ശക്തമായ ഒരു ഊർജ്ജമായിരുന്നു.

രണ്ട് മണിക്കൂർ കൂടെയിരുന്ന് അദ്ദേഹത്തിന്റെ പദ്ധതികളും ഉദ്യമങ്ങളും പ്രവൃത്തികളും കേട്ടാൽതന്നെ എന്റെ തല കറങ്ങും. അദ്ദേഹം പറഞ്ഞ കാര്യങ്ങളൊക്കെ ഒന്ന് മനസ്സിലാക്കിക്കഴിയുമ്പോഴേക്കും ഞാൻ തളർന്നുപോയിക്കാണും. അതിന് ശേഷം, ഒന്നുറങ്ങിയാലേ ശരിയാവുള്ളൂ! പക്ഷേ അദ്ദേഹത്തിന്റെ കൂടെയുള്ള സൗഹൃദം, എന്റെ നിലവാരമുയർത്തി. ഞാൻ ഓടുന്ന വേഗതയിലായിരുന്നു അദ്ദേഹം നടന്നിരുന്നത്. അത് എന്റെ അഭിലാഷങ്ങളെയും, അവ നേടിയെടുക്കാനുള്ള ആശയങ്ങളെയും വിപുലീകരിച്ചു. അങ്ങനെയുള്ള ആളുകളുമായാണ് നിങ്ങൾ കൂട്ടുകൂടേണ്ടത്!

ഒരു ഉപദേശകൻ മാത്രമുള്ളത് കൊണ്ട് മാതിയാവില്ല. എന്റെ സുഹൃത്ത് ഹാർവി മക്കേയ് പറഞ്ഞു, "എനിക്ക് ഇരുപത് പരിശീലകരുണ്ടായിരുന്നു, വിശ്വസിക്കാൻ കഴിയുമോ. പ്രസംഗങ്ങൾക്ക്, എഴുത്തിന്, ഹാസ്യത്തിന്, ഭാഷയ്ക്ക്, അങ്ങനെയങ്ങനെ." മികച്ച വിജയം നേടിയവർ, കഠിനാദ്ധ്വാനികൾ, അവരായിരുന്നു ഉള്ളതിൽ മികച്ച ഉപദേശകരേയും പരിശീലകരേയും നിയമിക്കാൻ തയ്യാറായവർ എന്നത് എനിക്ക് രസകരമായ ഒരു അറിവായിരുന്നു. നിങ്ങളുടെ മെച്ചപ്പെട്ട പ്രകടനങ്ങൾക്കായി നിക്ഷേപിക്കുക എന്നതാണ് അതിനർത്ഥം.

ഉപദേശകനെ കണ്ടെത്തുന്നതും നിയമിക്കുന്നതും നിഗൂഢമോ ഭയപ്പെടുത്തുന്നതോ ആയ പ്രക്രിയ ആകണമെന്നില്ല. കെൻ ബ്ലാൻകർഡിന്റെ കൂടെ ഇരിക്കുമ്പോൾ, അദ്ദേഹം ഒരു ഉപദേശകനെ നിയമിക്കുന്നതിന്റെ ലാഘവത്തെ കുറിച്ച് പറഞ്ഞു : "ഒരു ഉപദേ

ശകനെക്കുറിച്ച് ഓർക്കുമ്പോൾ ആദ്യം മനസ്സിൽ വരേണ്ടത് ഇതാണ്, അവരുടെ ഒരുപാട് സമയമൊന്നും നമുക്ക് ലഭിക്കേണ്ട തില്ല. എനിക്ക് ലഭിച്ച മികച്ച ഉപദേശങ്ങളൊക്കെയും ചെറിയ വീഡിയോകളിലൂടെയും, ആരുടെ കൂടെയെങ്കിലും ഭക്ഷണം കഴി ക്കുന്നതിനിടെയുള്ള ഹ്രസ്വ സംഭാഷണങ്ങൾക്കിടയിലുമാണ്; ഞാനെന്റെ പരിശ്രമങ്ങളെക്കുറിച്ച് പറയും, എന്നിട്ട് ഉപദേശം ആരായും. വളരെ കുറച്ച് സമയം മാത്രം എടുക്കുകയാണെങ്കിൽ, പല വ്യവസായ പ്രമുഖരും മാർഗ്ഗദർശികളാകാൻ തയ്യാറാണ്."

ജോൺ വുഡൻ അദ്ദേഹത്തിന്റെ വാക്കുകളിലൂടെ ഈ സത്യം ഒന്നുകൂടെ ദൃഢപ്പെടുത്തി. "ഉപദേശിക്കുക എന്നത് പാരമ്പര്യം കൈമാറുന്നപോലെയാണ്. മറ്റുള്ളവർക്ക് നൽകുന്ന ഏറ്റവും വലിയ സ്വത്താണത്. അതൊരിക്കലും അവസാനിക്കരുത്. അതിനായാണ് നിങ്ങൾ എന്നും ഉണരുന്നത്. പഠിപ്പിക്കാനും, പഠിക്കാനും." അതൊരു പാലമാണെന്ന് അദ്ദേഹം വിശദീകരിച്ചു. "ഉപദേശം സ്വീകരിക്കാൻ ഒരു വ്യക്തി തയ്യാറാകണം. നമ്മുടെ ജീവിതവും മനസ്സും നമുക്ക് ചുറ്റുമുള്ളവരാൽ സ്പർശിക്കപ്പെടാനും ആവിഷ്കരിക്ക പ്പെടാനും ശക്തിപ്പെടാനും സമ്മതിക്കേണ്ടത് നമ്മുടെ ഉത്തരവാദി ത്വമാണ്."

സ്വന്തമായൊരു ഉപദേശക സമിതി രൂപീകരിക്കൂ

കൂടുതൽ ബുദ്ധി ഉപയോഗപ്പെടുത്താനും, കൂടുതൽ തന്ത്രപരമായി നീങ്ങാനും, കൂടുതൽ കാര്യക്ഷമതയോടെ പ്രവർത്തിക്കാനും, ഉയർന്ന ചിന്താഗതിയുള്ളവരുമായി കൂടുതൽ സമയം ചിലവഴിക്കാനുമുള്ള എന്റെ പദ്ധതിയെ പിന്തുണയ്ക്കാനായി, എന്റെ സ്വകാര്യ ജീവിതത്തിൽ ഉപദേശകരുടെ ഒരു സമിതി രൂപീകരിച്ചു.

അതാത് മേഖലകളിലെ പ്രാവീണ്യവും, സർഗ്ഗാത്മകമായി ചിന്തിക്കാനുള്ള കഴിവും, അവരുടെ സ്ഥാനത്തോടുള്ള ബഹുമാനവും കണക്കിലെടുത്ത്, ഞാൻ പന്ത്രണ്ട് പേരെ തിരഞ്ഞെടുത്തു. ആഴ്ചയിൽ ഒരിക്കൽ, അവരിൽ കുറച്ചുപേരുമായി ബന്ധപ്പെട്ട്, ആശയങ്ങൾ അഭ്യർത്ഥിക്കും, അവരുടെ ചിന്തകൾ ചോദിച്ചറിയും, ഉപായങ്ങളും പ്രതികരണങ്ങളും ആരായും. ഈ പ്രക്രിയ തുടങ്ങിയ ശേഷം, ഞാൻ കണ്ടുതുടങ്ങിയ പ്രയോജനങ്ങളെക്കുറിച്ച് പറയും : ഞാൻ പ്രതീക്ഷിച്ചതിലും വളരെയധികം! നമ്മൾ ആത്മാർത്ഥമായി ആഗ്രഹിച്ചാൽ പ്രതിഭകൾ നമ്മളോട് സഹകരിക്കാൻ തയ്യാറാകു ന്നത് എന്നെ അതിശയിപ്പിച്ചു.

ആരൊക്കെയാണ് നിങ്ങളുടെ വ്യക്തിജീവിതത്തിലെ ഉപദേശക സമിതിയിൽ ഉണ്ടാകേണ്ടത്? നിങ്ങൾ ജീവിതത്തിൽ നേടാൻ ആഗ്രഹിച്ച കാര്യങ്ങൾ നേടിയെടുത്ത വ്യക്തികളെ കണ്ടെത്തു. ഒന്ന് മറക്കരുത് : "നിങ്ങൾ ആഗ്രഹിക്കാത്ത നിലയിൽ ഉള്ളവരോട് ഉപദേശങ്ങൾ ചോദിക്കരുത്."

III. ചുറ്റുപാട് : കാഴ്ചകൾ മാറുന്നതിലൂടെ നിങ്ങളുടെ കാഴ്ചപ്പാടും മാറും

സാൻ ഫ്രാൻസിസ്കോ ബേയിൽ റിയൽ എസ്റ്റേറ്റ് മേഖലയിൽ ജോലി ചെയ്യുമ്പോൾ, ഞാൻ താമസിച്ചിരുന്നതും ജോലി ചെയ്തിരുന്നതും ചെറിയ ജനസംഖ്യയുള്ള സ്ഥലത്തായിരുന്നു. ഞാൻ പിന്നെയും പിന്നെയും കണ്ടുകൊണ്ടിരുന്നത്, ഒരേ തലത്തിൽ പ്രവർത്തിച്ചിരുന്ന ഒരേ മനുഷ്യരെ തന്നെയായിരുന്നു. ഞാൻ ഉദ്ദേശിച്ച ഇടത്തെത്താൻ, എന്റെ കൂട്ടുകെട്ടിന്റെ വ്യാപ്തി ഒന്നുകൂടി വിപുലീകരിക്കണമായിരുന്നു.

ഞാൻ ഭൂമിയിലെ ഏറ്റവും മനോഹരവും സമ്പന്നവുമായ സ്ഥലങ്ങളിൽ ഒന്നായ, സാൻ ഫ്രാൻസിസ്കോയുടെ വടക്ക് സ്ഥിതി ചെയ്യുന്ന, മാരിൻ കൗണ്ടിയിലെ ടിബുറോൺ എന്ന ഇടത്തേക്ക് യാത്ര തിരിച്ചു. നിങ്ങൾ മൊണാകോ സന്ദർശിച്ചിട്ടുണ്ടോ? അതിന് സമാനമാണ് ടിബുറോൺ, പക്ഷേ അതിലും ഭംഗിയോടെ. വളരെ മനോഹരമായ ഇടം. കടലിൽ നിന്നും ലഭിക്കുന്ന ഭക്ഷ്യസമ്പത്തിന് പേരുകേട്ട ഭക്ഷണശാലയിലേക്ക് പോയി, തുറമുഖത്തിനടുത്തുള്ള സാംസ്. ഭക്ഷണം രുചികരമായിരുന്നു, അതിലുപരി, ആ സ്ഥലത്തെ പ്രധാന ധനികരുടെ ഇഷ്ട ഭക്ഷണശാല കൂടിയായിരുന്നു അത്.

സാംസിൽ പോയി കൂട്ടുകെട്ട് വിപുലീകരിക്കുന്നതിനൊപ്പം, ഞാൻ തുറമുഖത്ത് പോയിരുന്ന് മലഞ്ചെരുവിലേക്ക് നോക്കിയിരിക്കും. അവിടെ കാണാവുന്ന ആഡംബര വീടുകൾ കണ്ട് ഞാൻ കോരിത്തരിച്ചു പോയി. അതിലൊന്ന് എന്റെ ശ്രദ്ധ പിടിച്ചുപറ്റി. ഇടിവെട്ടേൽക്കാതിരിക്കാനുള്ള വലിയ ലോഹദണ്ഡും ലിഫ്റ്റും ഒക്കെയുള്ള, നീല നിറത്തിൽ ഒരു നാല് നില കെട്ടിടം. ഞാൻ എന്നോട് തന്നെ പലപ്പോഴും ചോദിക്കാറുണ്ട്, *എല്ലാം തികഞ്ഞ ഒരു വീട് എങ്ങനെയിരിക്കും? ആരെങ്കിലും എനിക്കൊരു വീട് നൽകാമെന്ന്* പറയുക*യാണെങ്കിൽ, ഞാനേത് തിരഞ്ഞെടുക്കും?* അതിനുത്തരം

എല്ലായ്പ്പോഴും ഒന്ന് തന്നെയായിരുന്നു, ഈ മനോഹര നീല ഗൃഹം. നമ്മൾ കാണാവുന്നതിൽ വെച്ച് ഏറ്റവും നല്ല സ്ഥലത്തായിരുന്നു അത് പണിതിരുന്നത്, അക്കൂട്ടത്തിൽ ഏറ്റവും മികച്ചത്.

ഒരു ദിവസം രാവിലെ പ്രാതലിനു ശേഷമുള്ള ലഘു ഭക്ഷണം കഴിഞ്ഞ് വീട്ടിലേക്ക് പോകുമ്പോൾ, വീട് വില്പനയ്ക്ക് എന്ന ഫലകം കണ്ട് അതൊന്ന് കണ്ടുകളയാം എന്ന് കരുതി. അങ്ങനെ ഒന്നിനു പുറകെ ഒന്നായി അടയാളങ്ങൾ എന്നെ ഇടുങ്ങിയ പാതയിലൂടെ മലമുകളിലെത്തിച്ചു. അവസാനം വിജ്ഞാപനത്തിൽ കണ്ട വീട് ഞാൻ അവിടെ കണ്ടെത്തി. അകത്തുകയറി കടലിലേക്ക് തുറക്കുന്ന ജനാലവാതിൽ തുറന്നപ്പോൾ, ഒരു ലോകം എന്റെ മുന്നിൽ പ്രദർശിക്കപ്പെട്ടു. ടിബുറോൺ ദ്വീപിന്റെ ഒരറ്റം, ഏഞ്ചൽ ദ്വീപ്, ബെർക്ലി, കടൽ പാലം, സാൻ ഫ്രാൻസിസ്കോ നഗരത്തിന്റെ സമ്പൂർണ്ണ ചക്രവാളം ഗോൾഡൻ ഗേറ്റ് പാലം വരെ... 300 ഡിഗ്രി കാഴ്ച. ഞാൻ ബാൽക്കണിയിൽ ചെന്ന് ചുറ്റും കണ്ണോടിച്ചു. പെട്ടെന്ന് ഞാൻ തിരിച്ചറിഞ്ഞു, ഈ വീടായിരുന്നു വർഷങ്ങളായി ഞാൻ നോക്കിയിരുന്നത്! ആ നീല ഗൃഹം ഇതായിരുന്നു! ഞാൻ അപ്പോൾ തന്നെ കരാർ ഒപ്പിട്ടു. എന്റെ സ്വപ്നഗൃഹം ഞാൻ സ്വന്തമാക്കി!

ജീവിതം മാറ്റിമറിക്കുന്ന തരത്തിലുള്ള ഒരാളെയെങ്കിലും സാംസിൽ വെച്ച് ഞാൻ കണ്ടെന്നു പറയാനാകില്ല. എന്തായാലും, ആ ചുറ്റുപാട് എന്നിൽ ശക്തമായ സ്വാധീനം ഉണ്ടാക്കി. മലമുകളിലെ വീടുകൾ നോക്കിയിരുന്നത്, എന്റെ അഭിലാഷങ്ങളിൽ ഇന്ധനം നിറച്ച് സ്വപ്നങ്ങളെ വിപുലീകരിച്ചു. സ്വപ്നം സാക്ഷാൽകരിക്കും വിധം ഇത്ര കഠിനമായി അധ്വാനിക്കുമെന്ന് ഞാൻ ഒരിക്കലും കരുതിയിരുന്നില്ല, പക്ഷേ അത് സാധിച്ചു!

ചിലപ്പോൾ നിങ്ങൾ വസിക്കുന്ന ചുറ്റുപാടുകളെക്കാൾ വലുതായിരിക്കും നിങ്ങൾ ഹൃദയത്തിൽ കൊണ്ടുനടക്കുന്ന സ്വപ്നം. അതിന്റെ സാക്ഷാൽകാരത്തിനായി നിങ്ങൾക്ക് ആ ചുറ്റുപാടിൽ നിന്നും പുറത്തു വരണമായിരിക്കാം. അത് ഒരു ഓക്ക് മരത്തെ ചട്ടിക്കകത്ത് നടുന്ന പോലെയാണ്. തൈക്ക് വേര് പടർന്നു തുടങ്ങുമ്പോൾ, ചട്ടിയിലെ സ്ഥലം മതിയായെന്നു വരില്ല. ഒരു വന്മരമായി വളരാൻ വിശാലമായ ഇടം വേണം. അതുപോലെതന്നെ നിങ്ങൾക്കും.

ഞാൻ നിങ്ങളുടെ ചുറ്റുപാടുകളെക്കുറിച്ച് പറയുമ്പോൾ, നിങ്ങൾ വസിക്കുന്ന സ്ഥലത്തെ മാത്രമല്ല ഉദ്ദേശിക്കുന്നത്. നിങ്ങളുടെ ചുറ്റുമുള്ള എല്ലാം അതിൽ ഉൾപ്പെടും. നിങ്ങളുടെ വിജയത്തിനായി സഹായിക്കുന്ന ഒരു ശുഭകരമായ ചുറ്റുപാട് നിർമ്മിക്കുകയെന്നാൽ,

ജീവിതത്തിലെ കളകൾ പറിച്ച് കളയുക എന്നാണ്. നിങ്ങളുടെ കാര്യക്ഷമമായ പ്രവൃത്തികളെ ബാധിക്കുന്ന ഭൗതികമായ തടസ്സങ്ങളെ മാത്രമല്ല (അതും പ്രധാനം തന്നെയാണ്!), നിങ്ങളുമായി ഒത്തുപോകാത്ത, പ്രവർത്തന രഹിതമായ, നിലവാരം തകർക്കുന്ന മാനസിക തടസ്സങ്ങളെയും. ജീവിതത്തിലെ ഓരോ അപൂർണ്ണമായ ഭാഗവും, നിങ്ങളുടെ ത്വരയെ ഒഴുക്കിക്കളയും, രക്തം ഉറുഞ്ചിയെടുക്കുന്ന രക്തദാഹിയെ പോലെ ഊർജ്ജത്തെ ഊറ്റിയെടുക്കും. നിറവേറ്റപ്പെടാത്ത ഓരോ പ്രതിജ്ഞയും ചുമതലയും കരാറും, നിങ്ങളുടെ ചാലക ശക്തിയെ തടഞ്ഞ്, മുന്നോട്ട് കുതിക്കാനുള്ള കഴിവിനെ നിഷേധിച്ച്, നിങ്ങളിലെ ശക്തിയെ അടിച്ചമർത്തും. പൂർത്തീകരിക്കപ്പെടാത്ത ഉദ്യമങ്ങൾ നിങ്ങളെ ഭൂതകാലത്തേക്ക് തിരികെ വിളിച്ച്, അവയിൽ ശ്രദ്ധ കേന്ദ്രീകരിക്കാൻ ആവശ്യപ്പെടും. അതുകൊണ്ട് ഇന്ന് എന്ത് തീർക്കാൻ സാധിക്കുമെന്നതിനെക്കുറിച്ച് ആലോചിക്കുക.

കൂടാതെ, ലക്ഷ്യങ്ങളിലെത്താനായി ചുറ്റുപാടുകൾ നിർമ്മിക്കുമ്പോൾ, നിങ്ങളുടെ സഹനശക്തിക്കുള്ള പ്രതിഫലം ലഭിക്കുമെന്ന് ഓർക്കുക. ഇത് ജീവിതത്തിലെ ഓരോ മേഖലയിലും സത്യമാണ്, പ്രത്യേകിച്ച് കുടുംബവും സുഹൃത്തുക്കളും സഹപ്രവർത്തകരും ഒക്കെയായുള്ള ബന്ധങ്ങളുടെ കാര്യത്തിൽ. നിങ്ങൾ ക്ഷമിക്കാൻ തയ്യാറായതിന്റെ ഫലമാണ് നിങ്ങളുടെ ഇപ്പോഴത്തെ സാഹചര്യങ്ങളും ചുറ്റുപാടുകളും. മറ്റൊരു തരത്തിൽ, *നിങ്ങളുടെ അർഹതയ്ക്കനുസരിച്ച് പ്രതീക്ഷിക്കുന്നതും സ്വീകരിക്കുന്നതും നിങ്ങൾക്ക് ലഭിക്കും.*

നിങ്ങൾ അപമര്യാദയെ സഹിച്ചാൽ, മര്യാദ ലഭിക്കുകയില്ല. നിങ്ങളുടെ കാത്തിരിപ്പിന്റെ വിലയറിയാതെ ആളുകൾ വൈകി വരുന്നത് നിങ്ങൾ സഹിച്ചാൽ, അവർ എന്നും അതുതന്നെ തുടരും. തുച്ഛമായ ശമ്പളവും അമിതമായ ജോലിഭാരവുമാണ് നിങ്ങൾ സഹിക്കുന്നതെങ്കിൽ, അതിൽ നിന്നും മോചനമുണ്ടാകില്ല. നിങ്ങളുടെ ശരീരത്തിന്റെ അമിതഭാരവും അവശതയും അനാരോഗ്യവും സഹിച്ചാൽ, അതൊരിക്കലും മാറില്ല.

നിങ്ങൾ സ്വയം നിശ്ചയിക്കുന്ന നിലവാരത്തിനനുസരിച്ച് ജീവിതം ക്രമപ്പെടുന്നത് വിചിത്രമാണ്. ചിലർ കരുതും, മറ്റുള്ളവരുടെ പെരുമാറ്റത്തിന് ഇരയാണ് തങ്ങൾ എന്ന്. പക്ഷേ, സത്യത്തിൽ, നമ്മളെ മറ്റുള്ളവർ നമ്മളോട് പെരുമാറുന്നതിന് അതിര് നിശ്ചയിക്കേണ്ടത് നമ്മളാണ്. നിങ്ങളുടെ മാനസികവും ശാരീരികവും വികാരപരവുമായ വ്യാപ്തി നിശ്ചയിച്ച് അത് സംരക്ഷിക്കുക.

എന്നാൽ നിങ്ങൾക്ക് ലോകം അടിച്ചേല്പിക്കുന്ന ബഹളവും സമ്മർദ്ദവും വകവെക്കാതെ സമാധാനത്തോടെ ജീവിക്കാം.

ചാലക ശക്തി വന്നുപോകുക മാത്രമല്ലാതെ നിരന്തരമായി കൂടെയുണ്ടാകാൻ, അച്ചടക്കത്തോടെയുള്ള താളവും സ്ഥിരതയും വളർത്തണമെങ്കിൽ, നിങ്ങളുടെ ലക്ഷ്യത്തേയും പ്രവർത്തനത്തേയും പ്രകടനത്തേയും ചുറ്റുപാടുകൾ ലോകോത്തര നിലവാരത്തിൽ സ്വീകരിക്കുകയും സഹായിക്കുകയും ചെയ്യുന്നുണ്ടെന്ന് ഉറപ്പ് വരുത്തുക.

ലോകോത്തര നിലവാരത്തെക്കുറിച്ച് പറയുമ്പോൾ, അടുത്ത അദ്ധ്യായത്തിൽ, ഇതുവരെ നമ്മൾ പഠിച്ചതെല്ലാം ഉപയോഗിച്ച് ലക്ഷ്യത്തിലേക്കുള്ള വേഗത കൂട്ടാനുള്ള വിജയരഹസ്യം പറഞ്ഞു തരാം. മറ്റുള്ളവരേക്കാൾ വളരെ കുറച്ച് മാത്രം അധികം പ്രയത്നിച്ച് വലിയ നേട്ടങ്ങൾ കൊയ്യുന്നത് ചതിക്കുന്നതിന് തുല്യമല്ലേ, അല്ലെങ്കിൽ, നീതിയുക്തമല്ലാത്ത മുൻതൂക്കം? പക്ഷേ ജീവിതം നീതിയുക്തമാണെന്ന് ആരു പറഞ്ഞു?

സംയുക്ത പ്രഭാവം അനുകൂലമായി പ്രവർത്തിപ്പിക്കൂ

നടപടിക്രമങ്ങളുടെ സംഗ്രഹം

- നിങ്ങളുടെ ജീവിതത്തിൽ മാധ്യമങ്ങളും വാർത്തകളും ചെലുത്തുന്ന സ്വാധീനത്തിന്റെ അളവ് കണ്ടെത്തുക. എന്തിൽ നിന്നുമാണ് നിങ്ങളുടെ പാത്രത്തെ (മനസ്സിനെ) സംരക്ഷിക്കേണ്ടതെന്നും, എങ്ങനെയാണ് പാത്രത്തെ (മനസ്സിനെ) ആരുമായാണ് വേർപിരിയേണ്ടത്? കൂട്ടുകെട്ടുകൾ വിപുലീകരിക്കേണ്ട വഴികൾ ഒരുക്കുക.
- കഠിനാധ്വാനിയായ ഒരു പ്രവർത്തകനെ തിരഞ്ഞെടുക്കുക. പരസ്പരമുള്ള ഉത്തരവാദിത്വബോധത്തെ നിലനിർത്താൻ എന്ത് വേണമെന്നും, എപ്പോൾ ബന്ധപ്പെടണമെന്നും, അതിന്റെ ഇടവേളകളും നിശ്ചയിക്കുക. ഓരോ സംഭാഷണങ്ങളിലും പ്രോത്സാഹിപ്പിക്കുന്ന, സഹായിക്കുന്ന, നല്ല വിവരങ്ങളുപയോഗിച്ച് നിറയ്ക്കുക എന്നും തീരുമാനിക്കുക.
- നിങ്ങളുടെ ഇപ്പോഴത്തെ കൂട്ടുകെട്ടുകളെ വിലയിരുത്തുക. ആരുമായുള്ള അടുപ്പമാണ് ഇനിയങ്ങോട്ട് ചുരുക്കേണ്ടത്?
- എന്തുതരം ആശയങ്ങളാണ് നിങ്ങൾ അയാളിൽ നിന്നും പ്രതീക്ഷിക്കുന്നത്?
- ഒരു മാർഗ്ഗദർശിയെയാണോ തിരയുന്നത്? ഭാഗ്യവശാൽ, എന്റെ പക്കൽ ഒരാളുണ്ട്! DarrenDaily.com സന്ദർശിക്കൂ, ഇതുവരെ ചെയ്തിട്ടില്ലെങ്കിൽ വരിക്കാരാകുക, എന്നെ ഉപദേശകനായി നേടുക (ഒരു ചിലവുമില്ലാതെ)!

നിങ്ങളുടെ ഉപകരണത്തിൽ നേരിട്ട് സൗജന്യമായി പൂരിപ്പിക്കുവാനും സൂക്ഷിക്കുവാനും വേണ്ടിയുള്ള, നിങ്ങൾ ചെയ്യുന്ന ഈ പ്രവർത്തന ഘട്ടങ്ങളുടെ എഡിറ്റ് ചെയ്യാവുന്ന PDF ഡൗൺലോഡ് ചെയ്യാൻ, സന്ദർശിക്കുക :

THECOMPOUNDEFFECT.COM/RESOURCES

അദ്ധ്യായം 6

ത്വരണം

ഞാൻ കാലിഫോർണിയയിലെ ലാ ജോല്ലയിൽ താമസിക്കുന്ന സമയത്ത്, വ്യായാമത്തിനായും എന്റെ ഇച്ഛാശക്തിയെ പരീക്ഷിക്കാനായും, ദിവസവും സോലെഡാഡ് കുന്നിൻമുകളിലേക്ക് രണ്ട് മൈൽ ദൂരം സൈക്കിളിൽ സഞ്ചരിക്കാറുണ്ട്. നിർത്താതെ കുത്തനെയുള്ള കുന്നിൻമുകളിലേക്ക് സൈക്കിളോടിക്കുന്ന പോലെ വേദനയും യാതനയും തരുന്ന വളരെ കുറച്ച് കാര്യങ്ങൾ മാത്രമേ നിങ്ങൾ സ്വേച്ഛയാ ചെയ്യുകയുള്ളൂ. നിങ്ങൾ ആകെ തളർന്നുപോകുന്ന, ഉള്ളിലെ നിങ്ങളെ തന്നെ മുഖാമുഖം കാണുന്ന ഒരു സമയം വരും. പെട്ടെന്ന്, നിങ്ങളെക്കുറിച്ചുണ്ടായിരുന്ന രൂപവും ധാരണകളും എല്ലാം ഉരിഞ്ഞുപോയി നഗ്നസത്യം വെളിപ്പെടും. സൈക്കിളോട്ടം നിർത്തുന്നത് കുഴപ്പമില്ല എന്നതിനെ അനുകൂലിക്കുന്നതിനായി എല്ലാ തരത്തിലുമുള്ള വാദങ്ങളും നിരത്താൻ നിങ്ങളുടെ മനസ്സ് ആരംഭിക്കും. അപ്പോഴാണ് ജീവിതത്തിലെ ഏറ്റവും മഹത്തായ ചോദ്യത്തെ നേരിടാൻ പോകുന്നത് : നിങ്ങൾ വേദനകളെല്ലാം അവഗണിച്ച് മുന്നേറുമോ, അതോ ചീട്ടുകൊട്ടാരം പോലെ തകർന്ന് പിന്മാറുമോ?

2018-ലെ ബോസ്റ്റൺ മാരത്തൺ ഓടുന്ന സമയത്ത്, ഡിസൈരീ 'ഡെസ്' ലിൻഡൻ മത്സരത്തിൽ നിന്നും പിന്മാറണമെന്ന് കരുതിയതായിരുന്നു. അന്ന് ഈർപ്പമായിരുന്നു, മഴയുണ്ടായിരുന്നു, മുപ്പത് വർഷത്തിനിടെ ഏറ്റവും തണുപ്പുള്ള താപനില. ഡെസ് ആവശ്യത്തിന് വെള്ളം കുടിച്ചിട്ടില്ലെന്നും കാലിൽ പേശിവലിവ് സംഭവിക്കുമെന്നും ഉറപ്പിച്ചിരുന്നു.

ഡെസ് സ്വന്തം നാട്ടുകാരിയായ അമേരിക്കക്കാരി ഷലേൻ

ഫ്ലാനഗനോട് താൻ പിന്മാറാൻ പോകുകയാണെന്ന് പറഞ്ഞു. അതുകൊണ്ട് എന്തെങ്കിലും ആവശ്യമുണ്ടെങ്കിൽ, എങ്ങനെയെങ്കിലും സഹായിക്കണമെങ്കിൽ, പിന്മാറുന്നതിനു മുമ്പ് അറിയിക്കാനാവശ്യപ്പെട്ടു.

ഷലേൻ ഡെസിനോട് സ്വകാര്യമായി ശുചിമുറിയിലേക്ക് പോകണമെന്ന് പറഞ്ഞു. ഡെസ് ഷലേനോടോപ്പം വേഗത കുറച്ചു. എന്നിട്ട് ഷലേനെ തിരിച്ചെത്തി മുന്നേറ്റ നിര എത്തിക്കുന്നതുവരെ താൻ പിന്മാറില്ലെന്ന് വാക്ക് കൊടുത്തു.

മരവിപ്പിക്കുന്ന തണുപ്പും തോരാതെ പെയ്യുന്ന മഴയും വീശിയടിക്കുന്ന കാറ്റും വകവെക്കാതെ, ഡെസ് ഷലേനെ മുന്നിലെത്തിക്കാൻ സഹായിച്ചു. അപ്പോഴാണ് അവർ മനസ്സിലാക്കിയത്, താനിപ്പോൾ മൂന്നാമതോ നാലാമതോ ആണെന്ന്. “ഞാൻ കരുതി, ‘തീർച്ചയായും ഞാൻ പിന്മാറരുത്’', ഞാൻ മുന്നോട്ട് കുതിച്ചു... ഞാൻ കഷ്ടപ്പെട്ടു, ചില സമയങ്ങളിൽ വികാരങ്ങളെ മറന്ന് ലക്ഷ്യത്തിൽ ശ്രദ്ധയൂന്നി പരിശ്രമിച്ചാൽ, അത് എല്ലാം മാറ്റിമറിച്ചേക്കാം.” മത്സരത്തിനു ശേഷമുള്ള അഭിമുഖത്തിൽ ഡെസ് വിശദീകരിച്ചു.

ഫ്ലാനഗൻ ക്ഷീണിച്ചിരുന്നു, പക്ഷേ ഡെസ് ഓട്ടം തുടർന്നു. അവർക്ക് മുന്നിൽ ദുബായിലെയും ഹ്യൂസ്റ്റണിലെയും മാരത്തൺ ജേതാവായ എത്യോപ്യയുടെ മമിട്ടു ഡസ്കു ഉണ്ടായിരുന്നു. പകുതിവഴി ആകുമ്പോഴേക്കും തന്നെ മമിട്ടു മുന്നേറ്റ നിരയെ പിന്തള്ളി മുപ്പത് സെക്കന്റ് മുന്നിലായിരുന്നു.

ഇപ്പോൾ ഒറ്റയ്ക്ക്, നനഞ്ഞു കുതിർന്ന്, പേശികൾ വലിഞ്ഞുമുറുകി, പത്ത് മൈൽ വേഗതയിൽ വീശുന്ന കാറ്റിനെതിരെ ഓടി, ഇരുപത്തൊന്നാം മൈലിൽ വെച്ച് ഡെസ് ലിൻഡൻ മമിട്ടുവിനെ പിന്നിലാക്കി. 2 മണിക്കൂർ, 39 മിനിറ്റ്, 54 സെക്കന്റിൽ മത്സരം പൂർത്തിയാക്കി, 33 വർഷത്തിനിടെ ബോസ്റ്റൺ മാരത്തൺ വിജയിക്കുന്ന് ആദ്യ അമേരിക്കൻ വനിതയായി ഡെസ്.

ഈ അദ്ധ്യായത്തിൽ, നിർണ്ണായക നിമിഷങ്ങളെക്കുറിച്ചും, സംയുക്ത പ്രഭാവം എങ്ങനെയാണ് നിങ്ങളെ പുതിയ, വലിയ ഉയരങ്ങളിലേക്ക് (വിചാരിച്ചതിലും വേഗത്തിൽ) എത്താൻ സഹായിക്കുന്നത് എന്നതിനെക്കുറിച്ചുമാണ് സംസാരിക്കാൻ ആഗ്രഹിക്കുന്നത്. നിങ്ങൾ തയ്യാറെടുത്ത്, പരിശീലിച്ച്, പഠിച്ച്, തുടർന്ന് പ്രവർത്തിക്കുകയാണെങ്കിൽ, ഇന്നല്ലെങ്കിൽ നാളെ നിങ്ങൾ നിർണ്ണായക നിമിഷത്തിലേക്ക് എത്തിച്ചേരും. ആ നിമിഷം നിങ്ങൾ തീരുമാനിക്കും, നിങ്ങൾ ആരാണെന്നും നിങ്ങൾ ആരായി

മാറുന്നുവെന്നും. ഈ നിമിഷങ്ങളിലാണ് വളർച്ചയും അഭിവൃദ്ധിയും കാണപ്പെടുന്നത് : മുന്നോട്ട് പോകണോ പിന്മാറണോ, വിജയ പീഠത്തിലേക്ക് കയറി കിരീടം വഹിക്കണോ ആൾക്കൂട്ടത്തിനിടയിൽ നിന്ന് മറ്റുള്ളവരുടെ വിജയങ്ങൾക്കായി കൈയടിക്കണോ.

നിങ്ങളുടെ സൗഭാഗ്യങ്ങളെ അധികരിപ്പിക്കാൻ, മറ്റുള്ളവർ പ്രതീക്ഷിക്കുന്നതിലും അധികം എങ്ങനെ തുടർന്നു പ്രയത്നിക്കുന്നു എന്നും നമുക്ക് നോക്കാം.

നിർണ്ണായക നിമിഷങ്ങൾ

"അത് ബുദ്ധിമുട്ടാകേണ്ടതായിരുന്നു." ബോസ്റ്റൺ മാരത്തൺ വിജയിച്ച ശേഷം ഡെസ് ലിൻഡൻ പത്രക്കാരോട് പറഞ്ഞു.

അതിനു മുമ്പിലത്തെ വർഷം, ഓട്ട മത്സരങ്ങളോട് വിട പറയാൻ ഉദ്ദേശിച്ചതായിരുന്നു. "എനിക്ക് തീരെ താൽപര്യമില്ലായിരുന്നു." *ഒൺലി എ ഗെയിം* എന്ന് മാധ്യമത്തോട് അവർ പറഞ്ഞു. ഡെസ് ആകെ തളർന്നിരുന്നു, ഒരു മത്സരത്തിൽ മോശം അനുഭവമുണ്ടായി. അതിന്റെ ഫലം താൻ ഏറ്റവും കൂടുതൽ ഇഷ്ടപ്പെടുന്ന കായിക ഇനത്തെ കളങ്കപ്പെടുത്തുമോ എന്നവർ ഭയപ്പെട്ടു.

2017-ലെ ഓഗസ്റ്റ് മുഴുവനും അവർ ഓടിയില്ല; ഒരു മാസത്തേക്ക് സ്റ്റീഫൻ കറി ബാസ്ക്കറ്റ് ബോൾ കോർട്ടിലേക്ക് കയറാതിരിക്കുന്ന പോലെ, ആരോൺ റോഡ്ജെർസ് റഗ്ബി പന്ത് തൊടാതിരിക്കുന്ന പോലെ, സെറീന വില്ല്യംസ് റാക്കറ്റ് എടുക്കാതിരിക്കുന്ന പോലെ.

പക്ഷേ, പിന്നീട് ഡെസ് ഓടാൻ ആരംഭിച്ചു. ആദ്യം പതിയെ തുടങ്ങി, വൈകാതെ ഓട്ടത്തോടുള്ള തന്റെ ഇഷ്ടം അവർ തിരിച്ചറിഞ്ഞു. "എനിക്ക് മത്സരിക്കാനിഷ്ടമാണ്. മത്സര ഫലങ്ങളിൽ ശ്രദ്ധിക്കരുതെന്ന് തീരുമാനിച്ചു. എന്റെ നിലപാട് ഇതായിരുന്നു, 'പങ്കെടുക്കുക, കുറച്ചുപേരെ തോൽപിക്കാൻ ശ്രമിക്കുക'." അതിന് കുറച്ച് മാസങ്ങൾക്ക് ശേഷമാണ്, ഡെസ് ബോസ്റ്റണിലെ തന്റെ ആദ്യത്തെ പ്രധാന മാരത്തൺ വിജയിക്കുന്നത്.

റിയൽ എസ്റ്റേറ്റ് മേഖലയിൽ ഉള്ളപ്പോൾ, പലപ്പോഴും മടുപ്പ് തോന്നിയിട്ടുണ്ട്. വില്പന പട്ടികയിലെ കാലാവധി തീർന്ന വസ്തു കാണാൻ പോകുമ്പോൾ, അവസാന ഇടപാടിന്മേലുള്ള പ്രതീക്ഷയും തകരുമ്പോൾ, ഞാൻ ജോലി സംബന്ധമായ വിളികൾ ഒഴിവാക്കാനായി ആവുന്നത്ര ഒഴിവുകഴിവുകൾ തിരഞ്ഞെടുത്ത് ഓഫീസിലേക്ക്

തിരിക്കും. ജോലിക്കാര്യത്തിനായി സ്ഥലങ്ങൾ കാണാൻ പോകുമ്പോൾ, നായകൾ എനിക്കുനേരെ കുരയ്ക്കാറുണ്ട്, മഴക്കോളുണ്ടാകാറുണ്ട്. കക്ഷികളുടെ ജോലിത്തിരക്കെല്ലാം ഒഴിഞ്ഞ് ഞാൻ അവരെ വിളിക്കുന്നത് വൈകുന്നേരം അഞ്ച് മുതൽ ഒമ്പത് മണി വരെയുള്ള സമയത്താണ് (ആദ്യമായാവും അവരോട് ഞാൻ സംസാരിക്കുന്നത്). ആ സമയത്തായതിനാൽ, അത്താഴം കഴിക്കുമ്പോൾ, അല്ലെങ്കിൽ ഇഷ്ട പരിപാടി കാണുമ്പോൾ ശല്യപ്പെടുത്തി എന്നും പറഞ്ഞ് വഴക്ക് കേൾക്കാറുണ്ട്. ഒരു ഗ്ലാസ് വെള്ളം കുടിക്കാനോ, ഒന്ന് ശുചിമുറിയിലേക്ക് പോകാനോ ഒരു ഇടവേള തീർച്ചയായും എനിക്ക് ആവശ്യമായിരിക്കും. പക്ഷേ, പിന്മാറുന്നതിന് പകരം, ഓരോ തവണ മാനസികമായി തളരുമ്പോഴും, എന്റെ പ്രതിയോഗികളും ഇതേ വെല്ലുവിളികളിലൂടെയല്ലേ കടന്നുപോകുന്നുണ്ടാവുക എന്ന് ചിന്തിക്കും. ഈ നിമിഷവും ഞാൻ മനസ്സിലാക്കും, മുന്നോട്ട് പോകുകയാണെങ്കിൽ, അവരെക്കാൾ ഒരുപാട് മുന്നിലെത്താൻ എനിക്ക് സാധിക്കും. ഇവിടെയാണ് വിജയങ്ങളും പുരോഗതിയും നിർണ്ണയിക്കപ്പെടുന്നത്. കൂട്ടത്തിൽ ഒരാളായി ഓടുമ്പോൾ ബുദ്ധിമുട്ടോ വേദനകളോ വെല്ലുവിളികളോ ഇല്ല. കൂടെ ഓടുന്നു, മുന്നേറുന്നില്ല. നിങ്ങൾ ഓടിത്തളരുന്നതല്ല ഇവിടെ പ്രധാനം, തളർന്നെണീറ്റ *ശേഷം* എന്തു ചെയ്യുന്നു എന്നതാണ്.

പ്രശസ്ത റഗ്ബി കോച്ച് ലൂ ഹോൾട്ട്സിന് അറിയാമായിരുന്നു, വിജയിക്കാൻ സഹായിച്ച നിങ്ങളുടെ പരമാവധി പ്രയത്നത്തിനു ശേഷം എന്തു ചെയ്യുന്നു എന്നതാണ് പ്രധാനം എന്ന്. ഒരു മത്സരത്തിൽ, പകുതി സമയം കഴിഞ്ഞപ്പോൾ, അദ്ദേഹത്തിന്റെ ടീം 42-0 എന്ന പോയിന്റിന് പിന്നിലായിരുന്നു. ആ ഇടവേളയിൽ ലൂ തന്റെ കളിക്കാർക്ക് പന്ത് തിരിച്ചുപിടിച്ച് മത്സരം എങ്ങനെ വരുതിയിലാക്കാം എന്ന് ഹ്രസ്വചിത്രങ്ങളുടെ സഹായത്തോടെ വിശദീകരിച്ചു. എന്നിട്ട് പറഞ്ഞു, "നിങ്ങളെന്റെ ടീമിലുള്ളത് ഓരോ കളിയും നിങ്ങൾ പരമാവധി പരിശ്രമിക്കും എന്നതു കൊണ്ടല്ല. എല്ലാ ടീമിലേയും കളിക്കാർ അതുതന്നെയാവും ചെയ്യുക. ഓരോ കളിയിലേയും നിർണ്ണായക സമയങ്ങളിൽ നൽകുന്ന അധിക പ്രയത്നത്തിനാലാണ് നിങ്ങൾ ഈ ടീമിലുള്ളത്. നിങ്ങളുടെ പരമാവധി കൊടുത്ത ശേഷമുള്ള ആ അധിക പ്രയത്നമാണ് മാറ്റങ്ങൾ കൊണ്ടുവരുന്നത്." രണ്ടാം പകുതിയിൽ അദ്ദേഹത്തിന്റെ ടീം വിജയം കൈവരിച്ചു. ഇങ്ങനെയാണ് വിജയിക്കേണ്ടത്.

എക്കാലത്തെയും മികച്ച ഗുസ്തിക്കാരിൽ ഒരാളായിരുന്നു മുഹമ്മദ് അലി. അദ്ദേഹത്തെ പ്രശസ്തനാക്കിയത് അദ്ദേഹത്തിന്റെ

വേഗവും ഊർജ്ജസ്വലതയും മാത്രമല്ല, കൗശലം കൂടിയായിരുന്നു. 1974 ഒക്ടോബർ 30-ന്, 'റമ്പിൾ ഇൻ ദി ജംഗിൾ'-ൽ, ഗുസ്തി മത്സര ചരിത്രത്തിലെ ഏറ്റവും വലിയ അട്ടിമറികളിൽ ഒന്നിലൂടെ, ജോർജ് ഫോർമാനെ തോല്പിച്ച്, അലി തന്റെ ഹെവി വെയ്റ്റ് പട്ടം തിരിച്ച പിടിച്ചു. ഒരാൾ പോലും, അലിയുടെ വളരെ വലിയ ആരാധകനായിരുന്ന ഹൌവർഡ് കോസെൽ പോലും കരുതിയിരുന്നില്ല അത് സംഭവിക്കുമെന്ന്. ഇതിന് മുമ്പ് ജോ ഫ്രേസിയെറും കെൻ നോർട്ടണും അലിയെ തോല്പിച്ചിട്ടുണ്ട്, വെറും രണ്ട് റൌണ്ടിലാണ് ഫോർമാൻ ഇവരെ ജയിച്ചത്. അലിയുടെ തന്ത്രമെന്തായിരുന്നു? യുവജേതാവിന്റെ ദൗർബല്യത്തെ മുതലെടുക്കുക : അവന്റെ സ്ഥിരതയുടെ അഭാവം. ഫോർമാനെ പരമാവധി തളർത്തിയാൽ, തനിക്ക് മുൻതൂക്കം ലഭിക്കുമെന്ന് അലിക്ക് അറിയാമായിരുന്നു. അലി കൊണ്ടുവന്ന ഈ തന്ത്രമാണ് പിന്നീട് 'റോപ്-എ-ഡോപ്' എന്ന് അറിയപ്പെട്ടത്. ഏഴ് റൌണ്ടുകളുടനീളം, അലി മുഖം മറച്ചു പിടിച്ച് കയറിൽ ചാരി നിന്നു, ആ സമയം ഫോർമാൻ നൂറ് കണക്കിന് പ്രഹരം നൽകി. എട്ടാം റൌണ്ട് ആകുമ്പോഴേക്കും ഫോർമാൻ തളർന്നു. തീർത്തും അവശനായി. അതിനുശേഷമാണ് അലി ഗോദയുടെ നടുവിൽ വെച്ച് ഫോർമാനെ തുടരെ പ്രഹരിക്കാൻ തുടങ്ങിയത്.

ഡെസ് ലിൻഡൻ അഭിമുഖീകരിച്ച അവസ്ഥകൾ ഓർക്കുന്നുണ്ടോ? തുടക്കത്തിൽ താങ്ങാനാവാത്തത്ര തണുപ്പായിരുന്നു, അതിനാൽതന്നെ മത്സരാർത്ഥികൾക്കെല്ലാം വസ്ത്രത്തിന് മേലെ ധരിക്കാൻ ഒരു മേൽചട്ടയും നൽകിയിരുന്നു. 35 മൈൽ വേഗതയിൽ വരെ കാറ്റ് ആഞ്ഞുവീശിയിരുന്നു. നല്ല കാലാവസ്ഥയല്ലാതിരുന്നതിനാൽ, മത്സരാർത്ഥികൾ പ്രോത്സാഹനമായി കണ്ടിരുന്ന കാണികളുടെ എണ്ണവും നേർത്തതായിരുന്നു. "അവിശ്വസനീയമാം വിധം മോശമായിരുന്നു." *ഒൺലി എ ഗെയിമിനോട്* ലിൻഡൻ പറഞ്ഞു. "അതിശക്തമായ മഴയാണ്. നിമിഷങ്ങൾക്കകം നനഞ്ഞു കുതിർന്നു ഞങ്ങൾ. മണിക്കൂറുകൾ ഇനിയും ഓടണം."

പക്ഷേ ഡെസ് മഴയും കാറ്റും മറികടന്ന് മുന്നേറ്റ നിരയെ പിന്തള്ളി. അവർ ഐതിഹാസികമായ ചരിത്ര അടയാളങ്ങളായ ഫെൻവേ പാർക്കും കെൻമോർ സ്ക്വയറും കടന്ന് മത്സരം പൂർത്തിയാക്കുമ്പോൾ അഭിമാനം കൊണ്ട് നിറഞ്ഞിരുന്നു. എത്രയൊക്കെ ബുദ്ധിമുട്ടേറിയ സാഹചര്യങ്ങളുണ്ടായിരുന്നെങ്കിലും, എല്ലാ തടസ്സങ്ങളും മറികടന്ന് ഡിസൈറീ ജേതാവാകേണ്ട ദിവസമായിരുന്നു അന്ന്.

സാഹചര്യങ്ങളെല്ലാം അനുകൂലമാണെങ്കിൽ, കാര്യങ്ങളൊക്കെ എളുപ്പമാണ് : ശ്രദ്ധയെ വ്യതിചലിപ്പിക്കാനൊന്നുമില്ല, തടസ്സപ്പെടുത്താൻ ആരുമില്ല, പ്രലോഭനങ്ങളൊന്നും ആകർഷിക്കുന്നില്ല, മുന്നോട്ടുള്ള പോക്കിനെ ആരും ശല്യപ്പെടുത്തുന്നില്ല. സാഹചര്യങ്ങൾ ബുദ്ധിമുട്ടാകുന്നത് വരെ ഇങ്ങനെ പോകാം. പ്രശ്നങ്ങൾ വന്നുതുടങ്ങുമ്പോൾ, പ്രലോഭനങ്ങൾ വലുതാകുമ്പോൾ, പുരോഗതിക്കുള്ള യോഗ്യത നിങ്ങൾ തെളിയിക്കേണ്ടിവരും. ജിം റോൺ പറയാറുള്ളത് പോലെ, "കാര്യങ്ങൾ എളുപ്പമാകണമെന്ന് ആഗ്രഹിക്കരുത്; നിങ്ങൾ മികച്ചതായിരിക്കണമെന്ന് ആഗ്രഹിക്കൂ."

അച്ചടക്കങ്ങളും ശീലങ്ങളും താളങ്ങളും സ്ഥിരതയും പിന്തുടർന്ന് ക്ഷീണിക്കുമ്പോഴാണ്, ഇപ്പോഴത്തെ നിങ്ങളും പഴയ നിങ്ങളും തമ്മിലുള്ള വ്യത്യാസം മനസ്സിലാകുന്നത്. ക്ഷീണം കണക്കാക്കി, കൂടുതൽ ശക്തനായ, അജയ്യനായ, ജേതാവായ നിങ്ങളെ കാണുന്നത്.

ഇരട്ടിക്കുന്ന ഫലങ്ങൾ

നിങ്ങൾക്കായി ആവേശകരമായ ഒരു അവസരം എന്റെ പക്കലുണ്ട്. എങ്ങനെയാണ് ലളിതമായ ചിട്ടകളും പെരുമാറ്റങ്ങളും സംയുക്തമായി കാലക്രമേണ അവിശ്വസനീയമായ വലിയ പ്രതിഫലങ്ങൾ കൊണ്ടുവരുന്നത് എന്നതിനെക്കുറിച്ച് നമ്മൾ ചർച്ച ചെയ്തു. അതേ പ്രക്രിയയുടെ വേഗത കൂട്ടി ഫലങ്ങൾ ഇരട്ടിപ്പിക്കാൻ കഴിയുമെങ്കിലോ? നിങ്ങൾ താൽപര്യപ്പെടുമോ? എങ്ങനെയാണ് വളരെ കുറച്ചധികം പ്രയത്നം, പ്രതിഫലങ്ങളിൽ ക്രമാതീതമായ വളർച്ചയുണ്ടാക്കുന്നതെന്ന് ഞാൻ പറഞ്ഞുതരാം.

നിങ്ങൾ വ്യായാമം ചെയ്യുകയാണെന്ന് കരുതുക. ക്രമീകരണങ്ങൾ പ്രകാരം, നിങ്ങൾ ഒരേ ഭാരമെടുത്തുള്ള അഭ്യാസം 12 തവണ ആവർത്തിക്കണമെന്ന് പറയുന്നു. ഇനി നിങ്ങളത് പാലിക്കുകയാണെങ്കിൽ, ആ ക്രമം പൂർത്തീകരിച്ചു എന്നു പറയാം. നല്ല കാര്യം. സ്ഥിരമായി പാലിക്കൂ, അവസാനം, ഈ ചിട്ടകൾ സംയുക്തമായി നല്ല ഫലങ്ങൾ കൊണ്ടുവരുന്നത് കാണാം. നിങ്ങൾ 12 തവണ പിന്തുടർന്നു, ക്രമത്തിൽ പറഞ്ഞതിന്റെ പരമാവധി. ശേഷം മൂന്നോ അഞ്ചോ തവണ കൂടി ആവർത്തിച്ചു നോക്കൂ, അതിന്റെ സ്വാധീനം നേരത്തേതിന്റെ പല മടങ്ങായിരിക്കും. സാധാരണ ക്രമത്തിന്റെ കൂടെ കുറച്ച് തവണ കൂടുതൽ ചെയ്യുന്നു എന്നതല്ല. പരമാവധി പ്രയത്നത്തിനു ശേഷം ചെയ്തത് നിങ്ങളുടെ ഫലങ്ങളെ *പലമടങ്ങായി ഇരട്ടിപ്പിക്കുന്നു* എന്നതാണ്. നിങ്ങൾ സ്വയം അതിരുകൾ വിപു

ലീകരിച്ചിരിക്കുന്നു. 12 തവണ എന്നത് നിങ്ങളെ പരമാവധി എന്ന അതിരിലെത്താൻ സഹായിച്ചു, പക്ഷേ അധികമായി ചെയ്തത് നിങ്ങളുടെ അതിരുകൾ വളർത്തിയെടുത്തു.

അർണോൾഡ് ഷ്വാർസെനെഗ്ഗർ *'ദി ചീറ്റിംഗ് പ്രിൻസിപ്പിൾ'* എന്ന ഭാരമെടുത്തുള്ള വ്യായാമമുറയെ പ്രശസ്തമാക്കി. സമ്പൂർണ്ണ പരിശീലനമുറയിൽ കണിശക്കാരനായിരുന്നു അർണോൾഡ്. ഒരു വ്യായാമമുറ പരമാവധി തവണ വൃത്തിയായി ആവർത്തിച്ച ശേഷം, കൈക്കുഴ ക്രമീകരിച്ചോ പിന്നോട്ട് ചാഞ്ഞോ (ചെറിയ വഞ്ചന) ശ്രമിക്കുന്നത് അഞ്ചോ ആറോ തവണ കൂടുതൽ ചെയ്യാൻ സഹായിക്കും. ഇത് മെച്ചപ്പെട്ട ഫലങ്ങൾ തരുമെന്ന് അദ്ദേഹം വാദിച്ചിരുന്നു. ഒരു പങ്കാളിയെ കൂടെ നിർത്തി അവസാന ഘട്ടത്തിൽ ഭാരം എടുക്കാൻ സഹായിക്കാൻ ആവശ്യപ്പെടുന്നതിലൂടെയും ഇത് സാദ്ധ്യമാണ്.

ഒരു ഓട്ടക്കാരനാണെങ്കിൽ, നിങ്ങൾക്ക് അറിയാൻ സാധിക്കും. നിങ്ങൾ അന്നത്തേക്ക് നിശ്ചയിച്ച ലക്ഷ്യം നിറവേറ്റി, പരമാവധി പ്രയത്നിച്ചു. നിങ്ങൾ ക്ഷീണിതനാണ്, പക്ഷേ കുറച്ചുകൂടെ മുൻപോട്ടു പോകും, വളരെ കുറച്ച്. ഈ "വളരെ കുറച്ച്" എന്നത് നിങ്ങളുടെ അതിരിനേക്കാൾ വളരെ മുന്നിലാണ്. ആ ഒരു ഒറ്റ ഓട്ടത്തിന്റെ ഫലം നിങ്ങൾ വർദ്ധിപ്പിച്ചിരിക്കുകയാണ്.

ഒന്നാം അദ്ധ്യായത്തിൽ പറഞ്ഞ, ദിവസംതോറും ഇരട്ടിക്കുന്ന നാണയത്തിന്റെ കാര്യമെടുക്കുക, അത് ചെറിയ പ്രവൃത്തികളുടെ സംയുക്ത ഫലത്തെയാണ് കാണിക്കുന്നത്. ദിവസംതോറും ഇരട്ടിപ്പിക്കുന്നതിനു പുറമേ, ആഴ്ചയിൽ വെറും ഒരു തവണ കൂടെ ചെയ്താൽ, അതേ മുപ്പത്തിയൊന്ന് ദിവസത്തിൽ, നിങ്ങൾക്ക് ലഭിക്കുന്നത് ഒരു കോടി ഡോളർ അല്ല. പകരം, പതിനേഴ് കോടി പത്ത് ലക്ഷം ഡോളറാണ്. കണ്ടോ, നാല് ദിവസത്തെ അധിക പ്രയത്നം മാത്രം, നേട്ടമായത് ഒരുപാടിരട്ടിയും. ഇങ്ങനെയാണ് പ്രതീക്ഷിച്ചതിലും കുറച്ചധികം ചെയ്യുമ്പോഴുള്ള കണക്കുകൾ തരുന്ന ലാഭം.

നിങ്ങളെ തന്നെ സ്വയം എതിരാളിയായി കാണുന്നതാണ് ഫലങ്ങൾ ഇരട്ടിപ്പിക്കുന്നതിനുള്ള മികച്ച മാർഗ്ഗങ്ങളിലൊന്ന്. അത് നിങ്ങൾ അതിരിനും വളരെ അധികം മുന്നോട്ടേക്ക് കൊണ്ടെത്തിക്കും. മറ്റൊരു വഴിയാണ്, മറ്റുള്ളവർ നിങ്ങളെ കുറിച്ച് ധരിച്ചുവെച്ചിരിക്കുന്നതിൽ അധികം മുന്നോട്ടു പോകുന്നത്; 'ആവശ്യത്തിലും' അധികം പരിശ്രമിക്കുക.

പ്രതീക്ഷകൾ മറികടക്കൂ

ഓപ്ര ഈ സിദ്ധാന്തം ഉപയോഗിക്കുന്നതിൽ പ്രശസ്തയാണ്. സൗമ്യതയോടെ തന്നെ മറ്റുള്ളവരുടെ പ്രതീക്ഷകൾക്കപ്പുറം മുന്നേറി, മികച്ച രീതിയിൽ പ്രയത്നിക്കാനും ജീവിക്കാനുമുള്ള കഴിവ്. അവർ തന്റെ പത്തൊൻപതാമത്തെ ഭാഗം സമാരംഭിച്ചത് എങ്ങനെയാണെന്ന് ഓർക്കുന്നുണ്ടോ? ഓപ്രയുടെ കാര്യമായതിനാൽ, നമ്മൾ തീർച്ചയായും ആഘോഷങ്ങൾ പ്രതീക്ഷിക്കും... പക്ഷേ, അവർ അതെല്ലാം കാറ്റിൽ പറത്തി. ആ സമാരംഭം അതിനുശേഷമുള്ള ദിവസങ്ങൾ മാധ്യമങ്ങളും ജനങ്ങളും കുറെ ചർച്ച ചെയ്തു.

നമുക്കൊന്ന് ഭൂതകാലത്തിലേക്ക് പോയിവരാം... കാണികൾ തിരഞ്ഞെടുക്കപ്പെട്ടതിന്റെ കാരണം, അവരുടെ കൂട്ടുകാരും ബന്ധുക്കളും എഴുതിയിരുന്നു, കാണികൾ ഓരോരുത്തർക്കും കാറിന്റെ ആവശ്യകത അത്രത്തോളമാണെന്ന്. ഓപ്ര വേദിയിലേക്ക് പതിനൊന്ന് പേരെ വിളിച്ചുകൊണ്ടാണ് പരിപാടി ആരംഭിച്ചത്. അവരോരോരുത്തർക്കും ഒരു കാർ നൽകി – പോണ്ടിയാക് ജി6. പിന്നെയായിരുന്നു ശരിക്കും ഞെട്ടിയത് : എല്ലാവരും പ്രതീക്ഷിച്ചതിലുമപ്പുറം, ഓപ്ര കാണികളായ എല്ലാവരുടെയും കൈയിൽ ഓരോ പെട്ടി നൽകി. അതിലൊരു പെട്ടിയിൽ പന്ത്രണ്ടാമത്തെ കാറിന്റെ ചാവി ഉണ്ടെന്ന് പറഞ്ഞു. പക്ഷേ, കാണികൾ തങ്ങളുടെ കൈയിലെ പെട്ടികൾ തുറന്നു നോക്കിയപ്പോൾ, എല്ലാത്തിലും ഉണ്ടായിരുന്നു. ഓപ്ര നിലവിളിച്ചു, "എല്ലാവർക്കും കാർ കിട്ടി! എല്ലാവർക്കും കാർ കിട്ടി!"

ഇതാണ് അവരുടെ ഏറ്റവും പ്രശസ്തമായ ഉദാഹരണമെങ്കിലും, ഓപ്ര ചെയ്യുന്ന ഏറെക്കുറെ എല്ലാ കാര്യത്തിലും നമ്മുടെ പ്രതീക്ഷകൾക്കപ്പുറം എന്തെങ്കിലും ഉണ്ടായിരുന്നു. മറ്റൊരു ഭാഗത്തിൽ, വീടില്ലാതെയും ദത്തെടുക്കപ്പെട്ടും വളർന്ന ഇരുപതുകാരിക്ക് അപ്രതീക്ഷിതമായി നാല് വർഷത്തെ ബിരുദ സ്കോളർഷിപ് നൽകി, പതിനായിരം ഡോളറിന് വസ്തുങ്ങൾ വാങ്ങിക്കൊടുത്ത്, അണിയിച്ചൊരുക്കുകയും ചെയ്തു. മറ്റൊരു അവസരത്തിൽ, എട്ട് വളർത്തുമക്കളുള്ള, വീട് നഷ്ടപ്പെടാനിരിക്കുന്ന കുടുംബത്തിന് വാടക കൊടുക്കാനും വീട് നന്നാക്കാനുമായി 1,30,000 ഡോളർ നൽകി.

ഇപ്പോൾ നിങ്ങൾ ചിന്തിക്കുന്നുണ്ടാകും, അതെ, ഇത് ഓപ്രയാണ്. അവർക്ക് ഇങ്ങനെയൊക്കെ ചെയ്യാനാകും. പക്ഷേ, സത്യത്തിൽ, ഓപ്രയെ പോലെ പണവും പ്രശസ്തിയുമുള്ള, സഹായിക്കാൻ പ്രാപ്തിയുള്ളർ വേറെയുമുണ്ട്. പക്ഷേ, അസാധാര

ണത്വത്തിലേക്ക് സഞ്ചരിക്കാൻ അവർ തയ്യാറല്ല. പക്ഷേ, ഓപ്ര അത് ചെയ്യും. അതാണ് അവരെ ഓപ്രയാക്കുന്നത്. അവരിൽ നിന്നും ഒന്ന് മനസ്സിലാക്കിക്കോളൂ : ജീവിതത്തിന്റെ എല്ലാ വശങ്ങളിലും, പ്രതീക്ഷിച്ചതിലുമപ്പുറം ചെയ്യാൻ കഴിയുന്നതായുണ്ട്.

ഞാൻ ജോർജിയയോട് വിവാഹാഭ്യർത്ഥന നടത്താനിരുന്ന സമയത്ത്, സാധാരണപോലെ നേരെ അവളുടെ അച്ഛനെ കണ്ട് സമ്മതം ചോദിച്ചാൽ മതിയായിരുന്നു. അതിനുപകരം, അദ്ദേഹത്തോടുള്ള ബഹുമാന സൂചകമായി, പോർച്ചുഗീസ് ഭാഷയിൽ ഒരു പ്രസംഗം തയ്യാറാക്കിയാണ് ഞാൻ ചെന്നത് (ജോർജിയയുടെ സഹോദരി എനിക്ക് പറയാനുള്ള കാര്യങ്ങൾ തർജ്ജമ ചെയ്തുതന്നു). അദ്ദേഹത്തിന് ഇംഗ്ലീഷ് നന്നായി മനസ്സിലാകുമായിരുന്നു, പക്ഷേ അത്ര അനായാസമായിരുന്നില്ല. സാൻ ഡിയേഗോ മുതൽ ലോസ് ഏഞ്ചൽസ് വരെയുള്ള യാത്രയിലുടനീളം, ഞാൻ ആ പോർച്ചുഗീസ് പ്രസംഗം പറഞ്ഞു പഠിച്ചു. പൂക്കളും മറ്റുമായി ചെന്ന് ഞാൻ അവരുടെ സ്വീകരണ മുറിയിൽ ഇരിപ്പുറപ്പിച്ചു, അച്ഛനേയും ഇരിക്കാനായി ആവശ്യപ്പെട്ടു. എന്നിട്ട് ഞാൻ പഠിച്ചുവെച്ച വാക്കുകൾ അവരെ കേൾപ്പിച്ചു. തുടക്കത്തിൽ ഭാവി അമ്മായിയച്ഛൻ കുറച്ച് ബലം പിടിച്ചെങ്കിലും, അവസാനം സമ്മതിച്ചു!

അതുകൊണ്ട് മാത്രം ഞാൻ നിർത്തിയില്ല. തിരിച്ചു വരുന്ന വഴിയും, അടുത്ത രണ്ട് ദിവസവും, ഞാൻ അവളുടെ അഞ്ച് സഹോദരന്മാർ ഓരോരുത്തരേയും വിളിച്ച് അവരുടെ സമ്മതവും അനുഗ്രഹവും അഭ്യർത്ഥിച്ചു. ചിലർ പെട്ടെന്ന് സമ്മതിച്ചു, ബാക്കിയുള്ളവർ ചെറുതായി 'കഷ്ടപ്പെടുത്തി'. കാര്യമെന്തെന്നാൽ, പിന്നീട് അവൾ പറഞ്ഞു, അവൾക്ക് എന്നിൽ ഏറ്റവും ഇഷ്ടപ്പെട്ട പെരുമാറ്റങ്ങളിൽ ഒന്ന് അവളുടെ അച്ഛനോട് കാണിച്ച ബഹുമാനവും, ഓരോ സഹോദരനേയും വിളിച്ചതുമാണ് (കൂടാതെ പ്രസംഗം പഠിപ്പിക്കാൻ സഹോദരിയുടെ സഹായം ചോദിച്ചതും). ഈ കാര്യങ്ങൾ ആ പ്രവൃത്തിയെ സവിശേഷമാക്കി. ആ ചെറിയ അധികപ്രയത്നം, വളരെ നല്ല കാര്യങ്ങൾ കൊണ്ടുവന്നു.

നിങ്ങളുടെ ജീവിതത്തിൽ എവിടെയാണ് പ്രതീക്ഷിച്ചതിലും അധികം പ്രവർത്തിക്കാൻ സാധിക്കുക? അല്ലെങ്കിൽ, അതിശയിക്കും വിധം നേട്ടം എവിടെയാണ് ലഭിക്കുക? അതിനായി ഒരുപാടൊന്നും പാടുപെടണമെന്നില്ല, പക്ഷേ കുറച്ചധികം പ്രയത്നം ഫലങ്ങളെ ക്രമാതീതമായി ഇരട്ടിപ്പിക്കും. കക്ഷികളെ വിളിക്കുമ്പോൾ, ഉപഭോക്താക്കളെ സേവിക്കുമ്പോൾ, നിങ്ങളുടെ സംഘത്തെ അംഗീകരിക്കുമ്പോൾ, പങ്കാളിയെ മതിക്കുമ്പോൾ, ഓടാൻ പോകുമ്പോൾ,

വ്യായാമം ചെയ്യുമ്പോൾ, പങ്കാളിയുമായി പുറത്തുപോകുമ്പോൾ, മക്കളുമായി സമയം ചെലവഴിക്കുമ്പോൾ, എന്തുമാവട്ടെ... എവിടെയാണ് നിങ്ങൾക്ക് പ്രതീക്ഷിച്ചതിലുമധികം പ്രയത്നിച്ച് പ്രതിഫലങ്ങൾ വർദ്ധിപ്പിക്കാനാകുക?

അപ്രതീക്ഷിതമായി പ്രവർത്തിക്കൂ

ഞാൻ പൊതുവെ വ്യത്യസ്ത കാഴ്ചപ്പാടുള്ള ആളാണ്. ഭൂരിഭാഗം ആളുകളും ചെയ്യുന്നതെന്താണെന്ന് പറയൂ, അല്ലെങ്കിൽ, ജനപ്രിയമായത് പറയൂ, അതിനെതിരെയുള്ളതേ ഞാൻ ചെയ്യുകയുള്ളൂ. എല്ലാവരും ഇതെന്ന് പറഞ്ഞാൽ, ഞാൻ അതെന്ന് പറയും. എന്റെ അഭിപ്രായത്തിൽ, പ്രശസ്തമായത് എന്നാൽ ശരാശരി എന്നാണ്, സാധാരണമായത്. സാധാരണ കാര്യങ്ങൾ സാധാരണ ഫലങ്ങളാവും തരിക. ഏറ്റവും പ്രശസ്തമായ ഭക്ഷണശാല മക്ഡൊണാൾഡ്സ് ആണ്, പാനീയം കൊക്കക്കോളയാണ്, ബിയർ ബഡ്വെയ്സറാണ്, വൈൻ ഫ്രാൻസിയയാണ് (അതെ, ആ പെട്ടിയിൽ വരുന്നത്!). ഈ കാര്യങ്ങളെല്ലാം ഉപയോഗിക്കുന്നതിലൂടെ നിങ്ങളും പൊതുവായുള്ള, ശരാശരി ഗണത്തിൽ പെടും. പക്ഷേ, അത് സാധാരണമാണ്. സാധാരണമാകുന്നതിൽ തെറ്റില്ല. പക്ഷേ, എനിക്കിഷ്ടം അസാധാരണമാണ്.

ഉദാഹരണത്തിന്, *എല്ലാവരും* ക്രിസ്തുമസിന് ആശംസാ കാർഡുകൾ അയക്കാറുണ്ട്. പക്ഷേ, എന്റെ കാഴ്ചപ്പാടിൽ, എല്ലാവരും അയക്കുന്നതിനാൽ, അതിന് മതിയായ മാനസിക അടുപ്പം ഉണ്ടാക്കാൻ കഴിയില്ല. അതുകൊണ്ട് ഞാൻ താങ്ക്സ് ഗിവിംഗ് കാർഡുകളാണ് അയക്കുക. എത്ര താങ്ക്സ് ഗിവിംഗ് കാർഡുകൾ നിങ്ങൾക്ക് ലഭിച്ചിട്ടുണ്ട്? അതാണ്. കാര്യം മനസ്സിലായില്ലേ. ഒരേ തരത്തിൽ അച്ചടിച്ച് വരുന്ന, കമ്പ്യൂട്ടർ നിർമ്മിതമായ ആശംസാ കാർഡുകൾക്ക് പകരം, ആ വ്യക്തിയും അവരോടുള്ള ആത്മബന്ധവും എനിക്കെത്രത്തോളം വിലപ്പെട്ടതാണെന്നും ഞാൻ കൃതാർത്ഥനാണെന്നും വികാരനിർഭരമായ വാക്കുകളാൽ സ്വന്തം കൈപ്പടയിൽ എഴുതി അയക്കും. സമാന പ്രയത്നം, പക്ഷേ വലിയ സ്വാധീനം.

ലേഡി ഗാഗ തന്റെ പ്രവൃത്തിമേഖല കെട്ടിപ്പടുത്തത് അപ്രതീക്ഷിതമായവ ചെയ്തിട്ടാണ്. 2011-ൽ, അവർ "സർഗ്ഗപരവും ഭ്രൂണാവസ്ഥയിലുള്ളതുമായ ധ്യാനത്തിനായി" വലിയൊരു അർദ്ധസുതാര്യ മുട്ടയ്ക്കകത്ത് 72 മണിക്കൂർ ഉറങ്ങിയതായി അവകാശപ്പെട്ടു. എം.ടി.വി. യുടെ പുരസ്കാരദാന ചടങ്ങിൽ അവർ ധരിച്ച മാംസ വസ്ത്രവും മഞ്ഞിൻ ബൂട്ട്സും ആർക്കാണ് മറക്കാനാവുക? പൊതുവെ താരങ്ങളുടേയും

പുരസ്കാരദാന ചടങ്ങുകളുടെയും കാര്യത്തിൽ ശ്രദ്ധ കൊടുക്കാറില്ല, പക്ഷേ ഞാൻ പോലും അക്കാര്യമറിഞ്ഞു.

ലേഡി ഗാഗ എന്നും വളരെ വ്യത്യസ്തയായിരുന്നു, പെട്ടെന്നൊരു മാറ്റം ഉണ്ടാവുന്നതുവരെ. *'എ സ്റ്റാർ ഈസ് ബോൺ'* എന്ന ഗാനത്തിൽ ബ്രാഡ്‌ലി കൂപ്പറിന്റെ കൂടെ അഭിനയിക്കുന്ന സമയം, വസ്ത്രമുരിഞ്ഞ് പ്രലോഭിപ്പിക്കുന്ന രീതിയിൽ കാണപ്പെട്ടു. തിരശ്ശീലയ്ക്ക് പിന്നിൽ, പ്രശസ്ത സംഗീതജ്ഞൻ ടോണി ബെന്നെറ്റിനൊപ്പം, മാനസികനില തെറ്റിയവർക്കും ലിംഗ-ലൈംഗിക ന്യൂനപക്ഷങ്ങൾക്കും അനുകൂലമായി ഒരു ആൽബം ചിത്രീകരിച്ചു. പ്രധാനമായും, അവർ തന്റെ രൂപത്തിൽ മാറ്റങ്ങളും പരിണാമങ്ങളും വരുത്തിയാലും, കലാചാരുതി മാറ്റമില്ലാതെ നിലകൊണ്ടു. അവരെപ്പോഴും നമ്മളെ അതിശയിപ്പിച്ചുകൊണ്ടിരുന്നു. കൂടാതെ അവരുടെ ആ അധികപ്രയത്നം, നമ്മുടെ ശ്രദ്ധ എപ്പോഴും അവരിൽ പതിപ്പിക്കാൻ സഹായിച്ചു.

ഏറെക്കുറെ എല്ലാ സാഹചര്യത്തിലും, ആ അധികപ്രയത്നം കൂടുതൽ ഊർജ്ജമോ പണമോ കളയില്ല. വസ്തു ഇടപാടുകൾ നടക്കുന്ന സമയത്ത്, മറ്റുള്ള ഇടനിലക്കാർ കാലാവധി തീർന്ന ഇടപാടുകൾക്കായി കോളുകൾ ചെയ്യുന്നുണ്ടാകും. ആ സമയം ഞാനിവിടെ എന്റെ കാറിൽ പോയി ഉടമസ്ഥരെ കണ്ട് ഇടപാടുകൾ തീർത്തുകൊടുത്തിട്ടുണ്ടാകും. ഉടമസ്ഥർ വാതിൽ തുറന്നതും, "ഇതാ പിടിച്ചോളൂ." എന്നും പറഞ്ഞ്, 'വിറ്റു' എന്ന ബോർഡ് അവർക്ക് നൽകും. "നിങ്ങളുടെ ഇടപാടുകൾ തീർക്കാൻ എന്നെയാണ് വിളിക്കുന്നതെങ്കിൽ, നിങ്ങൾക്കിതിന്റെ ആവശ്യം വരും." കാറിന്റെ ഇന്ധനം നിറച്ചതിന്റെ പണം തിരിച്ചുപിടിക്കാനായി, ഞാൻ ഉടൻതന്നെ, അവരുമായി ഇടപാടുകൾ തുടരാനുള്ള അവസരം വർദ്ധിപ്പിക്കും.

കുറച്ച് നാളുകൾക്ക് മുമ്പ്, എന്റെ സുഹൃത്ത് അലെക്സ് ഒരു വലിയ ജോലിക്കായി ശ്രമിക്കുകയായിരുന്നു. അവൻ കാലിഫോർണിയയിലായിരുന്നു താമസിച്ചിരുന്നത്, ജോലി ബോസ്റ്റണിലും. അവസാന 12 ഉദ്യോഗാർത്ഥികളിൽ ഒരാളായിരുന്നു അവൻ. അടുത്തുള്ളവരെ നേരിട്ടും, ദൂരെയുള്ളവരെ വീഡിയോ കോളിലൂടെയുമാണ് അഭിമുഖം നടത്താനിരുന്നത്. അവൻ എന്നെ വിളിച്ചു, വെബ് ക്യാമറയിലൂടെ വീഡിയോ കോൾ ചെയ്യുന്നതിനെക്കുറിച്ച് എന്നോട് ചോദിച്ചു.

"ഈ ജോലി നിനക്ക് എത്രത്തോളം ആവശ്യമാണ്?" ഞാൻ ചോദിച്ചു.

"ഇതെന്റെ സ്വപ്നമാണ്." അലെക്സ് പറഞ്ഞു. "കഴിഞ്ഞ നാലു

ത്തിയഞ്ച് വർഷം തയ്യാറെടുത്ത് കാത്തിരുന്നത് ഇതുപോലൊന്നിനായിരുന്നു."

"എന്നാൽ വിമാന ടിക്കറ്റ് എടുത്ത് നേരിൽ പോയി കാണൂ." ഞാൻ പറഞ്ഞു.

"അതിന്റെ ആവശ്യമില്ല." അലെക്സ് പറഞ്ഞു. "അവസാനത്തെ അഭിമുഖത്തിനായി തിരഞ്ഞെടുക്കപ്പെടുന്ന മൂന്ന് പേർ നേരിൽ പോയാൽ മതി."

"പറഞ്ഞതു കേൾക്കൂ." ഞാൻ തുടർന്നു. "ആ അവസാന മൂന്ന് പേരിൽ നീയുണ്ടാകണമെങ്കിൽ, മറ്റുള്ളവരിൽ നിന്നും മാറിച്ചിന്തിച്ച് അപ്രതീക്ഷിതമായത് ചെയ്യണം. നിമിഷനേരം കൊണ്ട് പറന്നു ചെന്ന് അവരെ നേരിൽ അഭിമുഖീകരിക്കാം, അങ്ങനെയാണ് നിലപാടുകൾ വ്യക്തമാക്കേണ്ടത്."

ഞാനെന്റെ ശ്രദ്ധ എന്തെങ്കിലും ഒന്നിൽ പതിപ്പിച്ചാൽ, എന്തു വില കൊടുത്തും ഞാൻ അത് നേടുമെന്ന് ഉറപ്പ് വരുത്തും. മുന്നിലുള്ളവരെ ഞെട്ടിക്കുന്ന നിലപാടുകൾ ഞാൻ സ്വീകരിക്കും. അതേസമയം ഞാൻ ഒന്നുകൂടെ അലെക്സിനോട് പറഞ്ഞു, "ഒരു വേട്ടയ്ക്കിറങ്ങുമ്പോൾ എല്ലാ പഴുതുകളും അടച്ചുവേണം ഇറങ്ങാൻ. എല്ലാ വശങ്ങളിൽ നിന്നും നിർത്താതെ പൊരുതണം."

"അഭിമുഖം നടത്തുന്നവരെക്കുറിച്ച് നന്നായി പഠിക്കണം." ഞാൻ അവനോട് പറഞ്ഞു. "അവരുടെ താൽപര്യങ്ങളും, അവരുടെയും കുട്ടികളുടെയും പങ്കാളികളുടെയും അയൽവാസികളുടെയും എല്ലാം നേരമ്പോക്കുകൾ അറിഞ്ഞിരിക്കണം. പുസ്തകങ്ങൾ, വസ്തുക്കൾ, സമ്മാനങ്ങൾ, അവർക്കിഷ്ടമാണെന്ന് നീ കരുതുന്നത് അയച്ചുകൊടുക്കുക. അതിരുകടക്കുന്നതായി തോന്നുന്നുണ്ടോ? തോന്നണം, അതാണ് ശരി. നീ അവരെ വശത്താക്കാൻ ശ്രമിക്കുകയാണെന്ന് അവർ മനസ്സിലാക്കും, പക്ഷേ നിന്റെ കൗശലവും രീതിയും അവർ ഇഷ്ടപ്പെടും. നീ എന്തായാലും അവരുടെ ശ്രദ്ധ പിടിച്ചുപറ്റും, പ്രധാനമായും ബഹുമാനം പിടിച്ചുപറ്റും." എന്നിട്ട് ഞാൻ തുടർന്നു, "ആ സ്ഥാപനത്തിലെ എല്ലാവരേയും അറിയുക. അവരുടെ ഒരു പട്ടിക തയ്യാറാക്കി, നിനക്ക് പരിചയമുള്ളവരോട് പട്ടികയിലെ ആരെയെങ്കിലും കുറിച്ച് അന്വേഷിക്കാൻ കഴിയുമെങ്കിൽ അത് ചെയ്യുക. ലിങ്ക്ഡ്ഇൻ-ൽ കയറി നോക്കുക. അതിൽ കുറച്ചു പേരുമായി ബന്ധം സ്ഥാപിക്കുക. അവരോട് ഇടപഴകി, ലിങ്ക്ഡ്ഇൻ-ൽ നിന്നെക്കുറിച്ച് നല്ല അഭിപ്രായങ്ങൾ എഴുതിച്ചേർക്കാൻ ആവശ്യപ്പെടുക. അവർക്ക് സമ്മാനങ്ങളും ആശംസകളും മറ്റും അയക്കുക. എന്നിട്ട് അതെല്ലാം അഭിമുഖം നടത്തുന്നവരുടെ

കൈയിൽ നേരിട്ട് കൊടുക്കാൻ അഭ്യർത്ഥിക്കുക. ഫോൺ, മെയിൽ, സന്ദേശം, ട്വിറ്റർ, ഫേസ്ബുക്ക് ഇവയൊക്കെ ഉപയോഗിക്കാം." ഇത് വളരെയധികം കൂടിപ്പോയോ? തീർച്ചയായും അതെ! പക്ഷേ, ഒരിക്കൽ എന്റെ ഒരു മാർഗ്ഗദർശി എന്നോട് പറഞ്ഞിരുന്നു, "അതിരു കടക്കുന്നതിലൂടെ നിങ്ങൾക്ക് അഞ്ചിൽ ഒന്നേ നഷ്ടപ്പെടാൻ സാദ്ധ്യതയുള്ളൂ, പക്ഷേ ബാക്കി നാലും അനുകൂലമായിരിക്കും! ഒരിക്കലും അതിരുകടക്കുന്നത് ഒരുപാടാവില്ല."

ഇത്രയും പറഞ്ഞിട്ടും, അലെക്സ് എന്റെ വാക്കുകൾ കേട്ടില്ല; അവന് ജോലിയും ലഭിച്ചില്ല. അവന് അവസാന മൂന്നിൽ പോലും എത്താൻ സാധിച്ചില്ല. എനിക്ക് നിസ്സംശയം പറയാൻ കഴിയും, സ്ഥാപനം നിയമിച്ച ആളെക്കാൾ എത്രയോ മികച്ച തിരഞ്ഞെടുപ്പാകും അലെക്സ് എന്ന്. പക്ഷേ, അലെക്സിന് അവരുടെ ശ്രദ്ധ പിടിച്ചുപറ്റാനായില്ല, അതിനാൽ അവന് നഷ്ടപ്പെട്ടത് അവന്റെ സ്വപ്നവും.

കുറച്ചു നാളുകൾക്ക് മുമ്പ്, ഞാനൊരു സ്ഥാപനത്തിന്റെ സമിതിയിൽ ജോലി ചെയ്യുമ്പോൾ, ഒരു പ്രധാന പദ്ധതിയുടെ നടത്തിപ്പിനായി, ഒരു ഒപ്പിന്റെ ആവശ്യത്തിനായി ഒരു സാമാജികനെ കണേണ്ടതുണ്ടായിരുന്നു. അയാൾ ഒരു കാരണവശാലും വഴങ്ങുന്നുണ്ടായിരുന്നില്ല. അത് പക്ഷേ ആ പദ്ധതിയിൽ പ്രശ്നമുണ്ടായിരുന്നത് കൊണ്ടല്ല, ഈ പദ്ധതി അനുകൂലിച്ച മറ്റു പലർക്കുമെതിരെ പ്രവർത്തിക്കാൻ അയാൾ തന്റെ സ്ഥാനത്തെ ദുരുപയോഗപ്പെടുത്തുകയായിരുന്നു. അയാളെ സമ്മതിപ്പിക്കാൻ അധികം താഴാനൊന്നും ഞാൻ നിന്നില്ല. ഞങ്ങൾ നേരെ അയാളുടെ മേലധികാരിയെ കാണാൻ പുറപ്പെട്ടു : അയാളുടെ ഭാര്യ.

ഞങ്ങൾ പരിചയമുള്ളവരോടൊക്കെ അന്വേഷിച്ച്, അവസാനം ഞങ്ങളിലൊരാൾ ആ സ്ത്രീയുടെ സുഹൃത്തിനടുത്തെത്തിച്ചു. പിന്നീട് ഞങ്ങൾ അവർ പോകുന്ന ദേവാലയത്തിന് പുറത്ത് കാത്തുനിന്ന്, ആ സുഹൃത്തിനോട് ഞങ്ങളെ പരിചയപ്പെടുത്താൻ ആവശ്യപ്പെട്ടു. ഞങ്ങൾ കാര്യ-കാരണങ്ങൾ സഹിതം അവരോട് വിശദീകരിച്ചു. സാമ്പത്തികപരമായി പിന്നോട്ടു നിൽക്കുന്ന ഒരു പ്രദേശത്ത് ഒരു സായാഹ്ന പള്ളിക്കൂടം പണിയുക എന്നതായിരുന്നു ഞങ്ങളുടെ പദ്ധതി. ഇതിലൂടെ നൂറ് കണക്കിന് വിവാഹിതരായ സ്ത്രീകൾക്ക് വിദ്യാഭ്യാസം നൽകി ജീവിതപുരോഗതി നേടിക്കൊടുക്കാനാകും. പിന്നെ പറയേണ്ടതുണ്ടോ, അടുത്ത ചൊവ്വാഴ്ച തന്നെ അയാൾ അത് ഒപ്പിട്ടു തരികയും, ഞങ്ങൾ പദ്ധതി ആരംഭിക്കുകയും ചെയ്തു.

നമ്മുടെ ഈ ശ്രദ്ധ കുറഞ്ഞ, പ്രചരണം ആവശ്യപ്പെടുന്ന സമൂഹത്തിൽ, നിങ്ങളുടെ ശബ്ദം ഉയർന്നു കേൾക്കണമെങ്കിൽ, അപ്ര

തീക്ഷിതമായവ ചെയ്യേ മതിയാകൂ. നിങ്ങളുടെ പക്കൽ തക്കതായ കാരണമോ, ശ്രദ്ധ നേടാൻ അർഹമായ കാര്യമോ ഉണ്ടെങ്കിൽ, എങ്ങനെയും അപ്രതീക്ഷിതമായത് ചെയ്യാലേ പറ്റുള്ളൂ. അങ്ങനെ നിങ്ങളുടെ അവതരണത്തിൽ കുറച്ച് സാഹസികത ഉൾപ്പെടുത്തൂ.

പ്രതീക്ഷിച്ചതിലും നന്നായി പ്രവർത്തിക്കൂ

പ്രതീക്ഷയുടെ അതിരു കണ്ടെത്തി, അത് കടന്നു പോകുക. വളരെ ചെറിയ ഉദ്യമമാണെങ്കിൽ പോലും, അതിൽ പ്രത്യേകത നിറയ്ക്കുക. ഉദാഹരണത്തിന്, വസ്ത്രധാരണത്തിന്റെ കാര്യമെടുക്കാം. ഓരോ ചടങ്ങിനും പോകുമ്പോൾ ഇങ്ങനെയുള്ള വസ്ത്രങ്ങളേ ധരിക്കാവൂ എന്നൊരു അലിഖിത നിയമമുണ്ട്, പക്ഷേ ഞാൻ എന്നും ഒരു ചുവട് മുന്നേ സഞ്ചരിക്കാറേ പതിവുള്ളൂ. ഏത് വസ്ത്രമാണ് ധരിക്കേണ്ടതെന്ന സംശയമുണ്ടാകുമ്പോൾ, ആ ചടങ്ങിൽ എല്ലാവരും ധരിക്കാൻ സാദ്ധ്യതയുള്ളതിനേക്കാൾ കൂടുതലായി ഞാൻ ധരിച്ചുപോകും. അത്രേയുള്ളൂ, എനിക്കറിയാം, ഞാൻ എന്നും എന്റെ നിലവാരം പുലർത്താനായി ശ്രമിക്കും, അത് പ്രതീക്ഷിച്ചതിലും മികച്ചതാവുകയും ചെയ്യും.

ഞാൻ വലിയ സ്ഥാപനങ്ങൾക്കായി ആധാര പ്രസംഗം തയ്യാറാക്കുമ്പോൾ, ആ സ്ഥാപനത്തെക്കുറിച്ചും ഉൽപന്നങ്ങളെക്കുറിച്ചും വിപണിയെക്കുറിച്ചും അവരുടെ പ്രതീക്ഷകളെക്കുറിച്ചും പഠിക്കാനായി ആവശ്യത്തിലധികം സമയമെടുക്കും. അവർ പ്രതീക്ഷിക്കുന്നതിലും അധികം അവർക്ക് നൽകുക എന്നതാണ് എന്റെ ലക്ഷ്യം, അത് ഞാൻ അശ്രാന്ത പരിശ്രമത്തിലൂടെ നേടിയെടുക്കും. പ്രതീക്ഷിക്കുന്നതിലും അധികം പ്രവർത്തിക്കുന്നത് നിങ്ങളുടെ മതിപ്പിന് വലിയൊരു ഭാഗമാകും. അതിലെ പ്രാവീണ്യം നിങ്ങളുടെ പ്രതിഫലങ്ങളെ പലമടങ്ങ് വർദ്ധിപ്പിക്കും.

സംരംഭകരിൽ താരമായ മാർക്ക് സ്പാർക്സുമായി ഞാൻ ഒരു പദ്ധതിയിൽ പ്രവർത്തിച്ചിരുന്നു. അപ്പോഴാണ് ഞാൻ വിലപ്പെട്ട ഒരു തത്വശാസ്ത്രം പഠിച്ചത്. അദ്ദേഹം ഇടനിലക്കാരുമായും വ്യാപാരികളുമായുമുള്ള കരാറിൽ പറഞ്ഞ തീയതിക്ക് മുമ്പ് തന്നെ പണം കൊടുത്തുതീർക്കുമായിരുന്നു. ഓരോ മാസവും കിട്ടേണ്ട തുക, മുമ്പിലത്തെ മാസം 27-ാം തീയതി തന്നെ തരുന്നത് കണ്ട് ഞാൻ എപ്പോഴും അതിശയിച്ചിട്ടുണ്ട്. ഞാൻ അതിനെക്കുറിച്ച് ചോദിച്ചപ്പോൾ, അദ്ദേഹം വ്യക്തമായി പറഞ്ഞു, "കൊടുക്കുന്നത് അതേ തുക തന്നെയാണ്, പക്ഷേ അതുണ്ടാക്കുന്ന സന്തോഷവും പ്രീതിയും അളവറ്റതാണ്. അപ്പോൾ എന്തുകൊണ്ട് ചെയ്തുകൂടാ?"

അതുകൊണ്ടാണ് ഞാനെന്റെ മുൻനിര സംഘത്തിന്റെ ബോണസ് തുകയുടെ ചെക്ക് ഫെഡ്എക്സ് വഴി അയക്കുന്നത്. അവരുടെ നിശ്ചിത മാസശമ്പളം അക്കൗണ്ടിലേക്ക് നിക്ഷേപിക്കും. പക്ഷേ, ഞങ്ങളുടെ ലാഭം, നിശ്ചയിച്ച നാഴികക്കല്ല് കടന്നാൽ, ഓരോരുത്തരുടെയും ചെക്കുകൾ അച്ചടിച്ച്, എന്റെ സ്വന്തം കൈയാൽ എഴുതിയ ഒരു കുറിപ്പ് സഹിതം, പ്രത്യേകമായി പൊതിഞ്ഞ് ഉടനടി അവർക്ക് അയക്കും. അങ്ങനെ ചെയ്യുന്നതിനാൽ, കുടുംബം ഒന്നായി ചേർന്ന് അമ്മയുടെയോ അച്ഛന്റെയോ ആ നേട്ടത്തെ ആഘോഷിക്കും. മാർക്ക് പറഞ്ഞതുപോലെ, "കൊടുക്കുന്നത് അതേ തുക തന്നെയാണ്, പക്ഷേ അതുണ്ടാക്കുന്ന സന്തോഷവും പ്രീതിയും അളവറ്റതാണ്. അപ്പോൾ എന്തുകൊണ്ട് ചെയ്തുകൂടാ?"

നോർഡ്സ്റ്റ്റോമും സമാനമായ നിലപാടിനാൽ പ്രശസ്തി നേടിയതാണ്. ഉപഭോക്തൃ സേവനത്തിന്റെ കാര്യം വരുമ്പോൾ, അവരെന്നും പ്രതീക്ഷയ്ക്കപ്പുറമെത്താൻ പരിശ്രമിക്കും. ഒരിക്കൽ ഒരാൾ ഒരു വർഷം മുമ്പ് വാങ്ങിയതാണെന്നും പറഞ്ഞ്, രസീത് പോലു മില്ലാതെ ഒരു വസ്തു കൊണ്ടുവന്നപ്പോൾ നോർഡ്സ്റ്റ്റോമും അത് തിരിച്ചെടുത്തു. ഇതുപോലെ പലപ്പോഴും നടന്നിട്ടുണ്ട്, ചില സമയങ്ങളിൽ വേറെ കടകളിൽ നിന്നും വാങ്ങിയ വസ്തുക്കളും ആവാം! അവരെന്തിനാണ് അങ്ങനെ ചെയ്യുന്നത്? കാരണം, അവർക്കറിയാം പ്രതീക്ഷിക്കുന്നതിലും അധികം ചെയ്യുന്നത്, വിശ്വാസ്യത വളർത്തുകയും ജനങ്ങൾ അവരോട് കൂറ് പുലർത്തുകയും ചെയ്യുമെന്ന്. തൽഫലം, നോർഡ്സ്റ്റ്റോം ജനങ്ങൾക്കിടയിൽ മതിപ്പ് സമ്പാദിച്ച് ശ്രദ്ധ പിടിച്ചുപറ്റാൻ ആരംഭിച്ചു. എല്ലാത്തിലുമുപരി, ഞാൻ നിങ്ങളെ ഓർമ്മിപ്പിക്കുകയാണ്. ഇരട്ടിപ്പിക്കൽ തുടർന്നുകൊണ്ടേയിരിക്കും!

ഞാൻ നിങ്ങളോട് ഈ തത്വങ്ങൾ നിങ്ങളുടെ ജീവിതത്തിലും പ്രാവർത്തികമാക്കുവാൻ വെല്ലുവിളിക്കുകയാണ്; നിങ്ങളുടെ ദിന ചര്യകളിൽ, ചിട്ടകളിൽ, ശീലങ്ങളിൽ. നിങ്ങളുടെ പ്രയത്ന ങ്ങൾക്കായി കുറച്ചുകൂടെ ആലോചനയും സമയവും ഊർജ്ജവും നൽകുന്നത്, ഫലങ്ങളെ മെച്ചപ്പെടുത്തുക മാത്രമല്ല, ഇരട്ടിപ്പിക്കു കയും ചെയ്യും. സാധാരണത്തിൽ നിന്നും അസാധാരണത്തിലെ ത്താൻ അധികമൊന്നും കഷ്ടപ്പെടേണ്ടതില്ല. നിങ്ങളുടെ ജീവിത ത്തിന്റെ ഓരോ മേഖലയിലും, കുറച്ചധികം മുന്നോട്ട് പോയി ഫലങ്ങൾ ഇരട്ടിപ്പിക്കുവാനുള്ള അവസരങ്ങൾ തേടുക. കുറച്ചധികം പ്രയത്നിക്കുക, കുറച്ചധികം നേരം നിലനിൽക്കുക, കുറച്ചധികം നന്നായി തയ്യാറെടുക്കുക, കുറച്ചധികം പ്രവർത്തനക്ഷമമാവുക. എവിടെയാണ് നിങ്ങൾ കൂടുതൽ നന്നായി ചെയ്യാനും, പ്രതീക്ഷ

യിലുമധികം പ്രവർത്തിക്കാനും സാധിക്കുക? എപ്പോഴാണ് നിങ്ങൾക്ക് തികച്ചും അപ്രതീക്ഷിതമായത് ചെയ്യാനാവുക? ആശ്ച ര്യപ്പെടുത്താൻ കഴിയുന്ന അവസരങ്ങൾ ആവുന്നത്ര കണ്ടെത്തുക, എന്നാൽ നിങ്ങളുടെ നേട്ടങ്ങളുടെ അളവും വേഗതയും നിങ്ങളെ അമ്പരപ്പിക്കും... നിങ്ങൾക്ക് ചുറ്റുമുള്ളവരെയും.

സംയുക്ത പ്രഭാവം അനുകൂലമായി പ്രവർത്തിപ്പിക്കൂ

നടപടിക്രമങ്ങളുടെ സംഗ്രഹം

- എപ്പോഴാണ് നിങ്ങളുടെ നിർണ്ണായക നിമിഷത്തിൽ എത്തിച്ചേരുന്നത് (കക്ഷികളെ വിളിക്കുമ്പോൾ, വ്യായാമം ചെയ്യുമ്പോൾ, പങ്കാളിയുമായോ മക്കളു മായോ സംസാരിക്കു മ്പോൾ)? അത് കണ്ടെത്തി ക്കഴിഞ്ഞാൽ, എപ്പോഴാണ് അധികപ്രയത്നം ഇടേണ്ട തെന്ന് നിങ്ങൾക്ക് മനസ്സി ലാകും. അതിലൂടെ പുതിയ ഉയരങ്ങൾ എത്തിപ്പിടി ക്കാനും, പഴയ നിങ്ങളിൽ നിന്നും മറ്റുള്ളവരിൽ നിന്നും വേറിട്ടു നിൽക്കാനും കഴിയും.
- "അധികം" ചെയ്യാൻ കഴിയുന്ന, ജീവിതത്തി ലെ മൂന്ന് മേഖലകൾ കണ്ടെത്തുക (ഭാരോദ്വ ഹനത്തിന്റെ എണ്ണം, ജോലി സംബന്ധമായ വിളികൾ, അംഗീകാരം, പ്രശംസയിലെ വൈകാരികത എന്നിവ).
- പ്രതീക്ഷകൾ മറികടക്കാൻ കഴിയുന്ന, ജീവിതത്തിലെ മൂന്ന് മേഖലകൾ കണ്ടെ ത്തുക. എവിടെയാണ്, അല്ലെങ്കിൽ എങ്ങനെയാണ് ആശ്ചര്യപ്പെടുത്തുന്ന നിമിഷങ്ങൾ സൃഷ്ടിക്കുക?
- പ്രതീക്ഷിതമായത് ചെയ്യാനുള്ള മൂന്ന് വഴികൾ കണ്ടെത്തുക. പൊതുവായ തിൽ നിന്ന്, സാധാരണ യിൽ നിന്ന്, അല്ലെങ്കിൽ പ്രതീക്ഷിച്ചതിൽ നിന്ന്, എവിടെയാണ് നിങ്ങൾക്ക് വേറിട്ടു നിൽക്കാനാവുക?

നിങ്ങളുടെ ഉപകരണത്തിൽ നേരിട്ട് പൂരിപ്പിക്കുവാനും സൂക്ഷിക്കുവാനും വേണ്ടിയുള്ള, നിങ്ങൾ ചെയ്യുന്ന ഈ പ്രവർത്തന ഘട്ടങ്ങളുടെ എഡിറ്റ് ചെയ്യാവുന്ന PDF ഡൗൺലോഡ് ചെയ്യാൻ, സന്ദർശിക്കുക: THECOMPOUNDEFFECT.COM/RESOURCES

ഉപസംഹാരം

നിർവ്വഹണമില്ലാതെയുള്ള പഠനം വ്യർത്ഥമാണ്. ഞാൻ ഈ പുസ്തകം നേരംപോക്കിനു വേണ്ടിയോ (കഠിനാദ്ധ്വാനമാണിത്!) നിങ്ങൾക്ക് വെറുതെ "പ്രചോദനം" നൽകാൻ വേണ്ടിയോ അല്ല. പ്രവൃത്തിയില്ലാത്ത പ്രചോദനം ആത്മവഞ്ചനയാണ്. ഞാൻ മുഖവുരയിൽ പറഞ്ഞതുപോലെ, സംയുക്ത പ്രഭാവവും, അത് നിങ്ങളുടെ ജീവിതത്തിൽ വെളിപ്പെടുത്തുന്ന പ്രതിഫലങ്ങളും യാഥാർത്ഥ്യമാണ്. മറ്റേതുവിധേനയും നിങ്ങൾക്ക് അത്തരത്തിലുള്ള വിജയം ആഗ്രഹിക്കാനോ പ്രതീക്ഷിക്കാനോ കഴിയില്ല. സംയുക്ത പ്രഭാവം എന്നത് ഒരു ആയുധമാണ്. തുടർച്ചയായ നല്ല പ്രവൃത്തികൾ നിങ്ങളുടെ ജീവിതത്തിൽ ശാശ്വതമായ മാറ്റങ്ങൾ വരുത്തും. ഈ പുസ്തകവും ഇതിലെ തത്വശാസ്ത്രങ്ങളും നിങ്ങളുടെ വഴികാട്ടികളാകട്ടെ. ഇതിലെ ആശയങ്ങളും വിജയ തന്ത്രങ്ങളും മനസ്സിലാക്കി, പരിശുദ്ധമായ, പ്രത്യക്ഷമായ, അളവറ്റ സദ്ഫലങ്ങൾ കൊണ്ടുവരട്ടെ. എപ്പോഴെങ്കിലും വളരെ ചെറിയ, പ്രത്യക്ഷത്തിൽ നിരുപദ്രവകാരികളായ ശീലങ്ങൾ നിങ്ങളിലേക്ക് നുഴഞ്ഞു കയറുന്നുവെന്ന് ബോധ്യപ്പെടുമ്പോൾ, ഈ പുസ്തകം എടുക്കുക. എന്നെങ്കിലും നിങ്ങൾക്ക് ചിട്ടകൾ സ്ഥിരമായി പാലിക്കാൻ കഴിയാതെ വന്നാൽ, ഈ പുസ്തകം എടുക്കുക. നിങ്ങളുടെ പ്രചോദനം വീണ്ടും ജ്വലിപ്പിക്കണമെന്ന് തോന്നിയാൽ, പ്രേരകശക്തികൾക്ക് തീവ്രത പോരെന്ന് തോന്നിയാൽ, ഈ പുസ്തകം എടുക്കുക. നിങ്ങൾ ഓരോ തവണ ഈ പുസ്തകം വായിക്കുമ്പോഴും, അത് ചാലക ശക്തിയെ നിങ്ങളുടെ ജീവിതത്തിലേക്ക് ക്ഷണിക്കും.

എന്റെ പ്രചോദനങ്ങൾ എന്താണെന്ന് ഞാൻ നിങ്ങളോട് പങ്കുവെയ്ക്കാം. എന്റെ അടിസ്ഥാനപരമായ ജീവിതമൂല്യം, പ്രഭാവമാണ്. മറ്റുള്ളവരുടെ ജീവിതങ്ങളിൽ അനുകൂല മാറ്റങ്ങൾ

വരുത്തുക എന്നതാണ് എന്റെ ആഗ്രഹം. നിങ്ങളുടെ ലക്ഷ്യം നിറവേറ്റുമ്പോഴേ, എന്റെ ലക്ഷ്യങ്ങൾ പൂർത്തിയാവുകയുള്ളൂ. നിങ്ങളുടെ ജീവിതത്തിലെ പരിവർത്തനങ്ങളുടെ ആധാരമാണ് എന്റെ ലക്ഷ്യം. നിങ്ങൾ ഈ പുസ്തകത്തിൽ നിന്നും ഉൾക്കൊണ്ട ആശയങ്ങൾ ഉപയോഗിച്ച നേടിയ അസാമാന്യ ഫലങ്ങളെ അറിയിച്ചു കൊണ്ട്, മെയിലോ കത്തോ എനിക്കും എന്റെ മുൻനിര സംഘത്തിനും അയക്കണമെന്ന് ഞങ്ങൾ ആഗ്രഹിക്കുന്നു. അതാണ് ഞാനെന്റെ ലക്ഷ്യങ്ങളും ഉദ്ദേശ്യങ്ങളും നേടിയെടുത്തു എന്നതിന് തെളിവാകുകയുള്ളൂ; എന്റെ ജീവിതമൂല്യങ്ങൾക്കൊത്ത് ജീവിക്കുന്നുവെന്ന്.

നിങ്ങൾ ആ ഫലങ്ങൾ (എനിക്ക്, എന്റെ ആദരം) നേടിയെടുക്കാൻ, നിങ്ങളുടെ അറിവും ഉൾക്കാഴ്ചയും ഉപയോഗപ്പെടുത്താനുള്ള കാര്യങ്ങൾ ചെയ്തുതുടങ്ങണമെന്ന് എനിക്കറിയാം. ഉപയോഗിക്കപ്പെടാത്ത ആശയങ്ങൾ പാഴ്വസ്തുവിന് തുല്യമാണ്. അതൊരിക്കലും സംഭവിക്കരുത്. നിങ്ങളുടെ ദൃഢവിശ്വാസത്തെ പരീക്ഷിക്കുന്നതാണ് അടുത്ത ജോലി. അതിന് നിങ്ങൾക്ക് കഴിയുമെന്നാണ് എന്റെ വിശ്വാസം, കാരണം ഇപ്പോൾ നിങ്ങളുടെ പക്കൽ അതിനുള്ള പ്രാപ്തിയുണ്ട്!

നിങ്ങൾ അവിശ്വസനീയമായ അഭിവൃദ്ധി നേടാൻ തയ്യാറാണ്, അല്ലേ? തീർച്ചയായും, വ്യക്തമായി പറയൂ, “അതെ!” പക്ഷേ, ഈ സമയം കൊണ്ട് നിങ്ങൾക്ക് മനസ്സിലായിക്കാണും, അവശ്യ മാറ്റങ്ങൾ വരുത്താൻ തയ്യാറാണെന്ന് പറയുന്നതും അത് പ്രാവർത്തികമാക്കുന്നതും ഒന്നല്ല എന്ന്. വ്യത്യസ്തമായ ഫലങ്ങൾ ലഭിക്കുവാനായി, പ്രവൃത്തികളിൽ വൈവിധ്യം കൊണ്ടുവരാനും വേറിട്ടു നിൽക്കാനും തീരുമാനിക്കണം.

നിങ്ങൾ എവിടെയാണെന്നതോ, എപ്പോഴാണ് നിങ്ങൾക്ക് ഈ പുസ്തകം ലഭിക്കുന്നതെന്നതോ അപ്രസക്തമാണ്. കഴിയുമെങ്കിൽ, ഞാൻ ഈ ലളിതമായ ചോദ്യങ്ങൾ ചോദിച്ചേനെ :

“അഞ്ച് വർഷങ്ങൾക്കു മുമ്പുള്ള നിങ്ങളുടെ ജീവിതത്തെക്കുറിച്ച് ഓർക്കുക. അഞ്ച് വർഷങ്ങൾക്കു ശേഷം നിങ്ങൾ ഇവിടെയായിരിക്കും എന്ന് തീരുമാനിച്ച ഇടത്താണോ ഇന്ന് നിങ്ങൾ നിൽക്കുന്നത്? നിങ്ങൾ ഒഴിവാക്കുമെന്ന് പ്രതിജ്ഞയെടുത്ത ദുശ്ശീലങ്ങളെ ഒഴിവാക്കിയോ? നിങ്ങൾ ആഗ്രഹിച്ച ആകാരം ആണോ ഇപ്പോഴുള്ളത്? നിങ്ങൾ പ്രതീക്ഷിച്ച നല്ല വരുമാനവും അസൂയപ്പെടുത്തുന്ന ജീവിതശൈലിയും വ്യക്തി സ്വാതന്ത്ര്യവും ഇപ്പോൾ അനുഭവിക്കു

ന്നുണ്ടോ? നേടിയെടുക്കണമെന്ന് ഇച്ഛിച്ച നല്ല ആരോഗ്യം, സ്നേഹമാർന്ന ബന്ധങ്ങൾ, ലോകോത്തര കഴിവുകൾ എന്നിവ ഇന്ന് നിങ്ങളുടെ പക്കലുണ്ടോ?"

ഇല്ലെങ്കിൽ, അതെന്തുകൊണ്ട്? ഉത്തരം ലളിതമാണ്, തീരുമാനങ്ങൾ. പുതിയ തീരുമാനമെടുക്കാനുള്ള സമയമാണ്, കഴിഞ്ഞ അഞ്ച് വർഷങ്ങളുടെ തുടർച്ചയാകരുത് ഇനി വരുന്ന അഞ്ച് വർഷങ്ങൾ. ജീവിതത്തിൽ മാറ്റങ്ങൾ കൊണ്ടുവരാൻ തീരുമാനിക്കു, എന്നന്നേക്കുമായി.

അടുത്ത അഞ്ച് വർഷങ്ങൾ കഴിഞ്ഞതിനേക്കാൾ ഭ്രമിപ്പിക്കും വിധം വ്യത്യസ്തമാക്കാം! ഇപ്പോൾ മുന്നിലുള്ള മറകളെയൊക്കെ നിങ്ങൾ നീക്കിയെന്നാണ് ഞാൻ പ്രതീക്ഷിക്കുന്നത്. വിജയങ്ങൾ കൈവരിക്കാൻ വേണ്ടുന്ന പ്രയത്നങ്ങളെക്കുറിച്ച് നിങ്ങൾക്കറിയാം. നിങ്ങൾക്കു മുന്നിൽ ഒഴിവുകഴിവുകളൊന്നുമില്ല. എന്നെപ്പോലെ, നിങ്ങളും പുതിയ തട്ടിപ്പുകളാൽ പറ്റിക്കപ്പെടുകയോ പ്രലോഭനങ്ങളാൽ വശീകരിക്കപ്പെടുകയോ ഇല്ല. നിങ്ങളെ സ്വന്തം ആഗ്രഹങ്ങളുടെ അരികിലേക്ക് നയിക്കുന്ന ലളിതമെങ്കിലും പരമമായ ചിട്ടകളിൽ ശ്രദ്ധ ചെലുത്തുക. നിങ്ങൾക്കറിയാം, നേട്ടങ്ങൾ ഒറ്റരാത്രികൊണ്ട് നേടാനാവുംവിധം എളുപ്പമല്ല. അനുനിമിഷം നല്ല തീരുമാനങ്ങളെടുക്കാൻ തീരുമാനിച്ചാൽ (പ്രത്യക്ഷമായതോ, ഉടനടി ഫലങ്ങളോ ഇല്ലെങ്കിൽ പോലും), സംയുക്ത ഫലം നിങ്ങളെ സംഭ്രമിപ്പിക്കുന്ന ഉയരങ്ങളിലേക്ക് കൊണ്ടെത്തിക്കുന്നതും, നിങ്ങളുടെ കൂട്ടുകാരെയും കുടുംബത്തെയും എതിരാളികളെയും അമ്പരപ്പിക്കുന്നതും നിങ്ങൾക്ക് കാണാനാകും.

നിങ്ങൾ പ്രേരകങ്ങളോട് സത്യസന്ധത പുലർത്തുകയും പെരുമാറ്റങ്ങളും ശീലങ്ങളും സ്ഥിരതയോടെ പിന്തുടരുകയും ചെയ്താൽ, ചാലക ശക്തി നിങ്ങളുടെ മുന്നോട്ടുള്ള യാത്രയെ വേഗത്തിലാക്കും. ആ ഒഴുക്കിനും സ്ഥിരതയ്ക്കുമൊപ്പം, അതിനനുസൃതമായ പ്രവൃത്തികളും ചേരുമ്പോൾ, അടുത്ത അഞ്ച് വർഷങ്ങൾ കഴിഞ്ഞതിന് തുല്യമാവുന്നത് അസാദ്ധ്യമാണ്. മാത്രമല്ല, സംയുക്ത പ്രഭാവം നിങ്ങൾക്കനുകൂലമായി പ്രവർത്തിക്കണമെന്ന് നിങ്ങൾ തീരുമാനിച്ചാൽ, ഞാൻ തറപ്പിച്ച് പറയുന്നു, നിങ്ങളിപ്പോൾ ചിന്തിക്കാവുന്നതിലും അപ്പുറമാവും അനുഭവിക്കാൻ പോകുന്ന നേട്ടം! അത്ഭുതാവഹമായിരിക്കും.

നിങ്ങളുമായി പങ്കുവെക്കാനായി ഒരു അമൂല്യ വിജയ സിദ്ധാന്തം കൂടെ എന്റെ കൈയിലുണ്ട്. ഞാൻ ജീവിതത്തിൽ

എന്തെങ്കിലുമൊന്ന് ആഗ്രഹിക്കുന്നുവെന്ന് കരുതുക, അതിലേക്ക് എത്തിപ്പെടാനുള്ള മികച്ച മാർഗ്ഗം, അതിനുള്ള ഊർജ്ജം മറ്റുള്ളവരുമായി പങ്കുവെയ്ക്കുക എന്നതാണ്. എന്റെ ആത്മവിശ്വാസം വർദ്ധിപ്പിക്കണമെങ്കിൽ, മറ്റൊരാളുടെ ആത്മവിശ്വാസം വർദ്ധിപ്പിക്കുവാനുള്ള വഴികൾ തേടും. എനിക്ക് കൂടുതൽ പ്രതീക്ഷയും നിശ്ചയവും പ്രചോദനവും വേണമെങ്കിൽ, ഞാൻ ഇവയെല്ലാം മറ്റൊരാളുടെ ദിനത്തിൽ ഉൾച്ചേർക്കാൻ ശ്രമിക്കും. എനിക്ക് വലിയ വിജയങ്ങളാണ് ആവശ്യമെങ്കിൽ, മറ്റൊരാളുടെ വിജയത്തിനായി സഹായിക്കുക എന്നതാണ് നമ്മുടെ വിജയത്തിലേക്കെത്താനുള്ള എളുപ്പമാർഗ്ഗം.

മറ്റുള്ളവരെ സഹായിക്കുന്നതും, നമ്മുടെ സമയവും ഊർജ്ജവും അവർക്ക് ഉദാരമായി നൽകുന്നതും, നമ്മളെ തന്നെ നമ്മുടെ മനുഷ്യത്വത്തിന്റെ ഏറ്റവും വലിയ ഗുണഭോക്താവായി മാറ്റുന്നു. ഈ മനുഷ്യസ്നേഹം ഉടൻ തന്നെ പരിശീലിക്കാനായി, നിങ്ങൾ ഈ പുസ്തകത്തിന് മൂല്യമുണ്ടെന്ന് കരുതുന്നുവെങ്കിൽ, നിങ്ങൾ സ്നേഹിക്കുന്ന, വിജയങ്ങൾ കൈവരിക്കണമെന്ന് ആഗ്രഹിക്കുന്ന അഞ്ച് പേർക്ക് ഈ പുസ്തകം സമ്മാനമായി നൽകാൻ ഞാൻ അഭ്യർത്ഥിക്കുന്നു. ബന്ധുക്കൾ, സുഹൃത്തുക്കൾ, സഹപ്രവർത്തകർ, ഇടനിലക്കാർ, ഇഷ്ടപ്പെട്ട ചെറുകിട വ്യവസായി, അല്ലെങ്കിൽ നിങ്ങൾ മാറ്റങ്ങൾ വരുത്തണമെന്ന് ആഗ്രഹിക്കുന്ന ഈയിടെ പരിചയപ്പെട്ട വ്യക്തി... അങ്ങനെ ആർക്കുമാകാം. ഞാൻ വാക്കു തരുന്നു : ആത്യന്തികമായി, ഇതിൽ നിന്നും ഏറ്റവും കൂടുതൽ ഗുണം അനുഭവിക്കാൻ പോകുന്നത് നിങ്ങളായിരിക്കും. മറ്റുള്ളവരെ വിജയത്തിലേക്ക് നയിക്കുന്ന ആശയങ്ങൾ തേടാൻ സഹായിക്കുന്നത്, സ്വന്തം ജീവിതത്തിൽ അത് പ്രാവർത്തികമാക്കുന്നതിന്റെ ആദ്യ ചുവടാണ്. അതേസമയം, അവരുടെ ജീവിതത്തിലും നിങ്ങൾക്ക് പ്രകടമായ മാറ്റങ്ങൾ കൊണ്ടുവരാനാകും. ഈ പുസ്തകം ഒരാളുടെ ജീവിതപാതയെ തന്നെ എന്നെന്നേക്കുമായി മാറ്റിമറിച്ചേക്കാം... അത് നിങ്ങൾ അവർക്ക് ഈ പുസ്തകം സമ്മാനിക്കുന്നതിലൂടെയാകാം. നിങ്ങളിലൂടെയല്ലാതെ, അവർ ഒരിക്കലും ഈ പുസ്തകത്തെക്കുറിച്ച് അറിയുകയില്ല.

നിങ്ങൾ ഈ പുസ്തകം സമ്മാനിക്കാനാഗ്രഹിക്കുന്ന അഞ്ച് പേരുടെ പേരുകൾ എഴുതുക :

1. ______________________________
2. ______________________________
3. ______________________________
4. ______________________________
5. ______________________________

നിങ്ങളുടെ വിലപ്പെട്ട സമയം എനിക്കായി മാറ്റിവെച്ചതിന് നന്ദി! നിങ്ങളുടെ വിജയകഥകൾക്കായി ഞാൻ കാത്തിരിക്കുന്നു.

നിങ്ങളുടെ നേട്ടങ്ങൾക്കായി!

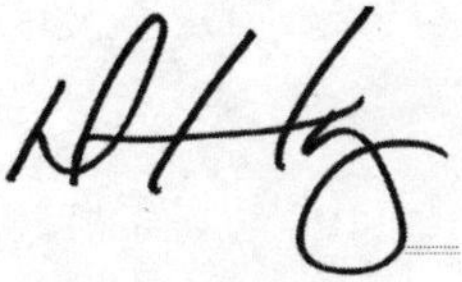

ഡാരെൻ ഹാർഡി

കൃതജ്ഞത

ദി കോമ്പൗണ്ട് എഫക്റ്റിന്റെ ആദ്യ പതിപ്പ്, 2010-ൽ പ്രകാശിപ്പിക്കാനായി എന്നെ സഹായിച്ച, *സക്സസ്* മാധ്യമത്തിലേയും മാസികയിലേയും അന്നത്തെ എന്റെ സഹപ്രവർത്തകർക്ക് ഞാനെന്റെ നന്ദിയും ബഹുമാനവും അറിയിച്ചുകൊള്ളുന്നു...

കഴിഞ്ഞ പല വർഷങ്ങളിലായി എന്റെ കൂടെ പ്രവർത്തിച്ച, എന്നെ ഉൽബോധിപ്പിച്ച സമർത്ഥരായ വ്യക്തിത്വ വികസന വിദഗ്ധർക്കും... അഭിമുഖം നടത്താനായി സമ്മതിച്ച, ഞാൻ നിങ്ങൾക്കു മുന്നിൽ അവതരിപ്പിച്ച ആശയങ്ങളും വീക്ഷണങ്ങളും തന്ത്രങ്ങളും എന്നിലേക്ക് പകരാൻ മനസ്സ് കാണിച്ച ഒരുപാട് ലോകനേതാക്കൾക്കും...

വേറിട്ടു നിൽക്കാൻ തീരുമാനിച്ച, ധൈര്യവും ധാർഷ്ട്യവുമുള്ള വിജയികൾക്കും... ഓരോ ദിവസവും മെച്ചപ്പെടാനായി ഉണർന്ന്, തടസ്സങ്ങൾ മറികടന്ന്, മത്സരിച്ചവർക്കും... ഓരോ പ്രവൃത്തി ദിവസത്തിലെ പ്രഭാതങ്ങളിലും ഡാരെൻ ഡെയ്‌ലിയിലൂടെ (DarrenDaily) കൂടുതൽ വളരാനും, സ്വാധീനം ചെലുത്താനും, ഔന്നത്യത്തിനായി പ്രവർത്തിക്കാനും മുന്നോട്ടുവന്നവർക്കും...

അസാമാന്യ കഴിവും അതിലുപരി ആത്മാർത്ഥതയുമുള്ള എന്റെ മുൻനിര സഹപ്രവർത്തകർക്കും. അവരുടെ ശക്തമായ വ്യക്തിത്വവും മനക്കരുത്തും തകരാത്ത നിശ്ചയദാർഢ്യവുമാണ്, ഓരോ വർഷവും ഞങ്ങളുടെ പ്രയത്നം 160 കോടി മനുഷ്യരുടെ ജീവിതത്തിൽ സുശക്തമായ സ്വാധീനം ചെലുത്താൻ സാധിപ്പിച്ചത്...

അവസാനമായി, ഏറ്റവും പ്രധാനമായി, എന്റെ കലാസൃഷ്ടിയുടെ യാഥാർത്ഥ്യത്തിനായും, *ദി കോമ്പൗണ്ട് എഫക്റ്റിന്റെ* പത്താം വാർഷികത്തിന്റെ ഈ പ്രത്യേക പതിപ്പിനായും പല രാത്രികളും വാരാന്ത്യങ്ങളും ത്യജിച്ച, സുന്ദരിയും മനോഹരിയുമായ എന്റെ ഭാര്യ, ജോർജിയക്ക്...

രഘുരാജ് പനങ്ങാട്ട്

പാലക്കാട് ജില്ലയിൽ ജനനം. ബിസിനസ്സ് അഡ്മിനിസ്ട്രേഷനിൽ ബിരുദാനന്തര ബിരുദം. Lettersbay Consultancy'യുടെ സീനിയർ എഡിറ്ററായി പ്രവർത്തിച്ചിട്ടുണ്ട്. ഇപ്പോൾ ഒരു സ്വകാര്യ ബാങ്കിൽ ജോലി ചെയ്യുന്നു.

പ്രധാന പുസ്തകങ്ങൾ : *അഹം സ്വരൂപം, ആരോഹി, കഥ 2021, ഇരിപ്പിടമില്ലാത്ത കവിതകൾ, എന്റെ പ്രണയകഥകൾ, കഥയേട്.*

ഇ-മെയിൽ : raghuraj.owen@gmail.com